# உரிமைக்குரல்

மலாலாவின்
போராட்டக்
கதை

**ஆசிரியரின் பிற நூல்கள்**

உலகை மாற்றிய புரட்சியாளர்கள்

குஜராத் இந்துத்துவம் மோடி

சே குவேரா புரட்சியாளர் ஆனது எப்படி?

இந்தியப் பிரிவினை: உதிரத்தால் ஒரு கோடு

முதல் உலகப் போர்

இரண்டாம் உலகப் போர்

நெல்சன் மண்டேலா

மால்கம் எக்ஸ்

விடுதலைப் புலிகள்

போபால்: அழிவின் அரசியல்

ஹ்யூ ஜிண்டாவ்

மாவோ: என் பின்னால் வா!

முதல் காம்ரேட் (லெனின் வாழ்க்கை)

சர்வம் ஸ்டாலின் மயம்

ஃபிடல் காஸ்ட்ரோ: சிம்ம சொப்பனம்

சே குவேரா: வேண்டும் விடுதலை!

ஹியூகோ சாவேஸ்: மோதிப் பார்!

சுபாஷ்: மர்மங்களின் பரமபிதா

திப்பு சுல்தான்: முதல் 'விடுதலை'ப் புலி

முகமது யூனுஸ்

திபெத்: அசுரப் பிடியில் அழகுக் கொடி

# உரிமைக்குரல்

## மலாலாவின் போராட்டக் கதை

மருதன்

கிழக்கு

**உரிமைக்குரல்:** மலாலாவின் போராட்டக் கதை
UrimaiKural: Malalavin Poratta Kathai
by *Marudhan* ©

First Edition: May 2016
152 Pages
Printed in India.

ISBN: 978-93-84149-84-0
Kizhakku 922

Kizhakku Pathippagam
177/103, First Floor,
Ambal's Building, Lloyds Road
Royapettah, Chennai 600 014.
Ph: +91-44-4200-9603

Email : support@nhm.in
Website : www.nhm.in

kizhakkupathippagam
kizhakku_nhm

Author's Email: marudhan@gmail.com

Cover Image: Wikimedia Commons

Kizhakku Pathippagam is an imprint of New Horizon Media Private Limited

‘

நீங்கள் ஏன் எதுவுமே செய்வதில்லை
என்று மற்றவர்களைப் பார்த்து மட்டுமே
கேட்கும் சிலர் இங்கே இருக்கிறார்கள்.
நாம் ஏன் மற்றவர்களுக்காகக் காத்திருக்க
வேண்டும்? நான் ஏன் ஓரடி எடுத்து வைத்து
முன்னால் நகரக்கூடாது?

★

மக்கள் அமைதியாக இருந்தால்
எந்த மாற்றமும் நிகழாது.

’

- மலாலா

# பொருளடக்கம்

# நுழைவாசல்

**2014**ம் ஆண்டுக்கான அமைதிக்கான நோபல் பரிசை கைலாஷ் சத்யார்த்தியுடன் இணைந்து மலாலா பெற்றபோது குங்குமம் தோழியில் அவரைப் பற்றி ஒரு தொடர் எழுத ஆரம்பித்தேன். அப்போது மலாலா புகழ்வெளிச்சத்தில் மிதந்துகொண்டிருந்தார். அரசியல் தலைவர்களும் திரைப்படப் பிரபலங்களும் பெரும் நிறுவனங்களின் நிர்வாகிகளும் போட்டிப்போட்டுக்கொண்டு மலாலா வுடன் படம் எடுத்துத் தள்ளிக்கொண்டிருந்தார்கள். சர்வதேச இதழ்களிலும் தொலைக்காட்சி களிலும் மலாலாதான் தலைப்புச் செய்தி. அவர் வயதைக் காட்டிலும் அதிக எண்ணிக்கையில் சர்வதேச விருதுகள் மலாலாவுக்கு அளிக்கப்பட்டன.

மலாலா மீது பாய்ச்சப்படும் அபரிமிதமான வெளிச்சம் தேவையற்றது என்னும் கருத்தும் வலுவாகவே முன்வைக்கப்பட்டது. மேற்கத்திய நாடுகள் மலாலாவைத் தத்தெடுத்துக்கொண்டதற்கு அரசியல் காரணங்கள் இருக்கின்றன என்பதைப் பலர் சுட்டிக்காட்டினார்கள். பெண் கல்வி, பெண் சுதந்தரம், மதவாத பயங்கரவாத எதிர்ப்பு என்றெல்லாம் மலாலா பேசும்போது மேற்கத்திய நாடுகளின் சிந்தனைகளையே அவர் பிரதிபலிக்கிறாள்; அதனால்தான் அவருக்கு நோபல் உள்ளிட்ட பிற பரிசுகள் வழங்கப்பட்டன என்கிறார்கள் எதிர் தரப்பினர்.

சிலர் மலாலாவை அப்பழுக்கற்ற ஒரு தேவதையாகக் காண்கின்றனர். வேறு சிலருக்கு அவர் ஓர் அந்நிய ஏஜெண்ட். கண்மூடித்தனமான புகழ்ச்சி, கண்மூடித்தனமான எதிர்ப்பு இரண்டையும் ஒரே சமயத்தில் சந்தித்து வருகிறார் மலாலா. தாலிபனிடம் இருந்து பெற்ற உலோகக் குண்டுகளைக் காட்டிலும் ஆபத்தானவை இவ்விரண்டும்.

மலாலாவை வியந்தோதும் ஒரு புத்தகத்தை எழுதுவது எளிதானது. அவரை நிராகரிப்பது அதைவிடவும் எளிதானது. கடினமானது மலாலாவை அவருடைய அசாதாரணமான சமூக, அரசியல் பின்புலத்தோடு சேர்த்து புரிந்துகொள்வதும் அந்த அடிப்படையில் அவரை மதிப்பிடுவதும்தான்.

அதற்கான ஓர் எளிய முயற்சிதான் குங்குமம் தோழியில் வெளிவந்து தற்சமயம் நூல் வடிவம் பெறும் இந்தத் தொடர். வாய்ப்பளித்த தோழர் வள்ளிதாசனுக்கு என் அன்பும் நன்றியும்.

மருதன்
*1 மே 2016*

# 1

## இரண்டு உலோகங்கள்

டைம்ஸ் பத்திரிகையில் வெளியான ஒரு கட்டுரை மலாலா யூசஃப் சாயை ஹாரி பாட்டருடன் ஒப்பிட்டுள்ளது. இருவருமே இளையவர் கள். இருவருக்குமே வலுவான, ஆபத்தான எதிரிகள் இருக்கிறார்கள். அந்த எதிரிகள் இந்த இருவரையும் அழிக்கத் துடியாகத் துடிக்கிறார்கள். இருவருக்கும் காயம் ஏற்படுகிறது. இருவருடைய முகத்திலும் அந்தத் தழும்புகள் நிலைத்து நிற்கின்றன. ஹாரி பாட்டர் தன் எதிரியைப் பள்ளிக் கூடத்தில் இருந்தபடி எதிர்கொள்கிறான். மலாலாவும்தான். பகைவர் களை எதிர்கொள்ள இருவருமே புத்தகங்களில்தான் அடைக்கலம் தேடுகிறார்கள். வேறு வார்த்தைகளில் சொல்வதானால், இருவருமே தீமையை எதிர்க்க கல்வியைத் தங்களுடைய ஆயுதமாகத் வரித்துக் கொள்கிறார்கள்.

இந்த இருவருக்கும் இடையில் உள்ள மற்றோர் அதிசயிக்கத்தக்க ஒற்றுமையைச் சுட்டிக்காட்ட டைம்ஸ் கட்டுரை தவறிவிட்டது. தன் னிடம் அசாதாரணமான ஒரு சக்தி மறைந்து கிடப்பதைத் தனது 11வது வயதில் ஹாரி பாட்டர் கண்டுகொள்கிறான். பிபிசி உருது இணையத் தளத்துக்கு எழுதத் தொடங்கியதன்மூலம் ஒரு மாபெரும் பாய்ச்சலை மலாலா நிகழ்த்தியபோது அவருடைய வயது அதே 11.

ஒற்றுமைகளைப்போலவே இந்த இருவருக்கும் இடையிலான வேறு பாடுகளும்கூட முக்கியமானவைதான். ஹாரி பாட்டரைப் போலன்றி மலாலா சந்தித்த எதிரிகள் நிஜமானவர்கள். எனவே, அபாயகர மானவர்கள். ஹாரி பாட்டருக்கு மேஜிக் துணையாக இருந்தது. ஆயுதம்

தாங்கிய எதிரிகள் திடீரென்று பாய்ந்து வந்தால் அதிகாரப்பூர்வமான சூனியக்கார வாகனமான ஒட்டடைக்குச்சியின்மீது தாவி ஏறி ஹாரியால் தப்பித்து விடமுடியும். மலாலாவுக்கு அந்தப் பாக்கியம் இல்லை. குண்டுகளைப் பெற்றுக்கொண்டு அவர் ரத்தம் சிந்த வேண்டியிருந்தது.

நமது ஒப்பீடு ஒரு பக்கம் இருக்கட்டும். மலாலா எப்போதாவது தன்னை ஹாரி பாட்டருடன் ஒப்பிட்டுப் பார்த்திருப்பாரா? அதைவிட முக்கிய மாக, ஹாரி பாட்டரை அவர் அறிந்து வைத்திருப்பாரா? ஹாரி பாட்டர் புத்தகங்கள் எழுபத்து மூன்று மொழிகளில் மொழிபெயர்க்கப்பட்டு 45 கோடி பிரதிகள் உலகம் முழுவதும் விற்றிருக்கின்றன. அவற்றில் ஒரு பிரதியை மலாலா வாசித்திருக்க வாய்ப்பிருக்கிறதா?

●

உண்மையில் பிரச்னையின் மையப் புள்ளியே இதுதான். மலாலாவின் தாய்நாடான பாகிஸ்தான் பல விஷயங்களுக்காகப் புகழ் பெற்றுள்ள ஒரு நாடு. நிச்சயம் புத்தக வாசிப்பு அவற்றில் ஒன்றல்ல. குறிப்பாக, தாலிபனின் ஆதிக்கம் படர்ந்திருக்கும் மலாலாவின் பிறந்த இடமான ஸ்வாட் பள்ளத்தாக்கில் புத்தகம் என்பதே ஓர் அரிதான பொருள்தான். புத்தகம் மட்டுமல்ல, பென்சில், பேனா, நோட் புத்தகம், கரும்பலகை அனைத்துமே அரிதானவை. துப்பாக்கியைச் சர்வசாதாரணமாகத் தோளில் தூக்கிப் போட்டுக்கொண்டு நடைபோடும் தாலிபன்கள் கண்டு அஞ்சும் ஒரே விஷயம் வாசிப்பு. அதைக் காட்டிலும் அவர்கள் அதிகம் வெறுக்கும் இன்னொன்று இல்லை.

அதிலும் குறிப்பாகப் பெண்கள் பள்ளிக்கூடம் செல்வதை அவர்கள் அருவருப்பின் உச்சமாகத்தான் எடுத்துக்கொள்கிறார்கள். பழைமை வாதம் செழிப்புடன் இருக்கும்வரைதான் தமக்குச் செல்வாக்கு என்பது அவர்களுக்குத் தெரியும். கல்வி அறிவின் வாசலைத் திறந்து வைக்கிறது என்பதையும் அதன்மூலம் தமக்கான வாசலை அறைந்து சாத்துகிறது என்பதையும்கூட அவர்கள் அறிந்தே வைத்திருக்கிறார்கள். எனவே கல்வியைத் தடைசெய்ய அவர்கள் துடித்ததில் வியப்பேதுமில்லை.

தாலிபன் அஞ்சி ஒதுக்கிய ஒன்றை மலாலா அள்ளி எடுத்து தனதாக்கிக் கொண்டார். அனைவருக்கும் அதையே அவர் பரிந்துரைக்கவும் செய்தார். கல்விக்கு ஆதரவாக அவர் மேற்கொண்ட பிரசார யுத்தம் தாலிபனுக்கு எதிரான பிரசாரமாகவும் அதன்மூலம் பழைமைவாதத்துக்கு எதிரான ஒரு பெரும் போராகவும் வெடித்தது. இந்தப் போரில் தாலிபனைக் காட்டிலும் தீவிரமாக இயங்கிய ஒரே காரணத்துக்காக இரண்டு உலோகத் துண்டுகள் அவருக்குக் கிடைத்தன. முதலாவது, வெறுப்பின்

காரணமாக அவர் உடலின்மீது செலுத்தப்பட்ட துப்பாக்கிக் குண்டு. இரண்டாவது, நேசத்தின் அடையாளமாக அவருக்கு அளிக்கப்பட்ட நோபல் தங்கம்.

●

மலாலாவின் வாழ்க்கை மூன்று விதமான நிலப்பரப்புகளில் பாய்ந்து ஓடிக்கொண்டிருக்கிறது. முதலாவது அவருடைய தாய்நாடான பாகிஸ் தான். மதத்தை ஓர் அடையாளமாக முன்னிறுத்திப் போராடி வெற்றிகர மாகத் தனி தேசம் கண்ட நாடு அது. ஆனால் அந்தக் கோரிக்கை நிறை வேறியபிறகு அடுத்து என்ன செய்வது என்று தெரியாமல் தத்தளித்துக் கொண்டிருக்கும் ஒரு பரிதாபகரமான நாடும்கூட. இந்தத் தடுமாற்றத் தைப் பயன்படுத்தி மதவாதிகளும் ராணுவவாதிகளும் ஆளுக்கொரு பக்கமாக நின்று அந்தத் தேசத்தைப் பிய்த்துத் தின்றுகொண்டிருக் கிறார்கள். ராணுவவாதிகள் தங்களைப் பலப்படுத்திக்கொள்ள மதத்தையும், மதவாதிகள் தங்களைப் பலப்படுத்திக்கொள்ள ஆயுதத்தையும் நாடிச் செல்வது ஒரு வழக்கமாகவே ஆகிவிட்டது. கல்வி மட்டுமல்ல, முன்னேற்றத்துக்கு உகந்த எதுவொன்றையும் சந்தேகத்துடனும் அச்சத் துடனும் அணுகும் மனோபாவம் தொடர்ச்சியாக ஆதிக்கம் செலுத்திக் கொண்டிருக்கிறது. ஆட்சியில் அமர்பவர்களால் இந்த மனோபாவத் தைக் கட்டுப்படுத்த முடியவில்லை. அல்லது, கட்டுப்படுத்த விரும்ப வில்லை. அரசியலில் இருந்து மதத்தையும், மதத்தில் இருந்து அரசிய லையும் தனியே பிரிக்கமுடியாததால் ஏற்பட்ட விபரீதம் இது.

விளைவாக தாலிபனின் செல்வாக்கு பலம்பெற்றது. மலாலாவின் பிறப் பிடமான ஸ்வாட் பள்ளத்தாக்கு தீவிரவாதத்தின் வாயில் முழுமையாகச் சிக்கிக்கொண்டது. பாகிஸ்தானின் ஒரு பகுதிதான் என்றாலும் மலாலா வின் வாழ்வைப் புரட்டிப்போட்ட இரண்டாவது நிலப்பரப்பு இது. உலகறிந்த பயங்கரவாத இயக்கமாக அறியப்பட்ட தாலிபனுடன் பேச்சு வார்த்தை மட்டுமே நடத்தும் நிலையில்தான் பாகிஸ்தான் இருக்கிறது. தாலிபனின் அதிகாரம் பாகிஸ்தானில் அதிகரித்துக்கொண்டிருப்பதை பாகிஸ்தான் உணர்ந்திருக்கிறது என்பதையும் ராணுவத்தைக் கொண்டு மட்டும் அதனை அடக்கிவிடமுடியாது என்பதையும் இந்தப் பேச்சு வார்த்தைகள் உணர்த்துகின்றன.

தீவிரவாதத்துக்கு எதிராக அமெரிக்கா தலைமை தாங்கி நடத்திவைத்த மாபெரும் போர் படுதோல்வியடைந்து வருவதை நாம் கண்கூடாகப் பார்த்துக்கொண்டிருக்கிறோம். செப்டெம்பர் 11 தாக்குதலைத் தொடர்ந்து மாபெரும் ஆர்ப்பாட்டத்துடன் ஆப்கனிஸ்தான்மீது போர் தொடுத்தது அமெரிக்கா. 2001ம் ஆண்டு தொடங்கிய இந்தப் போர் ஒரு வகையில் இன்னமும் நிறைவடையவில்லை என்றுதான் சொல்லவேண்டும்.

அமெரிக்காவைப் பொருத்தவரை இது ஒரு வெற்றிகரமான முயற்சி. இந்தப் போர், தாலிபன் அரசாங்கத்தை வீழ்த்தியது. பல அல் காயிதா முகாம்களை அழித்தது. ஒசாமா பின் லேடன் பிடிபட்டு கொல்லப் பட்டார். ஆனால் இவை மட்டுமா நடந்தன? பல்லாயிரக்கணக்கான ஆப்கன் மக்கள் பலியாகினர். பள்ளிக்கூடங்கள், குடியிருப்புகள், மருத்துவமனைகள் அனைத்தும் இடிந்து விழுந்தன. துடைக்கப்பட்ட ஸ்லேட் போல் ஒரு நாடு முற்றிலுமாக அழிக்கப்பட்டது. எஞ்சியிருப்பது சிதிலங்கள் மட்டுமே. இராக்கில் நடந்ததும் கிட்டத்தட்ட இதுவேதான்.

அமெரிக்கா, நேட்டோ படைகள் என்று உலகின் சக்திவாய்ந்த படை களை ஒருங்கிணைத்து ஏவிவிட்டபிறகும்கூட தீவிரவாதம் அழிய வில்லை. மாறாக, மேலதிக பலத்துடன் வளர்ந்திருக்கிறது. உலகின் சக்தி வாய்ந்த ஆயுதங்கள் அனைத்தும் தோல்வியடைந்துவிட்டன. அல்லது, மௌனமாக்கப்பட்டுவிட்டன. இந்தப் பின்னணியில்தான் மலாலா தாலிபனை எதிர்கொள்ள முன்வந்திருக்கிறார். அவர்கள் எதைக் கண்டு அஞ்சுகிறார்களோ, எதைக் கண்டு பின்வாங்குகிறோர் களோ, எதை முழு பலத்துடன் எதிர்க்கிறார்களோ அதைக் கொண்டே அவர்களை வீழ்த்துவதுதான் அவருடைய செயல்திட்டம்.

ஜார்ஜ் புஷ் தொடங்கி வைத்த போரை முடிவுக்குக் கொண்டுவர முடியாததால் தற்போதைய அமெரிக்க அதிபர் பராக் ஒபாமா (இவரும் அமைதிக்கான நோபல் பெற்றவர்தான்) அதனைத் தொடர்ந்து கொண்டிருக்கிறார். அதே ஒபாமா தன் குடும்பத்தினருடன் மலாலாவை வரவேற்று உபசரிக்கவேண்டியிருந்தது. அவர் மட்டுமல்ல, ஒட்டு மொத்த அமெரிக்காவும் இப்போது மலாலாவை ஒரு தேவதையாகப் போற்றிக்கொண்டிருக்கிறது. ஓர் அபூர்வமான உயிரினமாக, பின்பற்றப் படவேண்டிய ஒரு முன்னுதாரணமாக, இளையவர்களின் நம்பிக்கை நட்சத்திரமாக மலாலாவை அமெரிக்கா இப்போது உயர்த்திப் பிடித்துக் கொண்டிருக்கிறது. எந்த அளவுக்கு அமெரிக்கா மலாலாவை நேசிக்கிறது என்பதற்கு தொடக்கத்தில் நாம் பார்த்த டைம்ஸ் கட்டுரை ஓர் உதாரணம் மட்டுமே. ஹாரி பாட்டருக்கு அடுத்தபடியாகக்கூட இல்லை, ஹாரி பாட்டருக்கு இணையாக மலாலாவை அமெரிக்கா நேசிக்கிறது.

அமெரிக்கா மட்டுமல்ல, மலாலா தற்சமயம் வசிக்கும் பிரிட்டனும் அவரை நேசிக்கவே செய்கிறது. இரண்டாம் எலிசபெத் மகாராணி மலாலாவை பக்கிங்ஹாம் அரண்மனைக்கு வரவேற்று உபசரித்து தன் மகிழ்ச்சியைப் பகிர்ந்துகொண்டார். உலகின் வேறு பல நாடுகளிலும் மலாலா பேரலையை உருவாக்கியிருக்கிறார். தொடர்ந்து உருவாக்கிக் கொண்டிருக்கிறார். மலாலாவின் வாழ்வில் ஒரு புதிய திருப்பத்தை ஏற்படுத்தியுள்ள மூன்றாவது முக்கிய நிலப்பரப்பு, இந்த மேற்கத்திய உலகம்.

அடையாளம் இன்றி தவித்துக்கொண்டிருக்கும் பாகிஸ்தான் மதவாதத்தின் பிடியில் சிக்கித் தவித்துக்கொண்டிருக்கிறது. தாலிபனின் ஆதிக்கத்துக்கு உட்பட்டு இருண்டு கிடக்கும் ஸ்வாட் பள்ளத்தாக்கு அறிவொளி அளிக்கும் கல்வியைத் தீவிரமாக எதிர்த்துக்கொண்டிருக்கிறது. இந்த இரண்டாலும் பாதிக்கப்பட்ட மலாலாவை மீட்டெடுத்து அவருக்கு அடைக்கலமும் அங்கீகாரமும் அளித்து ஆதரித்து வருகிறது மேற்குலகம். மலாலாவைப் புரிந்துகொள்ள இந்த மூன்று நிலப்பரப்புகளையும் அவற்றை இயக்கும் அரசியல் சக்திகளையும் நாம் புரிந்துகொள்ள வேண்டும்.

அப்படியே சில நுணுக்கமான விஷயங்களையும் நாம் அலசியாக வேண்டும். மலாலாவை மனமுவந்து பாராட்டி மகிழும் அதே மேற்குலகம்தான் அவருடைய தாய்நாடு சிதைந்து கிடப்பதற்கும் ஒருவகையில் காரணமாக இருந்துள்ளது. அப்படியென்றால் அவர்கள் மலாலாவை உயர்த்திப் பிடிப்பதற்குக் கண்களுக்குப் புலப்படாத வேறு காரணங்களும் இருக்கக்கூடுமா?

இஸ்லாமிய மதத்தைப் பயங்கரவாதத்தோடு மட்டுமே தொடர்புபடுத்தி ஒதுக்கிவைக்கும் ஒரு தீவிர மனநிலையை உலகம் முழுவதும் விதைத்ததில் மேற்குலகுக்கு (குறிப்பாக அமெரிக்கா) முக்கியப் பங்கு உள்ளது. இந்நிலையில் மலாலா யூசஃப்சாயை அவர்கள் குறிப்பாகத் தேர்ந்தெடுத்து முன்னிறுத்தியதில் ஏதேனும் உள்நோக்கம் இருக்குமா?

நோபல் அமைதி பரிசுக்கு மலாலா தேர்ந்தெடுக்கப்பட்டதன் நோக்கத்தையும் சிலர் சந்தேகத்துக்கு உட்படுத்தியிருக்கிறார்கள். (அவருடன் இணைந்து இந்தப் பரிசைப் பெறும் இந்தியரான கைலாஷ் சத்யார்த்தி மீதும் இதே வகையான சந்தேகங்கள் எழுப்பப்பட்டுள்ளன). பாகிஸ்தான் மதவாதத்தின் பிடியில் சிக்கியுள்ள ஒரு பழைமைவாத நாடு என்பதை வெளிப்படுத்துவதற்காகவே இந்தப் பரிசுக்கு மலாலா தேர்ந்தெடுக்கப்பட்டுள்ளாரா? எந்த அளவுக்கு பாகிஸ்தான் கல்வியை எதிர்க்கிறது என்பதை உலகுக்கு எடுத்துக்காட்ட மலாலாவை அவர்கள் பயன்படுத்திக்கொண்டார்களா? அல்லது, தாலிபனை எதிர்கொள்ள ஒரு பகடைக்காயாக மலாலா பயன்படுத்தப்பட்டுள்ளாரா? அல்லது, மேற்குலகம் தனக்கான ஒரு பிரதிநிதியை மலாலாவிடம் கண்டுகொண்டுள்ளதா? ஊக்கமூட்டி, போதுமான அங்கீகாரங்களை வழங்கி மேற்குலகின் குரலாக மலாலாவை வளர்த்தெடுக்கும் பெரும் திட்டத்தின் ஒரு பகுதிதானா இந்த நோபல்?

●

அடுத்தடுத்த பகுதிகளில் மலாலாவின் வாழ்க்கையை விவரிக்கும்போது கூடவே இந்தக் கேள்விகள் ஒவ்வொன்றையும் எடுத்துக்கொண்டு

விடை தேடவும் முயற்சி செய்வோம். எல்லைக்கோடுகள், நாடுகள், கண்டங்கள் கடந்து விரிகிறது மலாலாவின் உத்வேகமூட்டும் வாழ்க்கை. தேசம், மதம், சாதி, பாலினம் போன்ற வேறுபாடுகளை உடைத்தெறிந்து ஒலிக்கிறது அவருடைய குரல். அவர் விடுக்கும் செய்தியும்கூட மனித குலம் அனைத்துக்கும் பொதுவானதுதான்.

மலைப்பாம்புபோல் சூழ்ந்திருக்கும் வெளிச்சத்துக்கு நடுவில் மலாலா அமைதியாக நின்றுகொண்டிருக்கிறார். அவர் அதிகம் பேசுவதில்லை. விவாதிப்பதில்லை. ஆனால் இயங்கிக்கொண்டிருக்கிறார். பல்வேறு கேள்விகளும் சந்தேகங்களும் அவரை முன்வைத்து எழுப்பப்படு கின்றன. அவரைப் பற்றித் தெரிந்துகொள்ள பத்திரிகையாளர்கள் முன்னெப்போதையும்விட இப்போது அதிகம் ஆர்வம் காட்டுகிறார் கள். அரசியல் ஆய்வாளர்கள் அவரைக் கூர்மையான பார்வையால் அலசி திறனாய்வு செய்துகொண்டிருக்கிறார்கள். அவரை வைத்து பல்வேறு அரசியல் கணக்குகள் போடப்பட்டு வருகின்றன. புதிய பல புத்தகங்கள் எழுதப்பட்டு வருகின்றன. ஒரே சமயத்தில் சர்ச்சைக்குரிய ஒரு விவாதப் பொருளாகவும் போற்றுதலுக்குரிய ஒரு போராளியாகவும் அவர் அடையாளப்படுத்தப்படுகிறார். ஆனால் மலாலாவுக்குத்தான் நேரமில்லை. நோபல் பரிசு அறிவிக்கப்பட்ட செய்திக்கு அவரால் உடனடியாக வினையாற்றக்கூடமுடியவில்லை. அப்போது அவர் பள்ளிக்கூடத்தில் இருந்தார். வகுப்பு நேரம் இன்னமும் முடிவடைய வில்லை.

நிச்சயம் மலாலா ஹாரி பாட்டர் அல்ல. நம் கண்முன்னால் ரத்தமும் சதையுமாக நடமாடும் ஓர் எளிய பெண். சிறிது காலத்துக்கு முன்பு அளித்த பேட்டியொன்றில் மெலிதான புன்னகையுடன் இப்படிச் சொல்லியிருக்கிறார். ‘என்னிடம் மந்திர சக்தி இருந்திருந்தால் நொடி யில் தாலிபன்கள் அனைவரையும் காணாமல் போகச் செய்திருப்பேன்!’

ஒரு பத்தொன்பது வயது மாணவியைப் பற்றிதான் நாம் பேசப் போகி றோம் என்பதை அடிக்கடி நினைவுபடுத்திக்கொள்ள வேண்டி யிருக்கிறது!

# 2

## பெயரில் என்ன இருக்கிறது?

வரைபடத்தை விரித்து வைத்துக்கொண்டு முதுகுப் பையுடன் கிளம்பும் எந்தவொரு சுற்றுலா பயணிக்கும் முதல் பார்வையிலேயே ஸ்வாட் பள்ளத்தாக்கின்மீது காதல் பிறந்துவிடும். வண்ண வண்ணப் பூக்கள் பூத்திருக்கும் சாலைகள். மணக்கும் பழத் தோட்டங்கள். கைகோத்து நிற்கும் மேகங்கள், மலைகள். மெல்லிய பனி மழை பொழியும் அதி காலைப் பொழுதுகள். குளிர் இரவுகள். ஆசியாவைச் சேர்ந்தவர்களுக்கு காஷ்மீரையும் ஐரோப்பியர்களுக்கு சுவிட்சர்லாந்தையும் ஸ்வாட் பள்ளத்தாக்கு நினைவூட்டியே தீரவேண்டும். முதல்முறை இங்கு வந்தபோது இரண்டாம் எலிஸபெத் மகாராணி கிழக்கின் சுவிட்சர் லாந்து என்றுதான் ஸ்வாட் பள்ளத்தாக்கை அழைத்தார்.

நீ, நான் என்று போட்டிப்போட்டுக்கொண்டு அமைதியும் அழகும் ஆதிக்கம் செலுத்தி வந்த இந்தப் பள்ளத்தாக்கை கி.மு. 4ம் நூற்றாண்டில் அலெக்சாண்டர் ஆக்கிரமித்தார். இரு நூற்றாண்டுகள் கழித்து பௌத்தர் களிடம் இப்பகுதி வந்துசேர்ந்தது. அனைத்தையும் துறந்து அமைதியை நாடிச் சென்ற பௌத்தர்களை அமைதியே அனைத்துமாகக் காட்சி யளித்த ஸ்வாட் பள்ளத்தாக்கு முழுமையாக வசப்படுத்தியது. பேரார் வத்துடன் பௌத்தர்கள் அங்கே உருவாக்கிய சிற்பங்கள் மற்றும் கட்டடக் கட்டுமானங்களில் மிஞ்சியிருப்பவற்றை இன்றும் அங்கே காணலாம். ஒரு கட்டத்தில் பௌத்தர்களிடம் இருந்தும் விடுபட்ட ஸ்வாட் பல்வேறு பிரிவினரின் ஆக்கிரமிப்புக்கு உள்ளானது. 19ம் நூற்றாண்டின் மத்தியில் இஸ்லாமியக் குழுக்களின் கரங்களுக்கு ஸ்வாட் வந்துசேர்ந்தது. 1947ம் ஆண்டு அதிகாரப்பூர்வமாக பாகிஸ் தானுடன் இணைந்தது. ஆனால் இந்த இணைப்பும்கூட திருப்திகரமாக அமையவில்லை என்பது வேறு விஷயம்.

இந்த அழகிய பிரதேசத்தின் ஒரு பகுதியான கைபர் பக்துன்க்வா மாவட்டத்தை பாகிஸ்தானியர்கள் கேபிகே என்று அழைக்கின்றனர். இங்குதான் மலாலா யூசஃப்சாய் பிறந்தார். அது அவருடைய முதல் தவறு. ஆம், ஸ்வாட் நல்ல இடம்தான். ஆனால் இரண்டாம் எலிஸபெத் போல் பறந்து வந்து சில பகுதிகளை மட்டும் பார்த்துவிட்டு, பறந்து மீண்டும் வீடு சென்றுவிட்டால் மட்டுமே அது நல்ல இடம். அங்கேயே நிரந்தரமாகத் தங்கியிருப்பவர்களுக்கு முற்றிலும் வேறு அனுபவங் களை அளிக்க வல்லது ஸ்வாட். மேம்போக்கான பார்வையாளர்களின் கண்களுக்குத் தட்டுப்படாத ஓர் உண்மை அங்கே உறைந்துகிடக்கிறது. ஆண்டாண்டுக்கணக்கில் வாழ்பவர்களுக்கு மட்டுமே அது தெரியும்.

அதனால்தான் 12 ஜூலை 1997 அன்று ஒரு மலர் போல் மலாலா பூத்த போதும், ஐயோ கடவுளே என்றுதான் அவர்கள் சங்கடப்பட்டார்கள். தொட்டிலில் கிடந்த மலாலாவைப் பார்த்ததுமே கிட்டத்தட்ட ஓர் அநிச்சை செயல்போல் வருத்தம் வந்து ஒட்டிக்கொண்டுவிட்டது. ஒருவேளை ஜியாவுதின் யூசஃப்சாய், டோர் பெகாய் இருவருக்கும் ஓர் ஆண் குழந்தை பிறந்திருந்தால் மலர்ச்சியுடன் வரவேற்றிருப்பார்கள். தொட்டிலில் காசு வீசியெறிந்து கொண்டாடியிருப்பார்கள். எதிர்பார்ப்பு பொய்த்துப் போனதால் சொந்தக்காரர்கள், கிராமத்து மக்கள் அனை வரும் தந்தை ஜியாவுதினின் தோளில் தட்டி ஆசுவாசப்படுத்தினார்கள். கவலைப்படாதே, கடவுள் துணையிருப்பார் என்று தாய் டோர் பெகாயின் காதில் முணுமுணுத்தார்கள். பிறகு கனத்த அமைதியுடன் அந்நிகழ்வைக் கடந்து சென்றார்கள். இது மலாலாவின் இரண்டாவது தவறு. பெண் என்றால் ஏமாற்றம், பயம், சோகம், செலவு, கடன், தொல்லை, தலைவலி, தீராத பிரச்னை என்று விலாவரியாகப் புரிந்து வைத்திருக்கும் ஓரிடத்தில் ஒரு பெண்ணாகத்தான் மலாலா பிறக்க வேண்டுமா?

ஒரே ஆறுதல், ஜியாவுதின் அவர்கள் அனைவரிடமிருந்தும் வேறுபட்டி ருந்தது. ஊர் மக்களையும் உறவினர்களையும் போலன்றி மெய்யான அன்புடன் தன் மகளை அவர் வரவேற்று மகிழ்ந்தார். 'குழந்தைக்கு மலாலா என்று பெயர் வைக்கப்போகிறோம்' ஜியாவுதின் அறிவித்த போது ஊர் மக்கள் புருவத்தை உயர்த்தினார்கள். 'ஏற்கெனவே ஒரு சோகம் நிகழ்ந்திருக்கிறது. அதை மேலும் மோசமாக்கும் வகையில் சோகம் என்றே பொருள்படும் ஒரு பெயரையா வைக்கவேண்டும்? நீ ஏன் வேறு நல்ல பெயரைத் தேர்ந்தெடுக்கக்கூடாது ஜியாவுதின்?'

ஆனால் ஜியாவுதின் உறுதியாக இருந்தார். மற்றவர்களுக்கு வேண்டு மானால் மலாலா சோகத்தின் குறியீடாக இருக்கலாம். அவருக்கு அது வீரத்தின் அடையாளம். 1880ம் ஆண்டு ஆப்கனிஸ்தானை பிரிட்டிஷ் படைகள் ஆக்கிரமித்தபோது ஆயிரக்கணக்கான போர் வீரர்களுக்கு

மத்தியில் ஒரு நட்சத்திரமாக மின்னியவர் மலாலாய். காந்தகாருக்கு மேற்கே உள்ள மைவாண்ட் என்னும் சிறிய நகரத்தைச் சேர்ந்தவர் மலாலாய். பஷ்டூன் பிரிவைச் சேர்ந்தவர். மலாலாயின் தந்தை, சகோதரர்கள், அவர் மணக்க இருந்த மாப்பிள்ளை, அவருடைய சுற்றத்தினர் என்று பலரும் அந்தப் போரில் ஈடுபட்டிருந்தனர். காயப்பட்டவர்களுக்கு மருந்து அளிப்பதற்காக பிற கிராமத்துப் பெண்களுடன் இணைந்து மலாலாய் போர்க்களத்துக்குச் சென்றிருந்தார்.

அவர் எதிர்பார்த்தது போலன்றி ஆப்கன் வீரர்கள் கொத்துக்கொத்தாக மடிந்து விழுந்துகொண்டிருந்தனர். மேலும் பலர் ஆயுதங்களை கீழே இறக்கிவைத்துவிட்டு ஓடிக்கொண்டிருந்தனர். மடிந்தவர்களைக் காட்டிலும் ஓடி மறைந்தவர்களைக் கண்டே மலாலாயின் உள்ளம் கலங்கியது. காயமடைந்தவர்களை விட்டுவிட்டு போர்க்களத்துக்கு ஓடிச்சென்றார். அனைவருக்கும் கேட்கும்படி உரத்தக் குரலில் கத்தினார். 'ஓடி ஒளியும் இளம் வீரர்களே, உங்களுக்காக அவமானச் சின்னம் காத்துக்கொண்டிருக்கிறது!'

உயிர் பறிபோவதைவிட மானம் பறிபோவது பெரியது என்று கருதுபவர்கள் பஷ்டூன்கள். மலாலாயின் குரல் இடிபோல் அவர்களைத் தாக்கியது. தோல்வி பயத்தைத் தூக்கி எறிந்துவிட்டு ஒரு புதிய வேகத்துடன் எதிரிகள்மீது பாய்ந்தனர். பிரிட்டிஷ் படைகள் தங்கள் வரலாற்றில் மிகப் பெரும் தோல்வியொன்றை அன்றைய தினம் சந்திக்கவேண்டியிருந்தது. அதற்குக் காரணமான மலாலாயின் சடலம் அதே போர்க்களத்தில் பின்னர் கண்டெடுக்கப்பட்டது.

பஷ்டூன்களுக்கு மலாலாய் ஒரு ஜோன் ஆஃப் ஆர்க். சோர்வும் பயமும் அவநம்பிக்கையும் சூழ வலம் வந்தபோது இடைபுகுந்து அனைத்தையும் தவிடாக்கி வெற்றியை உறுதி செய்தவர் அவர். எனவேதான் அந்தப் பெயரைத் தன் மகளுக்கு வைத்தார் ஜியாவுதின். அதே காரணத்துக்காகத்தான் அந்தப் பெயர் வேண்டாம் என்று மற்றவர்கள் அஞ்சினார்கள். மலாலாய் ஆப்கனுக்கு நம்பிக்கையூட்டியவர், மறுக்கவில்லை. ஆனால் இறுதியில் அவர் போர்க்களத்தில் மாண்டல்லவா போனார்? வீரத்தின் அடையாளம் மட்டுமா மலாலாய்; சோகத்தின் அடையாளமும்கூடத்தான் அல்லவா? இந்தச் சின்னஞ்சிறு தளிருக்கு வைக்க வேறு பெயரா இல்லை இங்கே? ஆனால் ஜியாவுதின் அசைந்துகொடுக்கவில்லை.

இந்த ஒரு விஷயத்தில் மட்டுமல்ல, பொதுவாகவே ஜியாவுதின் மற்றவர்களிடம் இருந்து பெரிதும் வேறுபட்டே இருந்தார். அது அவருடைய இயல்பாக இருந்திருக்கவேண்டும். ஒரு பஷ்டூனாக இருந்தபோதும் தன் சமூகத்து வழக்கங்கள் அனைத்தையும் அவர் அப்படியே ஏற்றுக்கொள்ள

வில்லை. உதாரணத்துக்கு, ஒருவர் யாரைத் திருமணம் செய்து கொள்ள வேண்டும் என்பதை அவருடைய பெற்றோரும் உறவினர்களும் ஒன்று கூடித் தீர்மானிப்பதுதான் பஷ்டூன்களின் வழக்கம். பெண் மட்டுமல்ல, ஆணுக்கும் இது பொருந்தும். ஆனால் அந்த வழக்கத்தை ஜியாவுதின் சத்தமின்றி உடைத்தார். படிக்க தன் மாமா வீட்டுக்குச் செல்லும் வழியில் டோர் பெகாயைச் சந்தித்து உரையாடி, காதலில் விழுந்து, காதல் கடிதங் கள் எழுதி அவரையும் விழவைத்து, வீட்டிலிருப்பவர்களுடன் போராடி, அவர்கள் சம்மதம் பெற்று, திருமணமும் செய்துகொண்டார். ஒன்று விடாமல் வரிசையாக அனைத்தும் கலாசார விதிமீறல்கள்.

இவர்களுடைய முதல் குழந்தை பிறக்கவேயில்லை. பிறகே மலாலா. மருத்துவமனைக்குச் செல்லும் வசதி இல்லாததால் வீட்டிலேயே பிரச வம் பார்க்கப்பட்டது. வறுமை அங்கு யாருக்கும் புதிதல்ல. ஜியாவுதின் குடும்பம் மிங்கோரா என்னுமிடத்தில் உள்ள ஓர் அட்டைப்பெட்டி அளவு வீட்டில் வசித்து வந்தது. மொத்தம் இரண்டே அறைகள். தரை யில் அடுப்பு பற்ற வைத்து சமையல் செய்வார்கள். சாப்பிட்டு முடித்து, அங்கேயே படுத்து உறங்கவேண்டும். இரண்டாவது அறை விருந்தினர் களுக்காக ஒதுக்கப்பட்டிருந்தது. பஷ்டூன் கலாசாரத்தின் ஓரம்சம் இது. விருந்தினர்களை உபசரிப்பதற்கு வறுமை ஒரு தடையாக இருக்கக் கூடாது. இருப்பதைப் பகிர்ந்துகொடுத்தாகவேண்டும்.

மலாலா பிறந்து இரண்டாண்டுகள் கழித்து ஓர் ஆண் குழந்தை பிறந்த போது, பஷ்டூன் வீரரான குஷால் கான் கடாக் என்பவரின் பெயரையே தன் மகனுக்கு வைத்தார் ஜியாவுதின். ஐந்தாண்டுகள் கழித்து இரண் டாவது ஆண் குழந்தையாக அடல் பிறந்தான். இந்தச் சிறிய குடும்பமே போதும் என்று ஜியாவுதின் அறிவித்தபோது மீண்டும் அக்கம்பக்கத் தினர் அவரை வித்தியாசமாகப் பார்த்தார்கள். இவர் ஒருபோதும் ஊரோடு ஒத்துப்போக மாட்டாரா? ஒரு வீட்டுக்குக் குறைந்தது ஏழு அல்லது எட்டு குழந்தைகள் என்பதுதான் அங்கே இயல்பு.

●

மலாலா பிறந்த அதே 1997ம் ஆண்டு ஆகஸ்ட் மாதம் இந்தியாவும் பாகிஸ்தானும் தங்களுடைய ஐம்பதாவது சுதந்தர தினத்தை ஒருநாள் வித்தியாசத்தில் கொண்டாடி முடித்தன. உண்மையில் கொண்டாட்டத் துக்கான காரணங்களைவிட கவலைக்கான காரணங்களே அப்போது அதிகம் இருந்தன. பாகிஸ்தான் தனது முதல் நாற்பது ஆண்டுகளை சிவில் அரசாங்கத்துக்கும் ராணுவத்துக்கும் இடையிலான மோதல்களி லேயே கழித்து முடித்திருந்தது. களைப்பூட்டும் இந்த உள்நாட்டுப் போரின் முதல் பலி ஜனநாயகம்தான். ஆனால் ஒரு நாடு உயிர்த் திருப்பதற்கு முதல் தேவையும் அதுவே என்பதால் சடலத்தை எடுத்து

வந்து செயற்கை உயிரூட்டி பெயரளவுக்கு ஒரு ஜனநாயகத்தை 1989ம் ஆண்டு கொண்டுவந்து நிறுத்தினார்கள். ஆனால் இது எந்த மாற்றத்தையும் ஏற்படுத்தவில்லை. அதற்குள் பொருளாதாரம் சரியத் தொடங்கிவிட்டது. கிட்டத்தட்ட அதே சமயம் இந்தியாவும் தனது பொருளாதாரப் பாதையை மாற்றியமைக்கும் பணியில் தீவிரமாக ஈடுபடத் தொடங்கியது. புதிய பொருளாதாரக் கொள்கைகள் சீர்திருத்தங்கள் என்னும் பெயரில் 1991ல் அமலாக்கப்பட்டன.

இரு நாடுகளுக்கும் சில பிரச்னைகள் பொதுவாக இருந்தன. ஏழ்மை, கல்வி, சுகாதாரம், பொருளாதாரம் ஆகியவை அவற்றுள் சில. அதே சமயம் இந்தியாவைப் போலன்றி பாகிஸ்தான் அழிவுப்பாதையை நோக்கி சீறிப் பாய்ந்து உருண்டுகொண்டிருந்தது. 1997ம் ஆண்டு அதிக பலத்துடன் நவாஸ் ஷெரீப் இரண்டாவது முறையாக பாகிஸ்தானின் பிரதமராகப் பொறுப்பேற்றிருந்தார். ஆட்சியில் அமர்ந்த சில மாதங்களில் பாகிஸ்தானின் ஐம்பதாவது சுதந்தர தினம் வந்துவிட்டது. நவாஸ் ஷெரீப் நாட்டு மக்களுக்கு உரையாற்றினார். 'நாட்டை ஒழுங்காக்கும் பணியை எங்களுடைய முஸ்லிம் லீக் கட்சிக்கு மக்கள் வழங்கியிருக்கிறார்கள்... இன்ஷா அல்லா, அடுத்த நான்கு அல்லது ஐந்து ஆண்டுகளில் நாட்டின் பொருளாதார நிலைமையைச் சீராக்குவோம். நாட்டின் சட்ட ஒழுங்கு நிலைமையை மேம்படுத்தி, அயல்நாட்டு உறவுகளை வலுப்படுத்தி, காஷ்மீர் பிரச்னைக்கு ஒரு தீர்வையும் கண்டுபிடிப்போம்.'

இன்னும் பல கவர்ச்சியான வாக்குறுதிகளையும் பிரதமர் அன்றைய தினம் அளித்தார். அவற்றில் எதுவொன்றும் நிறைவேற்றப் படவில்லை என்பது மட்டுமன்றி, நிலைமையை மேலும் மோசமாக்கும் வகையில் நீதித்துறையின் சுதந்தரத்தைக் கட்டுப்படுத்தும் நடவடிக்கைகள் மேற்கொள்ளப்பட்டன. ஏற்கெனவே வேகத்துடன் பள்ளத்தை நோக்கி ஓடிக்கொண்டிருந்த பாகிஸ்தானைத் தடுத்து நிறுத்தி மேலும் பலமாக உந்தித் தள்ளிவிட்டார் நவாஸ் ஷெரீப்.

●

எது இயல்பு, எது இயல்பல்ல என்பது ஒவ்வொரு பஷ்டூனுக்கும் தெரியும். தெரிந்தே தீரவேண்டும். பஷ்டூன்வாலி என்பது அவர்களுடைய எழுதப்படாத சட்டப்புத்தகத்தின் பெயர். பல நூற்றாண்டுகளாக அதைத் தங்களுக்கு நெருக்கமான ஒன்றாக அவர்கள் வைத்திருக்கிறார்கள். அதிலுள்ள விதிகள் ஒவ்வொன்றையும் அவர்கள் தங்கள் வாழ்வின் ஒவ்வொரு கட்டத்திலும் பின்பற்றி வருகிறார்கள். ஆண்களுக்கு ஒரு புத்தகம். பெண்களுக்கு இன்னொன்று. அதை இதயத்தோடு இதயமாக நெருக்கமாகப் பொத்தி வைத்துக்கொள்ள வேண்டும். ஒழுக்கத்துடன் பின்பற்றியாக வேண்டும். தவறினால் அது இயல்பு மீறல்.

அந்த வகையில் மலாலா இயல்பானவராகவே இருந்தார். மணிக்கணக்கில் கண்ணாடி முன் நின்றுகொண்டார். தன் தலைமுடியை வாரி, மீண்டும் வாரி, இன்னொருமுறை வாரி அழகு பார்த்தார். தேன், ரோஸ் வாட்டர், எருமைப் பால் என்று மாறி மாறி தன் சருமத்தின்மீது தேய்த்துப் பராமரித்தார். எல்லாச் சிறுமிகளையும்போல் சிறுவர்களை வெறுத்தார். (அவர்கள் அழுக்கானவர்கள் அல்லவா?) எல்லாச் சிறுமிகளையும்போல் தன் சகோதரர்களுடன் சண்டை போட்டார். ரிமோட் யார் கைக்குச் செல்வது என்றொரு சண்டை. என்னுடைய தட்டில் இருப்பதை நீ எடுத்தாயா என்றொரு சண்டை. யார் உண்மையிலேயே அப்பா செல்லம் என்றொரு சண்டை. பிறகு, திருடன் போலிஸ், கிரிக்கெட் என்று விளையாட்டுகள். நிறைய கூச்சல். நிறைய ஓட்டம். அழுகை. அடம். மீண்டும் கண்ணாடி. மீண்டும் ஓர் ஓட்டம். அந்த ரிமோட் எங்கே? குஷாலுடன் ஒரு மோதல். பிறகு மீண்டும் ரோஸ் வாட்டர், தேன், எருமைப் பால். சற்று முன்னால் வாரியது. இந்தத் தலைமுடி இப்போது கொஞ்சம் கலைந்தது போல் இல்லை?

ஒரு நாள் மலாலாவின் பிங்க் நிற பொம்மை மொபைல் பக்கத்து வீட்டுத் தோழி சஃபினாவின் வீட்டில் கிடந்தது. கேட்டுப் பார்த்தபோது, இது என்னுடையது என்று சொல்லிவிட்டார் சஃபினா. மலாலா அதற்குப் பிறகு எதுவும் கேட்கவில்லை. ஆனால் கிளம்பும்போது சஃபினாவின் காதணிகளைக் கையோடு கொண்டுவந்துவிட்டார். பத்திரமாகத்தான் வீட்டில் ஒளித்து வைத்திருந்தார். ஆனால் அம்மா கண்டுபிடித்துவிட்டார். திட்டு வேறு. மலாலா அழுகையுடன் தன் தரப்பு நியாயத்தை எடுத்து வைத்தார். 'அம்மா, திட்டாதே! முதலில் என் மொபைலை எடுத்தவள் அவள்தான். பதிலுக்குத்தான் நான் அவளுடையதை எடுத்து வந்தேன். நான் செய்தது எப்படித் தப்பாகும்?'

இதுவும் இயல்புதான். பஷ்டூன்கள் இதனை பாதல் என்று அழைக்கிறார்கள். உனக்கு ஒருவர் தவறு செய்தால் பதிலுக்கு அவரைப் பழிவாங்க வேண்டும் என்பது இதன் பொருள். ஓர் அவமானத்துக்குப் பதிலாக இன்னோர் அவமானத்தை வழங்கு. ஒரு காயத்துக்குப் பதிலாக இன்னொன்றை ஏற்படுத்து. ஒரு துரோகத்துக்கு ஈடு இன்னொரு துரோகம். ஒரு மரணத்தை இன்னொரு மரணத்தால் வென்றெடு. அதைத்தான் மலாலாவும் செய்தார்.

பிறகு யோசித்தபோது இன்னொரு கோணம் பிடிபட்டது. நான் ஏன் அதை என்னுடையது என்று நினைக்கவேண்டும்? அதே வண்ணத்தில் உள்ள மற்றொரு மொபைலாக அது ஏன் இருக்கக்கூடாது? நிஜமாகவே சஃபினா அப்பாவியாக இருந்துவிட்டால்? நிஜமாகவே நான் தவறிழைத்திருந்தால்? முதல் தவறு என்னுடையதாக இருந்துவிட்டால்?

இல்லை, இந்த பாதல் ருசிக்கவில்லை. இது கசக்கின்றது. பாதல் எனக்குத் தேவையில்லை. மலாலா மானசீகமாக உறுதிமொழி எடுத்துக் கொண்டார். உடனே விரைந்து சென்று சஃபினாவிடம் மன்னிப்பும் கேட்டுக்கொண்டார். பதிலுக்கு இன்னொரு மன்னிப்பு கிடைக்கும் என்று எதிர்பார்த்தார் போலும், கிடைக்கவில்லை. சரி போகட்டும் என்று விட்டுவிட்டார். ஒரு மகத்தான பெயரைத் தாங்கி நிற்கும் என்னால் இந்தச் சிறு தியாகத்தைக்கூடவா செய்யமுடியாது என்று ஒருவேளை அவர் நினைத்திருக்கலாம்.

# 3

## வண்ணமும் இருளும்

முதலில் தன் அம்மாவிடம்தான் தயங்கித் தயங்கி அறிவித்தார் மலாலா. 'அம்மா, நான் வளர்ந்து பெரிய பெண் ஆகும்போது என் முகத்தை மறைத்துக்கொள்ளப்போவதில்லை!' டோர் பெகாய் திகைத்துப்போனார் என்றாலும் எதுவும் சொல்லவில்லை. சின்னப் பெண், அறியாமல் ஏதோ உளறுகிறாள் என்று அவர் நினைத்திருக்கவேண்டும். ஆனால் மலாலா இடத்தைவிட்டு நகராமல் மீண்டும் உறுதியுடன் தான் சொன்னதையே திருப்பிச் சொன்னார். இந்தமுறை டோர் பெகாய்க்குக் கோபம் வந்து விட்டது. என்ன நினைத்துக்கொண்டிருக்கிறாய் உன் மனதில்? உனக்கு மட்டும் ஏன் இப்படியெல்லாம் விசித்திரமாகத் தோன்ற வேண்டும்? போ, போய் விளையாடு.

என்ன விளையாட? இன்னும் எவ்வளவு காலம் இப்படி விளையாட முடியும்? தவிரவும், விளையாட்டுகளிலும்கூட அல்லவா பேதம் பிரித்து வைத்திருக்கிறார்கள்? ஆண்கள் விளையாட்டு. பெண்கள் விளையாட்டு. சிறுவர்களைப்போல் தாவி குதித்து, மூச்சிறைக்க மாடிக்கு ஓடி, பூமி அதிரும்படி கத்தி குரல் எழுப்பி விளையாடமுடியுமா? அவ்வளவு ஏன், தம்பியைப்போல் அவன் நண்பர்களைப்போல் நான் மாடியில் காற்றாடி விடமுடியுமா? கூடாது என்பார்கள். ஏன், நான் பறக்கவிட்டால் அந்தத் தட்டைக் காகிதம் மேலே பறக்காதா? கையில் நூல் பிடித்திருப்பவர் ஆணா, பெண்ணா என்பதை அது அறியுமா என்ன?

அம்மா பொல்லாதவர் என்பது விஷயமல்ல இங்கே. அப்படி மட்டும் தான் இருந்தாக முடியும் இங்கே என்பதால் அம்மாவும் மாறியிருக் கிறார். மாற்றப்பட்டிருக்கிறார் என்று சொல்வது பொருத்தமாக இருக் கும். சில தினங்களாகவே மலாலா கவனித்துக்கொண்டுதான் இருந்தார். வீட்டுக்கு வெளியில் அவர் பார்க்கும் பெண்கள் அனைவரும் தங்கள்

முகத்தைத் திரையிட்டு மறைத்துக்கொண்டிருந்தார்கள். சிறுமிகள், இளம் பெண்கள், அம்மா போன்றவர்கள், வயதானவர்கள். திரையிடப் படாதபோது அவர்களுடைய முகம் எப்படி இருக்கும் என்பதும் மலாலாவுக்குத் தெரியும். இவர்களில் சிலர் தனியறையில் திரண்டு தங்களுக்குள் உரையாடிக்கொள்ளும்போது மலாலா கவனித்துப் பார்த்திருக்கிறார். மகிழ்ச்சியும் உற்சாகமும் அந்த அறையில் ததும்பி வழியும். வாய்விட்டுச் சிரிப்பார்கள். கிண்டல், கேலி செய்துகொள் வார்கள். ஒவ்வொருவருடைய முகத்தையும் மலாலா அப்போது பார்த் திருக்கிறார். அழகாக, அதைவிட முக்கியமாக இயல்பாக அவர்கள் காட்சியளித்தனர். சிலர் உதட்டுக்குச் சாயம்கூட பூசியிருந்தனர். இன்னும் சிலர் வேலைப்பாடுகளுடன்கூடிய மருதாணி தீட்டியிருந்தனர். பார்த்துப் பார்த்துப் பூரித்து அலங்கரித்து பிறகு திரையிட்டு அனைத்தையும் மறைத்துக்கொள்ளவேண்டும் என்பது என்ன வகை யான வழக்கம்? இதை யார் ஆரம்பித்து வைத்தது? ஏன் எல்லோரும் கிளிப்பிள்ளைப்போல் அதனைத் தொடர்கிறார்கள்?

அந்நிய ஆடவரிடம் இருந்து பெண்கள் தங்களை மறைத்துக் கொள்ள வேண்டும் என்பது இஸ்லாத்தின் கட்டளை. அதன்படி பெண்கள் பர்தா (அல்லது புர்கா) அணிந்துகொண்டுதான் வெளிவரவேண்டும். இஸ்லாமிய வழக்கில் இதனை ஹிஜாப் என்று அழைக்கிறார்கள். பெர்ஷிய கலாசாரத்தின் ஓர் அங்கமாகத் திகழ்ந்த பர்தா முறையை கிபி 7ம் நூற்றாண்டில் இருந்து இஸ்லாமியச் சமூகங்கள் கடைபிடிக்கத் தொடங்கின என்கிறது வரலாறு.

பர்தாவை நியாயப்படுத்துவர்கள் முன்வைக்கும் வாதங்கள் இவை. முதலில், பர்தா பெண்களை அடிமைப்படுத்துவதில்லை. அது அவர் களுடைய சுதந்தரத்தைப் பறிக்கவில்லை, உரிமைகளை மறுக்க வில்லை. மாறாக, ஒரு பாதுகாப்புக் கவசமாக அது திகழ்கிறது. யாரிடமிருந்து பாதுகாப்பு? ஆண்களும் பெண்களும் இறைவனுக்கு அஞ்சி நடப்பவர்களாக, ஒழுக்கமானவர்களாக இருந்துவிட்டால் பிரச்னையில்லை. ஆனால் பெரும்பாலானோர் அப்படி இருப்ப தில்லை. ஆண், பெண் இருபாலினருமே தவறு செய்ய வாய்ப்புள்ளது என்றபோதும் இருவருடைய தவறுகளும் ஒரே மாதிரியான பாதிப்பு களை ஏற்படுத்துவதில்லை. எனவே கீழ்த்தரமான எண்ணம் கொண்ட ஆடவரிடமிருந்து பெண்களைக் காக்கவும் சமூகத்தில் ஒழுக்கம் நிலை நாட்டப்படவும் ஹிஜாப் அவசியம்.

பெரும்பாலான இஸ்லாமியர்கள் இந்த வாதங்களை ஏற்கிறார்கள். ஆனால் இந்தப் பர்தா எப்படி அணியப்படவேண்டும் என்பதில் அவர்களுக்கிடையே சில மாற்று கருத்துகள் உள்ளன. உதாரணத்துக்கு மலாலாவின் அம்மா தன் முகத்தைத் திரைபோட்டு மூடிக்கொள்வதை

வழக்கமாக வைத்திருந்தார். இது நிகாப் என்று அழைக்கப்படுகிறது. இன்னும் சிலர் புர்கா எனப்படும் நீண்ட, பெரிய கறுப்பு அங்கிகளை அணிந்து தலை முதல் பாதம்வரை மறைத்துக்கொள்வார்கள். அவர்களு டைய கண்களைக்கூட ஒருவர் காணமுடியாது. இன்னும் சிலர் இதுவும் கூட போதாது என்று கைகளுக்கும்கூட கறுத்த உறைகளை அணிந்து கொள்வார்கள். கால்களுக்கும் இதேபோன்ற உறைகள். சருமத்தின் ஒரு துளிகூட வெளியில் தெரியாத வண்ணம் இவர்கள் கவனத்துடன் இருப்பார்கள்.

ஒரு பெண் தன் முகம், முன் கைகள் ஆகியவற்றை மறைக்கத் தேவையில்லை என்று சொல்பவர்களும் உள்ளனர். பாகிஸ்தானின் பழமையான ஆங்கில இதழான டான் சில ஆண்டுகளுக்கு முன்பு வெளியிட்ட ஒரு கட்டுரை குர்ஆன் வசனங்களின் *(24:30 மற்றும் 24:31)* அடிப்படையில் இந்த வாதத்தை நிறுவ முயல்கிறது. இஸ்லாமிய நம்பிக்கை கொண்டிருக்கும் ஒரு பெண் தன் அழகையும் அணிகலன் களையும் பிறருடைய பார்வையில் இருந்து மறைத்துக்கொள்ள வேண்டும். மற்றவர்களை நேருக்கு நேர் காணாமல் பார்வையைத் தாழ்த்திக்கொண்டு அடக்கத்துடன் இருக்கவேண்டும். மற்றபடி தன் முகத்தை அவர் மூடிக்கொள்ளவேண்டியதில்லை. பிற நாடுகளில் உள்ளதைப் போல் துப்பட்டா போன்ற ஓர் எளிய மறைப்பே போது மானது. உச்சந்தலை முதல் உள்ளங்கால் வரை பெண்களை மறைத்து வைக்கும் வழக்கம் ஆணாதிக்கம் கொண்டவர்களுடைய விருப்பத்தின் பெயரில்தான் தோன்றியிருக்கவேண்டும். ஒரு பெண்ணின் உடையில் அரசு தலையிடவேண்டிய அவசியமில்லை என்று சொல்லி அந்தக் கட்டுரை முடிவடைகிறது.

ஆனால் இத்தகைய விவாதங்கள் எல்லாம் ஸ்வாட் பள்ளத்தாக்கு போன்ற ஓரிடத்தில் சாத்தியமில்லை. டான் பத்திரிகையின் இந்தக் கட்டுரையை எத்தனைப் பேரால் அங்கே முதலில் படித்திருக்கமுடியும் என்று நினைக்கிறீர்கள்? நிச்சயமாக மலாலாவின் அம்மாவுக்கு இது சாத்தியமில்லை. அதில் மலாலாவுக்கு நிறையவே வருத்தங்கள் இருந்தன. அவரால் விளங்கிக்கொள்ளமுடியாத இன்னொரு புதிர் இது. பெண்களைத் திரையிட்டு மட்டும் மூடிவைக்கவில்லை. எழுதப் படிக்கக்கூடத் தெரியாதவர்களாக நிரந்தர அறியாமையில் அவர்களை மூழ்கடித்து வைத்திருக்கிறார்கள். சாமர்த்தியசாலியாகவும் நன்றாகச் சிந்திக்கக்கூடியவராகவும் நல்ல அழகும் திறனும் கொண்டவராக இருந்திருந்தும் சந்தைக்குச் செல்லும்போது அங்குள்ள பொருள்களின் மீது ஒட்டப்பட்டுள்ள விலையைப் படிக்க முடியாமல் அம்மா திணறு வதைப் பார்க்கும்போது மலாலாவுக்குச் சங்கடமாக இருக்கும். இவரே இப்படியென்றால் மற்றவர்களின் நிலை? ஏன் அம்மா நீங்கள் படிக்கக் கற்றுக்கொள்ளவில்லை?

பொதுவெளியில் மலாலா கவனித்திருக்கிறார். கணவர் நடந்துசென்று கொண்டிருப்பார். சற்று இடைவெளிவிட்டு மனைவி பின்தொடர்ந்து சென்றுகொண்டிருப்பார். ராஜா பின்னால் செல்லும் சேவகர்கள்போல். அருகருகில் ஒன்றுபோல் நடந்து சென்றால் அது தப்பாகிவிடுமா? யாருடைய ஏற்பாடு இது? சந்தையில், வீதிகளில், கடைகளில் எங்கு சென்றாலும் ஒரு முகத்தையும் காணமுடிவதில்லை. காணமுடிந்ததெல் லாம் முக்காடிட்டு நடந்துசெல்லும் ஒரு கூட்டத்தை மட்டுமே. என் அம்மா இங்கே எங்கிருக்கிறார்?

வீட்டில் இருக்கும் ஒரு பெண் வீட்டைவிட்டு வெளியில் வரும்போது ஒரு முக்காடாக, நடந்து செல்லும் ஒரு கூடாரமாக மாறிவிடுகிறார். ஒரு நத்தையைப்போல் தன் சுமையைத் தானே அவர் வலிந்து இழுத்துக் கொண்டு செல்லவேண்டியிருக்கிறது. கும்பல் கும்பலாக இப்படி நடந்து செல்லும் இந்தப் பெண்கள் தனித்தனி மனிதர்கள் என்பதும் அவர்கள் ஒவ்வொருவருக்கும் பிரத்தியேகமாக ஓர் உயிர், ஓர் உடல், சிந்திக்கும் ஒரு மூளை உள்ளது என்பதும் பர்தா ஏற்பாட்டாளர்களுக்குத் தெரியுமா? அவர்கள் முகத்தை அடைப்பது என்பது அடையாளத்தை அடைப்பது என்பதை அவர்களால் என்றேனும் உணரமுடியுமா? மலாலாவின் வருத்தமெல்லாம் அம்மாவும்கூட இப்படியா மாறிப் போகவேண்டும் என்பதுதான். திருகிவிட்டதும் மெல்ல மெல்ல நடை போடும் பொம்மைபோல் அல்லவா அம்மாவும் மாறிவிட்டிருக்கிறார்?

சமையலறை மலாலாவை ஈர்க்கவில்லை. காற்றாடி விடுவதற்குப் பிடித்திருக்கிறது. தன் முகத்தைத் துணிச்சலுடன் வெளிக்காட்டப் பிடித்திருக்கிறது. தன் கண்கள் திரையின்றி உலகைக் காணவேண்டும் என்றும் உலகம் தன் கண்களைத் திரையின்றிக் காணவேண்டும் என்றும் மலாலா விரும்பினார். இது எளிய விருப்பம்தான் அல்லவா? இதை ஏன் அம்மாவால் புரிந்துகொள்ளமுடியவில்லை?

நல்லவேளையாக ஜியாவுதினின் ஆதரவு கிடைத்தது. ‘மலாலா, உனக்கு என்ன விருப்பமோ, அதைச் செய்!’ என்றார் அவர். ‘என்ன சொல்கிறீர்கள் நீங்கள்...’ என்று அம்மா இடைபுகுந்தபோது அப்பா உறுதியான குரலில் சொன்னார். ‘மலாலா ஒரு சுதந்தரப் பறவையாக வாழட்டும்.’ அந்த வார்த்தைகளை மலாலாவால் மறக்கவே முடிய வில்லை. நினைத்து நினைத்துப் பார்த்து பூரிப்படைந்துகொண்டார். ஒரு சுதந்தரப் பறவையாக வாழ்வது. மிக எளிமையாகத் தோற்றமளிக்கும் இந்த வார்த்தைகள்தானே இங்குள்ள ஒவ்வொருவருக்கும் தேவைப் படுகிறது? இதைச் சொல்வதற்கு எனக்கோர் அப்பா வாய்த்ததைப் போல் என் தோழி சஃபினாவுக்கும் மற்றவர்களுக்கும்கூட ஓர் அப்பா வாய்த்துவிட்டால் எவ்வளவு நன்றாக இருக்கும்!

மலாலாவைப் பரவசப்படுத்தும் இன்னொன்றையும் செய்தார் ஜியாவுதின். ஒவ்வொரு வீட்டிலும் அந்த வீட்டின் தலைமுறை பற்றிய பதிவு இருக்கும். ஒரு வகையான குடும்ப மரம். யாருக்குப் பிறகு யார், யாருடைய மகன் யார், அந்த மகனின் பிள்ளைகள் யார் யார் என்று அனைத்தும் அதில் பதிவு செய்யப்படும். ஆம், ஆண்களின் பெயர்கள் மட்டும்தான். ஜியாவுதின் முதல்முறையாக அந்தக் குடும்ப மரத்தில் ஒரு பெயரைப் புதிதாக இணைத்தார். மலாலா யூசுஃப்சாய். பச்சைப்பசேல் என்று அடர்த்தியாகச் செழித்து வளர்ந்திருக்கும் முன்னூறு ஆண்டுகால மரத்தில் முதல்முறையாக ஒரு மலர் அரும்பியிருக்கிறது. அதை நீல நிற மை கொண்டு அழுத்தமாகக் குறித்து வைத்தார் ஜியாவுதின்.

மலாலா பிறப்பதற்கு மூன்றாண்டுகளுக்கு முன்பு ஜியாவுதின் ஒரு பள்ளிக்கூடத்தைத் தன் வீட்டுக்கு முன்னால் தொடங்கி வைத்தார். அந்தப் பள்ளிக்கு அவர்தான் வாத்தியார். அவர்தான் தலைமை ஆசிரியர். தேவைப்பட்டால் பழுது பார்ப்பவராகவும் கணக்கு வழக்கு பார்க்கும் அலுவலராகவும் அவரே மாறிவிடுவார். யாரும் இல்லாத சமயங்களில் மலாலா அந்தப் பள்ளிக்கூடத்துக்குச் சென்று ஓடியும் பேசியும் பாடியும் கற்பனை மாணவர்களுக்கு வகுப்பெடுத்தும் நேரத்தைப் போக்குவது வழக்கம். அந்தப் பள்ளிக்கூடத்தை மலாலா விரும்பியதற்குக் காரணம் அதை நடத்தியவர் தன் தந்தை என்பது மட்டுமல்ல. அந்தப் பள்ளிக் கூடத்துக்குப் பல பெண்கள் வருவதை மலாலா பார்த்து மகிழ்ந்திருக் கிறார். அப்படியென்றால் நானும் ஒருநாள் இவர்களைப் போலவே சல்வார் கமீஸ் அணிந்து இங்கு படிக்கலாம் அல்லவா?

ஆனால் அது அவ்வளவு சுலபமா என்ன? மலாலாவுக்குத் தெரிந்து அவர் வயதையொத்த உறவுக்காரப் பெண்கள் யாரும் பள்ளிக்கூடம் சென்ற தில்லை. அவர்களுடைய தந்தையும் தாயும் அதற்கு உடன்படவில்லை. ஷங்லா என்னும் மற்றொரு கிராமத்தில் அவர்கள் வசிக்கிறார்கள். அதுவும் மலைப்பிரதேசம்தான். மலாலாவின் குடும்பத்தினர் வசிக்கும் மிங்கோரா பேருந்து நிலையத்திலிருந்து நான்கு மணி நேரம் பயணம் செய்தால் ஷங்லாவை அடையலாம். மேலே, மேலே உயரத்தில் பேருந்து ஏற ஏற குளிர்க் காற்று பேருந்து ஜன்னல் வழியாக முகத்தில் வந்து அறையும். ஈத் விடுமுறை தினங்கள் வரும்போதெல்லாம் மலாலாவின் குடும்பத்தினர் இந்தப் பேருந்து பயணத்தை மேற்கொள்ள வேண்டியிருக்கும்.

தன் உறவினர்களைச் சந்திப்பதிலும் ஏழைகளாக இருந்தபோதும் அவர்கள் அளித்த விமரிசையான விருந்தைச் சுவைப்பதிலும் மலாலா வுக்கு ஆர்வம் அதிகம் இருந்தபோதும் அங்குள்ள கடினமான வாழ் நிலையை அவர் உணர்ந்திருந்தார். மிங்கோராவை விடவும் பல மடங்கு

ஷங்லா பின்தங்கியிருந்தது. மருத்துவமனைகள், கடைகள், பள்ளிகள் எதுவும் அங்கே இல்லை. பெண்கள் முக்காடு அணிந்திருந்தனர். ஆண்களுடைய உரையாடல்களில் பெண் குழந்தைகள் இடம்பெறுவதில்லை என்பதையும் மலாலா கண்டுகொண்டார். ஒருவேளை இதுபற்றி அவர்களிடம் கேட்டிருந்தால் அவர்கள் திகைப்படையக் கூடும். பெண் குழந்தைகள்? அவர்களைப் பற்றிப் பேசுவதற்கு என்ன இருக்கிறது? என்ன பேசவேண்டும் என்று நீங்கள் எதிர்பார்க்கிறீர்கள்?

பெண்களைப் பள்ளிக்கூடம் அனுப்புவது குறித்து இங்குள்ளவர்களால் கற்பனைகூடச் செய்யமுடியாது என்பதை மலாலா கண்டார். மலாலாவின் அம்மா இங்கு பிறந்து வளர்ந்தவர்தான். அவர் கற்காமல் போனதற்கும் விடாப்பிடியாகப் இந்த நிமிடம்வரை பழைமைவாதத்தை அணைத்துப் பிடித்துக்கொண்டிருப்பதற்குமான காரணத்தை மலாலா அந்தக் கிராமத்தில் கண்டுகொண்டார்.

மின்சாரம் இன்னும் வரவில்லை. ஆனால் அந்தக் கிராமம் இருளில் மூழ்கிப்போயிருந்ததற்குக் காரணம் அது மட்டுமல்ல. எதையோ திடமாக உணர்த்துவதுபோல், தெள்ளத்தெளிவான ஒரு குறியீடுபோல் இருள் அடர்த்தியாக அங்கே பரவியிருந்தது. என்னைப் பார், நான் சொல்வது புரியவில்லையா என்று அது அலறிக்கொண்டிருந்தது. சுற்றிலும் உள்ள மலைகளில் பாம்புபோல், புகைபோல் அது படர்ந்தது. வீடுகள், ஓடைகள், மரங்கள், மனிதர்கள் எதையும் விட்டுவைக்காமல் தழுவிக்கொண்டது. இந்த இருள் மலாலாவை உலுக்கியெடுத்தது. செல்லும் இடமெல்லாம் வந்து அச்சுறுத்தியது. இதுதான் பூதம் என்று சொல்லியிருந்தால் மலாலா அதை நம்பியிருப்பார். இங்கே வாழ்ந்து கொண்டிருக்கும் ஒரே வலுவான உயிரி அதுதான் என்று சொல்லியிருந்தாலும் அவர் மறுத்திருக்கமாட்டார்.

தன் முகத்தைத் திரையிட்டு மறைத்துக்கொள்ளும் ஒரு பெண்ணைப் போல இந்த இருளும் இந்தக் கிராமத்தை மொத்தமாக மூடி மறைத்துக் கொண்டுவிட்டதா? வண்ணத்தை விழுங்கிவிட்டு கருமையை மட்டும் வெளியில் படரவிடுகிறதா? திரை எப்போது விலகும்? இருள் எப்போது அகலும்?

# 4

## துப்பாக்கியின் நிழல்

ஏன் பெண்களின் நிலை இவ்வளவு மோசமாக இருக்கிறது என்று மலாலா கவலை கொண்டபோது ஜியாவுதின் பொறுமையாகச் சமாதானப் படுத்தினார். 'இந்த அளவுக்காவது இருக்கிறதே என்று சந்தோஷப் பட்டுக்கொள் மலாலா. பக்கத்தில் ஆப்கனிஸ்தானில் நிலைமை இதைவிடப் பலமடங்கு மோசம்.' எந்த அளவுக்கு மோசம் என்பதையும் அவர் மலாலாவுக்குத் தெளிவுபடுத்தினார். 'இங்கே முக்காடு போட்டுக் கொண்டாவது பெண்கள் வெளியில் வரமுடிகிறது. திரைமறைவில் இருந்தாலும் வெளிச்சத்தைக் கொஞ்சமேனும் பார்க்கமுடிகிறது. அங்கே அதுவும் சாத்தியமில்லை. பெண் குழந்தைகள் பள்ளிக்குச் செல்கிறார்கள் என்று கேள்விப்பட்டதும் அவர்கள் பள்ளியைக் கொளுத்திவிட்டார்கள். பெண்கள் அங்கே சிரிக்கக்கூடாது. கையில் உள்ள மருதாணி வெளியில் தெரியாமல் மறைந்துவிட்டதே என்று நீ வருந்துகிறாய். அங்கே நகத்துக்கு வண்ணம் பூசியதற்காகப் பெண்களை அவர்கள் அடித்திருக்கிறார்கள். சிறையில் தள்ளியிருக்கிறார்கள்.'

யார் அந்த அவர்கள் என்று மலாலா கேட்டபோது தாலிபன் என்று பதிலளித்தார் ஜியாவுதின். மலாலாவின் உடல் நடுங்கியது. அதே சமயம் ஒரு சிறிய ஆறுதலும் பிறந்தது. நல்லவேளை, நான் பாகிஸ்தானில் இருக்கிறேன். தாலிபன் இங்கே இருந்திருந்தால் அப்பா சொன்னது போல் நிலைமை விபரீதமாக அல்லவா இருந்திருக்கும்? நகத்தை அழகு படுத்தியதற்கே அடி என்றால் பார்த்துப் பார்த்து அலங்கரித்துக் கொள்ளும் என்னை அவர்கள் என்னதான் செய்ய மாட்டார்கள்?

உண்மையில் தாலிபன் ஆப்கனிஸ்தானில் தொடங்கி ஆப்கனிஸ்தா னோடு முடிந்துவிடும் ஓர் அமைப்பு அல்ல என்பதும் பாகிஸ்தானில்,

குறிப்பாக ஸ்வாட் பள்ளத்தாக்கில் தாலிபனின் நிழல் அழுத்தமாகவே படிந்திருந்தது என்பதும் அப்போது மலாலாவுக்குத் தெரியாது. ஸ்வாட் அமைந்திருக்கும் கைபர் பக்துன்க்வா மாவட்டத்துக்கு அருகிலுள்ள ஒரு பகுதி, ஃபடா (ஃபெடரலி அட்மினிஸ்டர்ட் டிரைபல் ஏரியா) என்று அழைக்கப்படும் பழங்குடிப் பிரதேசம். தாலிபனின் ஒரு பிரிவு இங்கு மையம் கொண்டிருந்தது. ஏழு மாவட்டங்களையும் ஆறு சிறிய நிர்வாகப் பிரதேசங்களையும் உள்ளடக்கிய ஒரு நிலப்பரப்பு ஃபடா. இங்கு பெரும்பாலும் பஷ்டூன்களே அதிகம் வசிக்கின்றனர். இங்கு மட்டுமல்ல, கைபர் பக்துன்க்வா தொடங்கி ஆப்கனிஸ்தான் வரை பஷ்டூன்கள் பரவலாக வசிக்கின்றனர். இருந்தும் பாகிஸ்தான், ஆப் கனிஸ்தான் ஆகிய இரு நாடுகளின் அடையாளங்களையும் மீறிய தனித்த ஓர் அடையாளத்தை பஷ்டூன்களிடம் நீங்கள் காணமுடியும். கலாசாரம், கலை, இலக்கியம், வாழ்க்கை முறை, விழுமியங்கள் என்று அனைத் திலும் பஷ்டூன்கள் ஆப்கனிஸ்தானியர்களிடம் இருந்தும் பாகிஸ்தானி யர்களிடம் இருந்தும் பெரிதும் வேறுபட்டிருந்தனர். அதில் அவர்களுக்குப் பெருமிதமும் உண்டு.

ஆனால் பழைமையானவை எல்லாமே பெருமிதத்துக்குரியவை அல்ல. பஷ்டூன்களின் நூற்றாண்டுகால பழக்கவழக்கங்களில், செயல்பாடுகளில், சிந்தனைகளில் பிசகுகளும் பிற்போக்கு அம்சங்களும் கலந்தே இருந்தன. பெண்களின் நிலை ஓர் உதாரணம் மட்டுமே. நாம் அனைவரும் சமம் என்கிறது பஷ்டூன்களின் சட்டமான பஷ்டூன்வாலி. இருந்தும் ஓர் ஆணையும் பெண்ணையும் சமமாக அவர்களால் சிந்தனையளவிலும் கூட பாவிக்கமுடியாது. இஸ்லாத்தின் வருகைக்கு முன்பிருந்த சமூகத்தின் பண்பாட்டுக்கூறுகளை இந்த இருபத்தோராம் நூற்றாண் டிலும் கெட்டியாகப் பிடித்துக்கொண்டிருப்பதன் விளைவு இது.

பஷ்டூன்களின் பிற்போக்குத்தனத்துக்குக் காரணம் இஸ்லாம் என்று சிலரும் இஸ்லாத்தின் தாக்கம் போதுமான அளவுக்கு இல்லாததுதான் காரணம் என்று வேறு சிலரும் வாதிடுகிறார்கள். இன்னமும் தொடர்ந்து கொண்டிருப்பதால் இந்த வாதத்தில் யார் வென்றார்கள் என்பது தெரிய வில்லை. ஒரு பஷ்டூன் பொதுவாக இப்படித் தன்னை அறிமுகப்படுத்து வதை நாம் பார்க்கலாம். *'நான் 64 ஆண்டுகளாக ஒரு பாகிஸ்தானியனாக இருக்கிறேன். 14 நூற்றாண்டுகளாக ஓர் இஸ்லாமியராக இருக்கிறேன். ஆனால் 5000 ஆண்டுகளாக நான் ஒரு பஷ்டூன். இப்போது சொல்லுங்கள், எது என் அடையாளம்? எது நான்?'*

ஆனால் மலாலாவால் வெளிப்படையாகக் காணமுடிந்த ஒரே பஷ்டூன் அடையாளம் வறுமை மட்டும்தான். ஐந்தாயிரம் ஆண்டு கலாசாரத்தை விடவும் பலம் கொண்டது வறுமை என்பது முதல் பார்வையிலேயே

விளங்கிவிட்டது. ஒரு நாள் தன்னுடைய காலணி அழுக்காகி விடக் கூடாது என்று கவனத்துடன் ஒவ்வோர் அடியாக எடுத்து வைத்து மலாலா நடந்து சென்றுகொண்டிருந்தபோது அந்தச் சிறுமியைக் கண்டார். கிட்டத்தட்ட மலாலாவின் வயதுதான். தரையில் அமர்ந்து குப்பையைக் கிளறிக்கொண்டிருந்தார். மலாலாவைப்போல் மூக்கைப் பொத்திக் கொள்ளவில்லை. உடை அழுக்காகிவிடும் என்று அஞ்சவில்லை. இதுவே என் பணி என்பதாகச் சிரத்தையுடன் கிளறி தனக்குத் தேவையானதை மட்டும் எடுத்து தனியே சேகரித்துக்கொண்டிருந்தாள். நெருங்கிப் பார்த்தபோது அவள் உடல் முழுவதும் அழுக்கும் சிரங்கும் பரவியிருந் ததைக் கண்டார் மலாலா. சில அடிகள் தள்ளி சில சிறுவர்கள் காந்தத்தை வைத்து இரும்புத் துகள்களை வேட்டையாடிக் கொண்டிருந்தார்கள்.

இவர்கள் ஏன் பள்ளிக்குப் போகவில்லை? இவர்களுக்கு ஏன் சரியான உடைகள் இல்லை? இவர்கள் ஏன் அழுக்காக இருக்கிறார்கள்? இப்படித் தொடர் கேள்விகள் எழும்போதெல்லாம் மலாலா ஒருவரிடம் தான் ஓடுவார். போ, என் வேலையைக் கெடுக்காதே என்று அவர் மட்டும்தான் ஒதுக்கித்தள்ள மாட்டார். உட்கார வைத்து அவர் ஒருவர் தான் எல்லாவற்றுக்கும் பொறுமையாகப் பதிலளிப்பார். அன்றும் அவரிடம்தான் ஓடினார் மலாலா. ஜியாவுதின் வறுமையை மலாலா வுக்கு முறைப்படி அறிமுகப்படுத்தினார். கல்வி அறிவுக்கண்ணைத் திறந்துவைக்கும் என்பது உண்மைதான். ஆனால் அது வயிற்றை உடனே நிரப்பாது. தாக்குப்பிடித்து, முட்டி மோதி போரிடுபவர்ளை மட்டுமே கல்வி அடுத்தடுத்த கட்டங்களுக்கு உயர்த்திச் செல்கிறது. அந்தப் போருக்குத் தயாராவதற்கு முன் நீ உன் வயிற்றை முதலில் நிரப்பியாக வேண்டும். அதைச் செய்யாவிட்டால் அந்தப் பூதம் உன்னைத் தின்னத் தொடங்கிவிடும். அழுக்கு, நாற்றம், அவமானம், கோபம், வசை எதுவும் உன்னைக் காயப்படுத்தாது. பசி இருக்கும் இடத்தில் அதைத் தவிர இன்னொன்று உயிர்த்திருப்பதில்லை.

மலாலாவுக்கு எட்டு வயதானபோது ஜியாவுதினின் குஷால் பப்ளிக் ஸ்கூலில் எண்ணூறுக்கும் அதிகமான மாணவர்கள் இணைந்திருந்தனர். மூன்று பகுதிகளாகப் பள்ளி விரிவடைந்திருந்தது. ஒன்று ஆரம்ப நிலைப் பள்ளி. மற்ற இரண்டும் உயர்நிலைப் பள்ளிகள். அதில் ஒன்று பெண்களுக்கானது. அதே பள்ளியில்தான் மலாலாவும் சேர்ந்து படித்துக்கொண்டிருந்தார். தனது வகுப்பறையில் எப்படிப்பட்ட மாணவர்கள் வருகிறார்கள். அவர்களில் யார் வசதியானவர்கள், யாரெல்லாம் வசதி குறைபாடு கொண்டவர்கள் என்று யோசித்துப் பார்த்தபோது அப்பா சொல்ல வந்தது என்ன என்பது மலாலாவுக்குப் புரிந்தது. அவர்கள் அனைவரும் கட்டணம் கட்டி படிப்பவர்கள் இல்லை. அவர் களில் பலரிடம் அப்பா கட்டணம் கேட்டதுகூட

இல்லை. கேட்டாலும் அவர்களில் சிலரால்தான் கொடுக்கமுடியும். அதனால்தான் இத்தனைப் பள்ளிக்கூடங்கள் நடத்தியபோதும் அப்பாவின் கைகளில் சேமிப்பு என்று எதுவும் பெரிதாகத் தங்குவதில்லை என்பது மலாலாவுக்குப் புரிந்தது.

இதுபோதாதென்று, கொஞ்சம் வசதி படைத்தவர்கள் தங்கள் குழந்தைகளை ஜியாவுதினின் பள்ளிக்கு அனுப்புவதை நிறுத்திக்கொண்டுவிட்டார்கள். அழுக்கு உடை ஏழைகளுடன் தங்கள் குழந்தைகள் சேர்ந்து படித்தால் அவர்களுக்கு ஏதாவது ஆகிவிடும் அல்லவா? தவிரவும், இந்தக் கெட்ட, அழுக்குக் குழந்தைகளின் பெற்றோர் நல்ல, சுத்தமான குழந்தைகளின் பெற்றோரின் வீட்டில் வேலை செய்பவர்கள். எஜமானர்களின் குழந்தைகள் எஜமானர்கள்; வேலைக்காரர்களின் குழந்தைகள் வேலைக்காரர்கள் என்னும் எளிய சூத்திரத்தின்படி, எஜமானக் குழந்தைகளும் வேலைக்காரக் குழந்தைகளும் ஒரே இடத்தில் அருகருகில் அமர்ந்து ஒன்றாகக் கலந்து உறவாடி ஒரே பாடத்தைப் படிப்பது பாவமல்லவா? இதயம் உள்ளவர்களால் இதைப் பொறுத்துக்கொள்ள முடியுமா?

●

இதயம் உள்ளவர்களால் உண்மையிலேயே பொறுத்துக்கொள்ள முடியாத ஒரு சம்பவம் 8 அக்டோபர் 2005 அன்று நடைபெற்றது. ரிக்டர் அளவுகோலில் 7.6 என்று பதிவான ஒரு நிலநடுக்கம் இந்தியா, பாகிஸ்தான், ஆப்கனிஸ்தான் பகுதிகளைத் தாக்கியது. அப்போது மலாலா பள்ளியில் இருந்தார். நிலநடுக்கம் அந்தப் பகுதிகளுக்குப் புதிதல்ல என்றபோதும் இந்தமுறை வழக்கத்தைவிடவும் கடினமாகவும் உக்கிரமாகவும் இருந்ததால் உடனடியாகக் குழந்தைகள் வீட்டுக்கு அனுப்பிவைக்கப்பட்டனர். மலாலா வீட்டுக்கு வந்தபோது அம்மா வீட்டு வாசலில் அமர்ந்து கண்ணீருடன் குர்ஆன் வசனங்களை முணு முணுத்துக்கொண்டிருந்தார். அன்று இரவுவரை மாறி மாறி நிலம் அதிர்ந்துகொண்டே இருந்தது. இதோ மறைந்துவிடும், அதோ போய்விடும் என்று எல்லோரும் சொல்லிக்கொண்டிருந்தாலும் கிட்டத்தட்ட ஒரு மாதத்துக்கு அதிர்வுகள் நீடித்தன.

மலாலாவின் மிங்கோரா கிராமம் அதிக இழப்பைச் சந்திக்கவில்லை என்றாலும் அவருடைய உறவினர்கள் வசித்த ஷங்லா கடும் பாதிப்புக்கு உள்ளானது. பாகிஸ்தானின் பல பகுதிகளும் காஷ்மீரும்கூட பாதிப்படைந்தது. சிறிய கிராமம் என்பதால் அழிவின் முழு பரிமாணத்தைப் போகப்போகத்தான் மிங்கோரா கிராமத்தினர் அறிந்துகொண்டனர். மொத்தத்தில் எண்பதாயிரத்துக்கும் அதிகமானவர்களைக் கொன்றொழித்து, நாற்பது லட்சம் பேரின் இருப்பிடங்களை நாசமாக்கி, பெரும் அழிவொன்றை உறுதி செய்திருந்தது அந்த நிலநடுக்கம்.

இப்படியோர் அழிவு தாக்கியதும் பாதிக்கப்பட்டவர்களுக்கு ஏற்பட்ட முதல் சிந்தனை, உலகம் இத்துடன் முடிந்துவிட்டது என்பதுதான். இதுவே நமக்குத் தோன்றும் கடைசிச் சிந்தனை என்று அவர்கள் நினைத்துக்கொண்டனர். பெருங்கற்கள் உருளத் தொடங்கும்போது, மரங்கள் வேறோடு சாய்ந்தபோது, வீட்டுக்கூரைகள் தண்ணீரில் மிதந்து சென்றபோது, கால்களுக்குக் கீழுள்ள தரை இடிபாடுகளாக, சிதிலங் களாக சிதறியபோது அவர்களால் வேறெப்படியும் யோசிக்கமுடிய வில்லை. உலகம் அழியவில்லை என்பது தெரிந்தபோது, சூரியன் அதே பிரகாசத்துடன் மறுநாள் உதித்தபோது, நாம் இன்னமும் அழியவில்லை என்று உணர்ந்தபோது, வாழும் உத்வேகம் மீண்டும் வந்து ஒட்டிக் கொண்டது. குர்ஆனின் வசனங்களை உதடுகள் அநிச்சையாக உச்சரிக்கத் தொடங்கிவிட்டன.

உதவிக்கு அவர்கள் காத்திருந்தபோது சில கரங்கள் நீண்டுவந்தன. பாகிஸ்தான் அரசு வழக்கம்போல் பொறுமையாகத்தான் வந்து சேர்ந்தது. முதலில் வந்து சேர்ந்தவர்கள் மீட்புப் பணியாளர்கள். சடலங்களை அப்புறப்படுத்துவது, காயமடைந்தவர்களுக்கு மருத்துவ உதவிகள் அளிப்பது, இடிபாடுகளை அப்புறப்படுத்துவது, புதிய இருப்பிடங் களைக் கட்டமைப்பது என்று அவர்கள் மும்முரமாக இயங்கினார்கள். வருத்தத்தில் ஆழ்ந்திருப்பவர்களுக்காகப் பொது வெளியில் பிரார்த் தனைக் கூட்டங்கள் நடத்தப்பட்டன. இழப்பைச் சந்தித்த குடும்பங் களுக்கு அவர்களே ஆறுதலும் சொன்னார்கள்.

பெற்றோரை இழந்த குழந்தைகள் என்று கிட்டத்தட்ட 11,000 பேர் அதற்குள் திரண்டுவிட்டனர். அங்கே பொதுவழக்கம் என்னவென்றால் ஒரு குழந்தை தன் பெற்றோரை இழந்துவிட்டால் குடும்பத்தின் உறவினர்கள் அந்தக் குழந்தையை உடனே தத்தெடுத்துக்கொண்டு விடுவார்கள். இந்த நிலநடுக்கத்தில் பெற்றோரோடு சேர்த்து உறவினர் களையும் பல குழந்தைகள் இழந்துவிட்டதால் அவர்களை அரவணைத் துக்கொள்ள யாருமில்லை. மீட்புப் பணியாளர்கள்தாம் அந்தக் குழந்தை களையும் தத்தெடுத்துக்கொள்ளவேண்டி வந்தது.

தன்னலம் கருதாது பாய்ந்துவந்து உதவிய இந்தப் பணியாளர்கள் 'தெஹ்ரிக் இ நிஃபாஸ் இ ஷரியா இ மொஹமதி' என்னும் அமைப்பைச் சேர்ந்தவர்கள். சுருக்கமாக, டிஎன்எஸ்எம். இஸ்லாமிய ஷரியத் சட்டத்தை வலியுறுத்துவதற்காக உருவாக்கப்பட்ட அமைப்பு என்பது இதன் பொருள். சூஃபி முஹமத் என்பவரும் அவருடைய மருமகனான மௌலானா ஃபசுல்லா என்பவரும் இந்த அமைப்பைத் தலைமை தாங்கி நடத்தி வந்தனர். பாகிஸ்தான், ஆப்கனிஸ்தான் எல்லையில் செயல்பட்டு வந்த இயக்கத்தினர் அப்போது ஆரம்ப கட்ட நிலையில்

இருந்தனர். இந்த நிலநடுக்கம் ஏற்பட்டு சுமார் இரண்டாண்டுகள் கழித்தபிறகு ஸ்வாட் பள்ளத்தாக்கின் பெரும்பகுதி அவர்களுடைய கட்டுப்பாட்டுக்கு வந்து சேர்ந்துவிட்டது.

ஷரியத் சட்டத்துக்குக் கட்டுப்பட்டு மக்கள் இயங்கவேண்டும் என்பது தான் டிஎன்எஸ்எம் இயக்கத்தின் விருப்பம். இந்த விருப்பத்தை அவர்கள் இரண்டு வழிமுறைகளைப் பயன்படுத்தி அடையத் துடித்தனர். முதல் வழி, நேசக்கரம் நீட்டுவது. நிலநடுக்கம் ஏற்பட்டதும் விரைந்துவந்து மீட்புப் பணிகளில் அவர்கள் இறங்கியதற்குக் காரணம் இதுதான். இரண்டாவது வழி, துப்பாக்கியை நீட்டுவது. செப்டெம்பர் 11 தாக்குதலைத் தொடர்ந்து 2001ம் ஆண்டு அமெரிக்கா தீவிரவாதத்துக்கு எதிரான போர் என்னும் பெயரில் தொடர் தாக்குதல்களைத் தொடங்கிய போது அதன் முதல் பெரும் இலக்காக ஆப்கனிஸ்தான் அமைந்தது. அப்போது அமெரிக்கப் படைகளை எதிர்கொண்டு வீழ்த்த டிஎன்எஸ்எம் தன் படைகளை அங்கே அனுப்பிவைத்தது. அவர்களைப் பொருத்தவரை அமெரிக்கா ஆப்கனிஸ்தான்மீது மட்டும் போர் தொடுக்கவில்லை. முஸ்லிம்களின் இதயமாகத் திகழும் இஸ்லாத்தின்மீதும் அவர்கள் போர் தொடுத்திருந்தனர். இஸ்லாமியர்களைக் காக்கவேண்டுமானால் இஸ்லாத்தைக் காப்பாற்றியாகவேண்டும். அதற்காகவேனும் அமெரிக் காவை எதிர்த்தாகவேண்டியது அவசியம்.

டிஎன்எஸ்எம் இயக்கத்தினரைத் தீவிரவாதிகள் என்று பாகிஸ்தான் அரசு கருதினாலும் அவர்கள் தங்களைத் தேசியவாதிகளாகத்தான் கருதிக் கொண்டனர். அவர்களைப் பொருத்தவரை பாகிஸ்தான் அரசுதான் தீவிரவாத அரசு. சகோதர இஸ்லாமியர்கள் ஓர் அந்நிய சக்தியால் தாக்கப்படும்போது பாகிஸ்தான் அமைதி காப்பதும், அதைவிட் மோச மாக அந்த அந்நிய சக்திக்கே ஆதரவாக இருப்பதும்தான் தீவிரவாதம் என்று கருதியது டிம்எஸ்எம். ஆனால் அவ்வாறு நினைக்காத பர்வேஸ் முஷரஃப் டிஎன்எஸ்எம் இயக்கத்தை ஜனவரி 2002ல் தடை செய்தார். சுஃபி முஹமத் சிறைபிடிக்கப்பட்டார். அவர் இடத்தை நிரப்ப அவருடைய மருமகன் வந்துசேர்ந்தார். ஆனால் இயக்கத்தின் செயல்பாடுகள் அதற்குப் பிறகு சொல்லிக்கொள்ளும்படியாக இல்லை.

இந்தப் பின்னணியில் 2005ம் ஆண்டு நிலநடுக்கம் ஏற்பட்டபோது டிஎன்எஸ்எம் இயக்கம் அதனைத் தனக்கான ஓர் அற்புத வாய்ப்பாக நினைத்துத் தாவி வந்து பயன்படுத்திக்கொண்டது. இந்த வாய்ப்பைச் சரியாகப் பயன்படுத்திக்கொண்டால் பல்லாயிரக்கணக்கானவர்களை ஒருங்கிணைக்கமுடியும். சகோதரர்களே, சகோதரிகளே, நீங்கள் பாதை மாறிச் சென்றுகொண்டிருக்கிறீர்கள். ஷரியத் சட்டத்திலிருந்து விலகிச் செல்வதால்தான் கடவுள் இந்தத் தண்டனையை அளித்துள்ளார் என்று

அவர்களிடம் பிரசாரம் மேற்கொள்ளமுடியும். அவர்களை வென்றெடுத்து, அவர்கள்மூலம் இயக்கத்துக்கு பலம் கூட்டமுடியும். இவைபோக, ஆயிரக்கணக்கான குழந்தைகள் கிடைத்திருக்கிறார்கள். அவர்களுக்கு நம் சிந்தனைகளைப் புகட்டமுடியும். நம்மில் ஒருவராக அவர்களை மாற்றமுடியும்.

டிஎன்எஸ்எம் இயக்கத்தினருக்கு நன்றாகத் தெரிந்த உண்மை ஒன்றுண்டு. அழிவு என்பது முடிவல்ல. அது ஓர் அற்புத ஆரம்பம்.

# 5

## சிறைச்சாலையும் சாவியும்

பள்ளிக்கூடம் என்றால் குழந்தைகள் நத்தைபோல் ஊர்ந்து ஊர்ந்து நகர்வார்கள்; மாலை மணி அடித்ததும் சிட்டாக வீட்டுக்குப் பறப்பார்கள். நாடு, கண்டம், மொழி, இனம், வயது வித்தியாசம் கடந்து உலகம் முழுவதிலும் உள்ள குழந்தைகள் கடைப்பிடிக்கும் இந்தப் பொதுவிதி மலாலாவுக்கு மட்டும் பொருந்தாததற்குக் காரணம் அவர் வசித்தது இயற்கையின் விதிகள் எதுவுமே பொருந்தாத ஓரிடத்தில். அதனால் தான் அவரால் தனது பள்ளிக்கூடத்தை ஆத்மார்த்தமாக நேசிக்க முடிந்தது. வகுப்பறை அல்ல, வகுப்பறைக்கு வெளியில் நீண்டு செல்லும் உலகம்தான் மலாலாவைச் சலிப்படையச் செய்தது. எப்போது வீட்டுக்குச் செல்வோம் என்றல்ல, எப்போது மீண்டும் வகுப்புகள் தொடங்கும் என்றுதான் அவர் ஏங்கினார்.

படிக்கப் பிடிக்கும் என்பது மட்டுமல்ல காரணம். பள்ளிக்கூடம் என்பது ஒரு சுதந்தர வெளி. நடக்காதே, ஓடாதே, சிரிக்காதே, எங்கே உன் முக்காடு என்றெல்லாம் பள்ளிக்கூடத்தில் யாரும் கேட்க மாட்டார்கள். ஓடி விளையாடினால் தடுக்கமாட்டார்கள். நண்பர்களைக் கிண்டலடித் தால் முறைக்கமாட்டார்கள். அநாவசியக் கட்டுப்பாடுகள் கிடையாது. தவிரவும், இங்கு அச்சமின்றி கனவு காணமுடியும். ஒரு புத்தகத்தை திறந்துவைத்துக்கொண்டு மனம் போன போக்கில் எங்கெல்லாமோ பறந்துசென்று காணாமல் போய்விடமுடியும்.

பள்ளிக்கூடத்துக்கு வெளியில் நீண்டிருக்கும் சமூகம் நேர் எதிரானது. அங்கு எல்லோரும் எல்லோரையும் கண்காணித்துக்கொண்டிருக் கிறார்கள். அனைவருக்கும் அனைவர்மீதும் பயம். பயம் இருக்கும் இடத்தில் கனவுகள் தோன்றுவதில்லை. அதனால் அவர்கள் எதையும்

ரசிப்ப தில்லை. எதையும் உணர்வதில்லை. எதையும் தெரிந்துகொள்ள விரும்பவில்லை. இப்படியே இருந்துவிடுவது அவர்களுக்கு வசதியாக இருக்கிறது. எனவே அப்படியே இருந்துவிடும்படி அனைவரையும் அவர்கள் வற்புறுத்துகிறார்கள். ஆனால் பள்ளிக்கூடம் இந்தச் சமநிலையைக் குலைக்கிறது. அது பழைய கற்பிதங்களைக் கலைத்துப் போட்டுவிட்டு புதிய கற்பனைகளைப் புகுத்துகிறது. பள்ளிக்கூடம் என்பதும் பள்ளிக்கூடத்துக்கு வெளியிலான உலகம் என்பதும் இரு வேறு துருவங்கள். இந்த இரண்டையும் அந்தப் பள்ளிக்கூடத்தின் கதவு பிரித்து வைத்திருக்கிறது. அந்தக் கதவைக் கடந்துசெல்வதன் மூலம் ஓர் உலகில் இருந்து இன்னொன்றுக்குத் தப்பிக்கமுடியும். இந்தத் தப்பித்தல் மலாலாவுக்குப் பிடித்திருந்தது. எனவே பள்ளிக்கூடமும் பிடித்திருந்தது.

பாவம், என் வயதுள்ள பெண்கள் எல்லோரும் இந்தக் கதவைத் தாண்டி உள்ளே நுழைந்திருந்தால் எனக்குக் கிடைத்த மகிழ்ச்சியும் சுதந்தரமும் அவர்களுக்கும் கிடைத்திருக்கும் என்று நினைத்துக்கொண்டார் மலாலா. இன்னோர் உலகம் எப்படியிருக்கும் என்றே தெரியாததால் அவர்கள் இந்த உலகிலேயே, அது எவ்வளவு மோசமானதாக இருந் தாலும் பரவாயில்லை என்று தங்கிவிட்டார்களா? சுதந்தரம் என்றால் என்னவென்றே தெரியாதவர்களுக்கு அடிமை வாழ்க்கை பழகிப்போய் விடுமா? பிடித்துவிடுமா? அதனால்தான் கைதிகளிடம் இருந்து சாவியை மறைத்து வைப்பதுபோல குழந்தைகளிடம் இருந்து பள்ளியை மறைத்து வைக்க விரும்புகிறார்களா?

பள்ளி இல்லாவிட்டால் என்ன? இன்னோர் ஏற்பாடு செய்யப் பட்டிருந்தது. மதரசா! இந்த அரபு மொழிச் சொல்லின் பொருள் கல்விச் சாலை. மலாலா இங்கும் அனுப்பி வைக்கப்பட்டார். ஐந்தாவது வயதில் இருந்து குர் ஆன் வாசிக்கத் தொடங்கிவிட்டார் மலாலா. மதிய நேரங்களில் மலாலா மதரசா செல்வது வழக்கம். அங்கு மதம் பற்றிய பாடங்கள் போதிக்கப்பட்டன. சிறுவர்கள், சிறுமிகள் இருவரையும் வரவேற்று, அமர வைத்து வகுப்புகள் எடுக்கப்பட்டன. கல்வி என்பதும் மதம் என்பதும் இரு வேறு விஷயங்களல்ல என்பதால் இரு பாலரும் மார்க்கத்தைக் கற்கவேண்டும் என்று இஸ்லாமியப் பெரியவர்கள் நினைத்தனர். எனவே சுதந்தரமாக அனைவரும் இங்கே வந்து செல்வதற்கு அனுமதி அளிக்கப்பட்டிருந்தது.

தனது பள்ளிமீது செலுத்திய அதே ஆர்வத்தை மதரசாமீதும் செலுத்தினார் மலாலா. சுவாரஸ்யமான, புதிய புதிய விசித்திர வடிவங்களில் தோன்றும் அரபி எழுத்துகளை ஆர்வத்துடன் கற்றுக் கொண்டார். தொழுகைப் பாடல்கள் இசைக்கப்படும்போது அந்த இசை நயத்துடன் ஒன்று கலக்கும்போது மலாலா குளிர்ந்துபோனார்.

அல்லாவின் வழி காட்டுதலின்படி எப்படி வாழவேண்டும் என்று போதிக்கப்படும்போது கவனத்துடன் ஊன்றிக் கேட்டுக்கொண்டார்.

ஒரு மரத்தில் இருந்து இன்னொன்றுக்கு இலகுவாகப் பறந்துசெல்லும் பறவையைப்போல ஓரிடத்தில் இருந்து இன்னோரிடத்துக்கு வந்து படித்தார் மலாலா. அங்கும் வகுப்பறை, இங்கும் வகுப்பறை. இரண்டு இடங்களிலும் பாடங்கள்தான் போதிக்கிறார்கள். இரண்டு இடங்களிலும் ஆசிரியர்கள் தாங்கள் கற்றுணர்ந்ததைப் போதிக்கிறார்கள். இரண்டு இடங்களிலும் எழுத்துகள், வாக்கியங்கள், கதைகள் சொல்லிக் கொடுக்கிறார்கள். மாணவர்கள் ஒரே குரலில் ஆசிரியர் கற்றுக்கொடுப்பதைத் திரும்பச் சொல்லவேண்டும். கேட்டதைச் சொல்லிப் பார்க்க வேண்டும், மனனம் செய்யவேண்டும், வாசித்ததை நினைவில் தேக்கிக் கொள்ளவேண்டும். கற்கவேண்டும். அவ்வளவுதானே? இருந்தும் ஏன் வேறுபாடு? ஏன் ஒன்றை ஆதரித்து இன்னொன்றை எதிர்க்கிறார்கள்?

அதைவிட முக்கியமாக, ஏன் இந்த இரண்டும் ஒரே சமயத்தில் சேர்ந்து இருக்கக்கூடாது என்று நினைத்துக்கொண்டார் மலாலா. ஏன் பல பெண் குழந்தைகள் மதரசாவில் மட்டுமே கற்கும்படி நிர்பந்திக்கப்படுகிறார்கள்? இங்கு மட்டும் வா, வேறெங்கும் போகாதே என்று ஏன் வலியுறுத்துகிறார்கள்? இந்தப் பாடங்கள் போதும், வேறெதுவும் படிக்காதே என்று ஏன் சொல்லவேண்டும்? அரபி கற்பதும் குர்ஆன் வாசிப்பதும் முக்கியம் என்று நான் கருதுகிறேன். கூடவே கணிதமும் அறிவியலும் இலக்கியமும்கூட முக்கியம் என்று நான் நினைக்கக்கூடாதா?

ஒரு நாள் ஜியாவுதினைத் தேடி ஒரு சிறு கூட்டம் வீட்டுக்கு வந்தது. நீ தானே பள்ளிக்கூடத்தை நடத்துவது என்று கேட்டபடி உள்ளே நுழைந்தவர்களைக் கண்டதும் ஜியாவுதின் மலாலாவை மற்றோர் அறைக்கு அனுப்பிவிட்டார். ஆனால் அவர்கள் பேசுவது மலாலாவுக்குத் தெளிவாகக் கேட்டது. எதற்காக நீ பள்ளிக்கூடம் நடத்துகிறாய்? அதுவும் பெண்களுக்கான பள்ளிக்கூடத்தை? பதின்ம வயதை நெருங்கிய பெண்கள் வெளியில் வந்து படிப்பது தவறு என்று உனக்குத் தெரி யாதா? பர்தா அணியாமல் அவர்கள் இருப்பது ஆபத்தானது இல்லையா? உன் மதம் உனக்குக் கற்றுக்கொடுத்திருப்பது இதைத்தானா?

அப்பா அவர்களுடன் வாதம் புரிந்துகொண்டிருந்ததையும் மலாலா கேட்டார். அப்பா அளித்த பதில் ஒவ்வொன்றும் ஏற்கத்தக்கதாகவே இருந்தபோதிலும் அவர்கள் கேட்பதாக இல்லை. வயதான ஒருவரின் குரல் திடீரென்று கோபத்துடன் ஒலித்தது.

'நிறுத்து, மதம் பற்றி நீ பேசாதே! நீ நம்பிக்கையற்றவன் என்று எல்லோரும் பேசிக்கொள்வதை நான் அறிவேன்.'

ஜியாவுதின் பொறுமையாகப் பதிலளித்தார்.

‘நான் ஒரு முஸ்லிம். என் வீட்டிலும் குர் ஆன் உள்ளது. நீங்களே பார்த்துக்கொள்ளலாம்.’

ஆனால் குர் ஆன் வைத்திருப்பவர்களை எல்லாம் இஸ்லாமியர்களாக ஏற்க அந்தக் கூட்டம் தயாராக இல்லை. குரலை உயர்த்தி வாதிட்டார்கள். பள்ளியை மூடும்வரை விடமாட்டோம் என்று கத்தினார்கள். ஜியாவுதின் பதிலுக்கு வாதம் செய்யவே, வாதம், எதிர்வாதம் என்று வளர்ந்து ஒரு கட்டத்தில் இருவரும் இறங்கி வந்தார்கள். சிறுவர், சிறுமியர் இருவரும் ஒரே கதவு வழியாகப் பள்ளிக்கூடம் நுழைவதை மாற்றி தனித்தனிப் பாதைகள் அமைக்கப்படும் என்று முடிவானது. சிறுவரும் சிறுமியரும் ஒருவரையொருவர் பார்த்துக்கொள்ளாமல் பள்ளிக்குள் நுழைவார்கள் என்பது அந்தக் கூட்டத்துக்கு ஒரு சிறு திருப்தியை அளித்தது.

உள்ளூரில் உள்ள ஒரு முஃப்டி (இஸ்லாமிய அறிஞர்) சொல்லித்தான் இந்தக் கும்பல் வீட்டுக்கு வந்து மிரட்டியுள்ளது என்பதை மலாலா தெரிந்துகொண்டார். ஆனால் ஒருவருக்கும் தெரியாத ரகசியம் ஒன்றும் மலாலாவுக்குத் தெரியும். பெண்கள் பள்ளிக்குப் போகக்கூடாது என்று சொல்லும் அந்த முஃப்டியின் உறவுக்காரப் பெண் மலாலாவின் பள்ளிக்கூடத்தில் படித்துக்கொண்டிருந்தார். பர்தா அணிந்துகொண்டு ரகசியமாக அவர் பள்ளிக்கு வந்துகொண்டிருந்தார்.

இப்படிப்பட்ட கட்டுப்பாடுகள் நாள்பட நாள்பட குறையும் என்று மலாலா நினைத்திருந்தது தவறாகிப்போனது. அவை மேலும் தீவிர மாயின. புதிதாக ஒரு முல்லா ரேடியோவில் உரையாடத் தொடங்கியிருந்தார். உண்மையில் அவர் உரையாடக்கூட இல்லை, அழுதார். உள்ளத்தை உருக்கும் வகையில் தேம்பி அழுதுகொண்டே பேசினார். அதைக் கேட்டவர்கள் எல்லோருக்கும் அந்த அழுகை தொற்றிக் கொண்டது. ‘மக்களே, நீங்கள் தவறான பாதையில் சென்றுகொண்டிருக் கிறீர்கள். உங்களை இறைவன் கவனித்துக்கொண்டிருக்கிறார் என்பதை மறந்துவிட்டீர்கள். நாகரிகம் என்னும் பெயரில் நஞ்சை உட்கொண்டு வருகிறீர்கள். விளையாட்டு, பாட்டு, இசை எல்லாம் இனி தயவு செய்து வேண்டாம். நிறுத்திவிடுங்கள். நீங்கள் இழைக்கும் தவறுகளுக்கு உடனுக்குடன் தண்டனைகள் அளிக்கப்படுகின்றன என்பதை மறந்து விடாதீர்கள். உங்கள் தவறுகள்தான் நிலநடுக்கத்தைக் கொண்டுவந்துள்ளது. இனியும் இப்படிப்பட்ட அழிவுகள் வேண்டாம் என்று நினைத்தால் உங்கள் பாதையை உடனுக்குடன் மாற்றியமையுங்கள்.’

ரேடியோ முல்லா என்றே அவரை எல்லோரும் அழைக்கத் தொடங்கினார்கள். பொழுதுபோக்கு, இசை, நடனம், அலங்காரம்

எதுவுமே தேவையில்லை என்று அவர் திரும்பத் திரும்பச் சொன்னார். தினமும் காலையில் அவர் குரல் கேட்டபிறகே பெண்களும் ஆண்களும் தங்கள் பணியைத் தொடங்கினார்கள். அவர் இடும் கட்டளைகளைக் கவனத் துடன் குறித்துக்கொண்டார்கள். அவர் வேண்டாம் என்று சொன்னதைத் தவிர்த்தார்கள். செய் என்றால் மட்டுமே செய்தார்கள். மலாலாவின் அம்மாகூட இந்த ரேடியோ முல்லாவைப் பின்பற்றத் தொடங்கியிருந்தார். இத்தனைக்கும் இந்த முல்லா குறிப்பாகப் பெண்களைக் குறி வைத்துதான் தன் சொற்பொழிவை நிகழ்த்திக் கொண்டிருந்தார். அவர் விதித்த பெரும்பாலான கட்டுப்பாடுகள் பெண்களுக்குதான். பெண்கள் வீட்டில்தான் அடங்கியிருக்கவேண்டும், பள்ளி, கல்வி என்று வெளியில் உலாவுவது தவறு என்று இந்த முல்லா சொன்னபோது பலர் அதனை அப்படியே நம்பி ஏற்றுக்கொண்டனர்.

வயது அதிகம் ஆகியிருக்கவில்லை இந்த முல்லாவுக்கு. இளைஞன் தான். ஆனாலும் பெரியவர்கள், சிறியவர்கள் என்று பேதமில்லாமல் அனைவரும் ரேடியோ முல்லாவை பயபக்தியுடன் ஏற்றுக் கொண்டனர். ஜியாவுதின் தொடக்கத்தில் இருந்தே இந்த முல்லாவை நம்பவில்லை. அவன் பேசுவதைக் கேட்கவேண்டாம் என்று வீட்டில் சொல்லிவைத்தார். முல்லாவின் போதனைகள் அனைத்தையும் ஒரே வார்த்தையில் அவர் ஒதுக்கித் தள்ளினார். 'நான்சென்ஸ்!' அந்த முல்லாவுக்குக் கல்வி பற்றி என்ன தெரியும்? கட்டளையிடும் அதிகாரத்தை யார் அவனுக்கு வழங்கினார்கள்? அவன் சொல்வதைக் கேட்டு நாம் ஏன் பயப்பட வேண்டும்? நீ வேண்டுமானால் பார், அவனுக்குப் படிக்க வராததால் தான் இந்த அளவுக்குத் தீவிரமாகக் கல்வியை எதிர்க்கிறான். அவனை நம்பி யாரும் பெண்களைப் பள்ளிக்கு அனுப்பாமல் இருந்துவிடாதீர் கள். ஜியாவுதின் பலமுறை சமாதானப்படுத்தியபோதும் அவர் குரல் எடுபடவில்லை. ரேடியோ முல்லாவைவிடச் சிறந்த அறிஞர் இருக்க முடியாதல்லவா?

ஆனால் இறுதியில் ஜியாவுதின் சொன்னதுதான் உண்மையாயிற்று. அந்த முல்லாவின் பெயர் ஃபஸ்லுல்லா. நிலநடுக்கம் வந்தபோது ஓடியோடி வந்து உதவிய டிஎன்எஸ்எம் இயக்கத்தைச் சேர்ந்தவன். உயர் கல்வி படிக்கமுடியாமல் பாதியிலேயே கைவிட்டுவிட்டு இந்தச் சொற்பொழிவாற்றும் பணிக்கு வந்து சேர்ந்திருந்தான். பெரும்பான்மை மக்கள் கல்வியறிவு இல்லாதவர்கள் என்பதால் நிலைமையைத் தனக்குச் சாதகமாகப் பயன்படுத்திக்கொண்டு தன்னை ஒரு கல்விமானாகவும் இஸ்லாமிய அறிஞராகவும் கட்டமைத்துக்கொண்டான். மக்கள் அவனைச் சந்தேகிக்காததற்குக் காரணம் வெகு சிலருக்கு மட்டுமே அரபி மொழி படிக்கத் தெரியும். எனவே குர் ஆன், ஹதீஸ் போன்றவற்றை முல்லாக்கள் மூலம் மட்டுமே அவர்களால் கற்கமுடியும். எனவே இறைவனின் அன்பைப் பெறுவதற்கு முல்லாக்கள் அவர்களுக்கு அவசியம்.

ஃபஸ்லுல்லாவை மக்கள் தூக்கிவைத்துக் கொண்டாடிக்கொண்டிருந்தார்கள். அவர் சொல்வதைப்போல் முழுக்க முழுக்க இஸ்லாமியச் சட்டங்களின்படி நாட்டை ஆண்டால் வளமும் நலமும் பெருகும் என்று அவர்கள் நம்பத் தொடங்கினார்கள். இதில் ஒரு கசப்பான உண்மையும் ஒளிந்திருந்தது. பாகிஸ்தான் அரசின்மீதும் நீதித்துறையின்மீதும் மக்கள் நம்பிக்கையிழந்திருந்த சமயம் அது. நிலத் தகராறு என்று நீதிமன்றத்துக்குப் போனால் ஆண்டுக்கணக்கில் வழக்கை இழுத் தடித்ததைக் கண்டு அவர்கள் பயந்துபோனார்கள். இப்படி ஒவ்வொன்றுக்கும் ஆண்டுக் கணக்கில் பணத்தையும் செலவழித்துக் காத்திருப்பது வீண் என்பதை அவர்கள் விரைவில் உணர்ந்தார்கள். அரசு அதிகாரிகள் லஞ்சத்தில் ஊறித் திளைத்துக்கொண்டிருப்பதைக் கண்கூடாகக் கண்டார்கள். ஆட்சியாளர்கள், அரசியல்வாதிகள்மீதான நம்பிக்கையும் எப்போதோ தொலைந்துபோய்விட்டது.

மொத்தத்தில் அரசு என்பதே ஓர் அநாவசிய அமைப்பு என்று அவர்கள் அர்த்தப்படுத்திக்கொண்டார்கள். ஆட்சிமுறை, நிர்வாகம், ராணுவம், காவல்துறை, அந்த இலாகா, இந்த இலாகா அனைத்தையும் அவர்கள் உதறித் தள்ளினார்கள். இதுதான் ஜனநாயகம் என்றால் இப்படிப்பட்ட ஜனநாயகம் தேவையில்லை. இதுதான் நவீன அரசு என்றால் அதுவும் தேவையில்லை. இதையெல்லாம் உருவாக்குவதுதான் கல்வியின் பணி என்றால் அப்படிப்பட்ட கல்வியே வேண்டாம். கல்லாதவர்கள் நாகரிகமற்றவர்கள் என்று நீங்கள் சொல்வீர்களேயானால், மன்னிக்கவும் நாங்கள் பிற்போக்கானவர்களாகவே இருந்துகொள்கிறோம். எங்களை விட்டுவிடுங்கள்.

மலாலாவுக்குக் குழப்பமாக இருந்தது. இவர்கள் சொல்வது உண்மையா? நவீனம்தான் பிரச்னையா? கல்விதான் பிரச்னையா? கல்வி இப்படிப் பட்ட அமைப்பைதான் உருவாக்குமா? மலாலா, இந்தக் கூச்சல்கள் எதையும் கேட்டுக்கொண்டிருக்காதே. உன் கவனம் படிப்பில் மட்டும் இருக்கட்டும் என்றார் ஜியாவுதின். சுற்றிலும் கூச்சலும் குழப்பமும் மிகுந்திருந்த நேரத்தில் மலாலா இந்த ஒரு குரலை மட்டும் தேர்ந் தெடுத்து செவிசாய்க்கத் தொடங்கினார். இந்தச் சிறைச்சாலையில் இருந்து விடுபட எனக்குக் கிடைத்த ஒரு சாவி இதுதான் என்னும் நம்பிக்கையுடன் அந்தக் குரலைத் தன் நெஞ்சோடு சேர்த்து அணைத்துக் கொண்டார்.

# 6

# தாலிபன் கட்டளை

பாகிஸ்தானைப் பொருத்தவரை மதமும் அரசியலும் ஒரு நாணயத்தின் இரு பக்கங்கள். மதம் மத அடிப்படைவாதமாக முற்றி முரண்படும் போது மட்டும் இந்த நாணயம் செங்குத்தாகப் பிளந்துகொண்டு ஒன்றையொன்று எதிர்த்து மோதிக்கொள்ளும். மோதல் முடிந்ததும் மீண்டும் ஒட்டிக்கொண்டுவிடும். இந்தப் பிரிதலும் சேர்தலும் நிகழ்ந்து முடிப்பதற்குள் ஜனநாயகம் மாண்டுபோயிருக்கும். அதற்குச் செயற்கை சுவாசம் கொடுத்து மீண்டும் உயிர்ப்பித்துக்கொண்டு வருவார்கள். மலாலாவுக்குப் பத்து வயதானபோது இஸ்லாமாபாத்தில் அப்படி யொரு மோதல் நடந்துகொண்டிருந்தது. அரசுக்கு எதிராக மத அடிப் படைவாதிகள் போர் தொடுத்திருந்தனர். இந்தமுறை போரின் மையம் ஒரு சிவப்பு நிற மதரசா.

பாகிஸ்தானின் தலைநகரில் அமைந்துள்ள இந்த லால் மஸ்ஜித் மதரசாவுக்குள் ஜூலை 2007ல் ஆயுதம் தாங்கிய தீவிரவாதிகள் அடைக்கலம் புகுந்தனர். மௌலானா அப்துல் ஆஸிஸ் காஸி, அப்துல் ரஷித் காஸி என்னும் சகோதரர்களும் தலைமை தாங்கி நடத்தி வந்த பயங்கரவாத இயக்கத்தைச் சேர்ந்தவர்கள் அவர்கள். ஷரியத் விதிகளை பாகிஸ்தான் முழுக்க அமல்படுத்தவேண்டும் என்பதை நோக்கமாகக் கொண்டு இயங்கிவந்த அமைப்பு அவர்களுடையது. ஷரியத் விதி களுக்கு உட்பட மறுத்த மக்கள், அந்த விதிகளை அரசு சட்டங்களாக மாற்றுவதற்கு லாயக்கற்ற அரசு ஆகிய இரு தரப்பின்மீதும் இந்த இயக் கத்தினர் தாக்குதல் தொடுத்தனர். இந்த இரு தரப்பினரையும் பணிய வைப்பதையே தங்கள் லட்சியமாகவும் வரித்துக்கொண்டிருந்தனர்.

அப்பட்டமாக அரசுக்குச் சவால்விட்டபடி லால் மஸ்ஜித்தில் பதுங்கிக் கொண்டே கொள்ளை, கடத்தல், மிரட்டல், தாக்குதல் அனைத்தையும் மேற்கொண்டார்கள். மஸ்ஜித் அருகிலுள்ள இடங்களும் கைப்பற்றப் பட்டன. இந்தப் பகிரங்கத் தாக்குதலை முறியடிக்க பர்வேஸ் முஷரஃப் அரசு முதலில் பேச்சுவார்த்தையில் இறங்கியது. பலனில்லாமல் போகவே, ராணுவத்தை அனுப்பிவைத்தது. லால் மஸ்ஜித்தை முற்றுகையிட்டு அதிரடியாக உள்ளே நுழைந்த சிறப்பு ராணுவப் பிரிவு நாள் கணக் கில் தாக்குதல் நடத்தி பயங்கரவாதிகளை வீழ்த்தியது. இந்த முற்றுகைப் போரில் நூற்றியைம்பதுக்கும் அதிகமானோர் கொல்லப் பட்டனர். இரு தலைவர்களில் ஒருவரான அப்துல் ரஷித் காஸி கொல்லப்பட்டார். மற்றொருவரான அப்துல் ஆஸிஸ் பர்தா அணிந்து தப்பிச் செல்ல முயன்றபோது (முல்லா புர்கா என்னும் பெயர் அவருடன் நிரந்தரமாக ஒட்டிக்கொண்டது) கைது செய்யப்பட்டார்.

இந்தக் கைதுகளும் மரணங்களும் லால் மஸ்ஜித் எழுச்சியைத்தான் முடித்து வைத்தனவே தவிர, அடிநாதமான அடிப்படைவாத நெருப்பை அணைக்கவில்லை. மேலதிகத் தீவிரத்துடன் அந்த நெருப்பு இப்போது வளரத் தொடங்கியிருந்தது. ஒரு முல்லாவிடம் இருந்து இன்னொரு வருக்கு, அவரிடமிருந்து வேறொருவருக்கு என்று பரவவும் ஆரம்பித் திருந்தது. தவிர்க்கவியலாதபடி அந்த நெருப்பின் ஒரு பொறி மிங்கோரா கிராமத்துக்கும் வந்து சேர்ந்தது. ஏற்கெனவே அங்கே தனது ஆதிக்க வட்டத்தை விரிவாக்கிக்கொண்டிருந்த ஃபஸ்லுல்லா என்னும் ரேடியோ முல்லா அந்தப் பொறியைப் பெற்றுக்கொண்டு வளர்க்கத் தொடங்கினார்.

அப்போது மலாலா தனது பத்தாவது பிறந்தநாளை நெருங்கிக்கொண் டிருந்தார். ஸ்வாட் பள்ளத்தாக்கு முல்லாவின் கொடுங்கரங்களுக்குள் சென்றுகொண்டிருப்பதை அவர் தன் கண்களால் கண்டார். ரேடியோ முல்லாவின் ஆள்கள் ஒவ்வொரு தெருவிலும் கோணிப்பையோடு ரோந்து வந்துகொண்டிருந்தனர். அவர்கள் தடை செய்திருக்கும் மேற்கத் தியப் பொருள்கள் உங்கள் வீட்டில் இருந்தால் அவற்றை வாரியெடுத்து வந்து அந்தப் பையில் போட்டுவிடவேண்டும். ஊருக்கு ஒதுக்குப்புறத்தில் அவர்கள் அந்தப் பண்டங்களை தீ வைத்து அழிப்பார்கள். லிப்ஸ் டிக், நவீன ஆடைகள், தொலைக்காட்சிப் பெட்டி, புத்தகம், மருதாணி, குளிர்க் கண்ணாடி உள்பட நீங்கள் ரகசியமாக மறைத்து வைத்திருக்கும் அனைத்தையும் மரியாதையுடன் அவர்களுக்கு அளித்தாகவேண்டியது அவசியம். தவறினால் அவர்கள் வீட்டுக்குள் புகுந்து உடைக்க ஆரம்பிப் பார்கள். கைநீட்டவும் தயங்கமாட்டார்கள். இது அவர்களாகவே உரிமையுடன் எடுத்துக்கொண்ட அதிகாரம்.

மலாலா பயந்து பயந்துதான் தொலைக்காட்சி பார்க்கவேண்டி யிருந்தது. சத்தத்தை இயன்றவரை குறைத்துவிடுவார். யாராவது

கதவைத் தட்டினால் அநிச்சை செயலாகத் தொலைக்காட்சியை அணைத்துவிட்டுதான் கதவைத் திறப்பது வழக்கம். ஒரு கட்டத்தில் இதுவும் முடியாமல் போனது. வீட்டில் தொலைக்காட்சி வைத்திருப் பது திரியைப் பற்றவைத்துவிட்டு ஒரு வெடிகுண்டை வைத்திருப் பதற்கு ஒப்பான அபாயத்தைத் தோற்றுவித்தது. முல்லாவின் ஆள்கள் ஒவ்வொரு வீட்டிலும் காது வைத்துக் கேட்கிறார்கள்; விநோதமான ஒலிகள் வந்தால் பலவந்தமாக நுழைந்துவிடுவார்கள், அப்புறம் நடப்பதே வேறு என்று அனைவரும் பேசிக்கொள்ளத் தொடங்கினர். வதந்தியா உண்மையா என்று கண்டுபிடிப்பதற்கான தைரியம்கூட ஒருவருக்கும் இல்லை. மலாலாவின் வீட்டிலும் தொலைக்காட்சியை அகற்றி பரண் மேல் ஏற்றி மறைத்து வைத்தார்கள்.

ரேடியோ முல்லா இப்போது அடுத்த கட்டத்துக்கு முன்னேறியிருந்தார். தவறு செய்பவர்கள், திசை மாறி நடப்பவர்கள், ஷரியத் நீதிகளுக்குத் தலைவணங்காதவர்கள் யார், யாரென்று பெயர், விலாசம் சொல்லி அறிவிக்கத் தொடங்கினார். 'இந்தக் குழந்தை பள்ளிக்குச் செல்வதை நிறுத்திக்கொண்டாள். அவளுக்கு இறைவன் துணையிருப்பார்' என்பது போன்ற பாராட்டுதல்களும் அவ்வப்போது வெளியிடப்படும். நடமாடும் நீதிமன்றமாக அவர்களே மாறிப்போனார்கள். சிலரை இழுத்துவந்து உதைத்தார்கள். சிலர் கடுமையாகத் தாக்கப்பட்டனர். இன்னும் சிலருக்குக் கை, கால்கள் முறிக்கப்பட்டன. அவர்கள் இழைத்த குற்றங்கள் என்ன என்பதையும் 'முறைப்படி' அறிவித்தார்கள். பக்ரித் பண்டிகையின்போது ஆடுகளையும் செம்மறி ஆடுகளையும் பலி கொடுப்பது வழக்கம். ரேடியோ முல்லா இந்த வழக்கத்தை மாற்றுமாறு அறைகூவல் விடுத்தார். 'நான்கு கால் விலங்குகளைப் பலியிட்டது போதும். இனி இரண்டு கால் விலங்குகளைப் பலிகொடுப்போம்!' அதை அவரே தொடங்கியும் வைத்தார். மரங்களில் சடலங்கள் தொங்கத் தொடங்கின. இந்தச் சடலத்தை இன்னும் 2 நாள்களுக்கு யாரும் அகற்றக்கூடாது, மீறினால் அவர் உடலும் இங்கே தொங்கும் என்றொரு குறிப்பும் கூடவே தொங்கவிடப்பட்டது.

இதையும்கூட அரசு கண்டுகொள்ளவில்லை. காரணம் பாகிஸ்தான் அரசியல் களத்தில் மக்களின் பிரதிநிதிகள் இருக்கிறார்களோ இல்லையோ, முல்லாக்களின் பிரநிதிதிகள் வலுவாக இருக்கிறார்கள். அவர்களுடைய கட்சிகள் வலுவாக ஆதிக்கம் செலுத்தி வந்தன. முல்லாக்களுக்கு எதிரான அரசு நடவடிக்கைகள் எதையும் இவர்கள் அனுமதிப்பதில்லை. இவர்களுடைய ஆசிர்வாதத்தைப் பெற்ற முல்லாக்களை யாராலும் எதுவும் செய்துவிடமுடியாது. இது ரேடியோ முல்லாவுக்கும் தெரியும் என்பதால் சர்வசாதாரணமாக அவர் ஒரு நடமாடும் நீதிமன்றத்தை நடத்தி, தேவைப்படும் சமயங்களில் மரண

தண்டனைகளையும் விதித்து வந்தார். அரசின் ஆதரவுடன் செயல்படும் இன்னொரு சமமான அரசாக அவர் மாறியிருந்தார். தாலிபனுடன் நேரடி உறவு இருந்ததால் நிழல் தாலிபனாகவும் இவர் அமைப்பு செயல்பட்டுவந்தது.

பக்ரித் விடுமுறையின்போது மலாலா தன் அம்மா மற்றும் உறவுக்கார சகோதரி ஒருவருடன் காரில் சென்றுகொண்டிருந்தபோது வழியில் சோதனைச் சாவடி ஒன்றைக் கடக்கவேண்டியிருந்தது. தாலிபன்களை முதல்முதலில் மலாலா கண்டது அப்போதுதான். கறுப்பு ஆடையும் கையில் கலாஷ்நிகோவ் துப்பாக்கியும் பிடித்தபடி அவர்கள் நின்று கொண்டிருந்தார்கள். ஒவ்வொரு வாகனத்தையும் நிறுத்தி நிதானமாக அவர்கள் சோதனையிட்டனர். மலாலாவின் அம்மா அவசர அவசரமாக காரில் இருந்த சிடி, டிவிடி இசைத்தட்டுகளை எடுத்து தன் கைப்பையில் அள்ளிப்போட்டுக்கொள்வதற்கும் தாலிபன்கள் அருகில் நெருங்கி வருவதற்கும் சரியாக இருந்தது. முன் இருக்கையை ஒரு நோட்டம் பார்த்துவிட்டு பின் இருக்கையில் அமர்ந்திருந்த மூவரையும் ஒரு தாலிபன் எட்டிப் பார்த்தான். மலாலாவின் திரையிடப்படாத முகம் ஒரு மின்னல்போல் அவன் பார்வையில் பட்டு விலகியது. உடன் இருந்த மலாலாவின் சகோதரியும் திரையிட்டுக்கொள்ளவில்லை. அந்தத் தாலிபன் நிறுத்தி நிதானமாகச் சொன்னான். 'சகோதரிகளே, நீங்கள் எங்களுக்கெல்லாம் அவமானம் தேடித் தருகிறீர்கள். உடனடியாக அனைவரும் புர்கா அணிந்துகொள்ளுங்கள்.'

மலாலாவுக்குக் கோபம் வரவில்லை. அழுகை வரவில்லை. ஆனால் தன்னை யாரோ காயப்படுத்திவிட்ட உணர்வுதான் ஏற்பட்டது. கூச்சத்துடன் உள்ளுக்குள் புழுங்கினார். ஒரு பெண்ணிடம் அவருடைய தோற்றம் குறித்தும் ஆடை குறித்தும் பேசுவது அநாகரிகமானது என்பதுகூட இவர்களுக்குத் தெரியவில்லையே! உன்னை மறைத்துக் கொள் என்று ஓர் ஆண், அதுவும் முன்பின் தெரியாத ஓர் ஆண் கட்டளை யிடுவதைக் கேட்டுக்கொண்டிருக்கவேண்டிய நிலைமை ஏற்பட்டு விட்டதே! அடுத்தடுத்த தினங்களில் மலாலா அவர்களை எல்லா இடங்களிலும் கண்டார். பள்ளிக்கூடத்துக்குப் போகும் வழியில். பள்ளிக்கூடத்துக்கு அருகில். கடைகளில். தெருக்களின் முனையில். சந்தைகளில். காற்றுபோல் நீக்கமற எப்படி இவர்களால் எல்லா இடங் களிலும் பரவமுடிந்தது?

உச்சகட்டமாக ஜியாவுதினின் பள்ளிக்கூடத்திலும் முல்லாவின் அறிவிப்பு வாசகம் ஒருநாள் முளைத்தது. 'நீ நடத்திக்கொண்டிருக்கும் மேற்கத்திய பள்ளி தொடர்ந்து இஸ்லாமிய விதிகளை மீறிக் கொண்டிருக்கிறது. நீ பெண்களுக்குக் கல்வி போதிக்கிறாய். உன்

பள்ளிச் சீருடைகள் இஸ்லாத்துக்கு எதிரானவை. இதை நீ உடனடியாக நிறுத்தாவிட்டால் உன் குழந்தைகள் உனக்காக அழவேண்டியிருக்கும்.'

நிறுத்துவதா? இந்தப் பள்ளியைத் தொடங்குவதற்கு ஜியாவுதின் சந்தித்த பிரச்னைகளும் கிண்டல்களும் வசவுகளும் குறைவானதா என்ன? பதிவு செய்வதற்காக அரசு அலுவலகத்துக்குச் சென்றபோது சத்தம் போட்டே சிரித்துவிட்டார் ஓர் அதிகாரி. பள்ளியா? அதுவும் ஒன்றிரண்டு ஆசிரியர்களை வைத்தா? இதில் யார் வந்து படிக்கப் போகிறார்கள் என்று நீ நினைத்துக்கொண்டிருக்கிறாய்? தவிரவும், நீ குறிப்பிடும் ஆசிரியர்களின் கல்வித் தகுதி என்ன தெரியுமா? இதை வைத்துக்கொண்டு பள்ளி நடத்தமுடியும் என்று நீ நம்புகிறாயா? இதற்கு நான் உரிமம் வேறு தரவேண்டுமா? ஜியாவுதினுக்குப் புரிந்துவிட்டது. இவன் வாயை மூடுவதற்குத் தேவை லஞ்சம். அதைக் கொடுத்துவிட்டால் இந்தச் சிரிப்பு ஓர் இளிப்பாக மாறிவிடும். உட்காருங்கள் சார் என்பான். ஆனால் கையில் பணமில்லை. மேலும், முறைகேடான ஒரு தொழிலைத் தொடங்குவதற்காகவா இவனிடம் வந்து நிற்கிறேன்? இதற்குக்கூடவா பணம் அழவேண்டும்?

கோபமும், அதைவிட முக்கியமாக ஆற்றாமையும் உள்ளுக்குள் பொங்கியபோதும் ஜியாவுதின் அமைதியுடன் காத்திருந்தார். நண்பர் ஒருவருடன் இணைந்து தொடங்கலாம் என்று இப்படித்தான் ஒருமுறை காத்திருந்தார். அந்த நண்பரும் இந்த முயற்சியை ஆதரித்தார் என்ற போதும் இடையில் பகை புகுந்துவிட்டது. அவர்கள் ஒன்று சேர்ந்து தொடங்கிய ஒரு பள்ளியைப் பிரித்துக்கொண்டு இன்னொரு பள்ளி தொடங்கவேண்டிய அவசியம் வந்துவிட்டது. இது இயல்புதான் என்று நினைத்துக்கொண்டார் ஜியாவுதின். கல்வி பற்றி ஒரு குந்துமணி அளவும் தெரியாதவர்கள்தான் இங்கே மக்களுக்குப் போதித்துக் கொண்டிருக்கிறார்கள். அற உணர்வு முழுக்க மழுங்கிய பிறகே இங்கே ஒருவர் அரசு அதிகாரியாக முடியும். துப்பாக்கி பிடித்திருந்தால் இயல்பாகவும் பேனா பிடித்திருந்தால் வித்தியாசமாகவும் பார்க்கும் சமூகம் இது. இங்கே பள்ளி நடத்தவேண்டுமானால் அவமானம் கடந்து, அச்சுறுத்தல் கடந்து வாழத் தெரிந்திருக்கவேண்டும்.

எனவே, தாலிபனின் மிரட்டலை எதிர்கொள்ள ஜியாவுதின் முடிவு செய்தார். தாலிபன் சொல்பேச்சு கேட்டு நடப்பதை மட்டுமே வழக்க மாக்கிக்கொண்டிருந்த நண்பர்களும் சுற்றத்தினரும், உனக்கெதற்கு இந்த வேண்டாத வேலை என்று ஜியாவுதினை அன்புடன் எச்சரித்தனர். உண்மையில் ஜியாவுதினும் உள்ளுக்குள் கலங்கிதான் போயிருந்தார். பள்ளி நடத்துவதற்காக இதுவரை விடுக்கப்பட்ட மிரட்டல்கள் யாவும் அவரை மட்டுமே மையப்படுத்தி அமைந்திருந்தன. முதல்முறையாக

தாலிபன் அவருடைய குடும்பத்தை, குறிப்பாகக் குழந்தைகளை நேரடியாகக் குறிப்பிட்டு மிரட்டியிருக்கிறார்கள். ஆனாலும் அவருக்கு வேறு வழி தெரியவில்லை என்பதால் துணிச்சலாக கால் எடுத்து வைத்தார். டெய்லி ஆசாதி என்னும் உள்ளூர் பத்திரிகைக்கு ஒரு கடிதம் எழுதினார். அது தாலிபனிடம் நேரடியாக உரையாடும் தொனியில் எழுதப் பட்டிருந்தது. 'இஸ்லாமியத் தியாகிகளே, இஸ்லாத்தை நடை முறைப் படுத்துவற்கு இதுவல்ல வழி. என் குழந்தைகளைத் தயவு செய்து விட்டு விடுங்கள். அவர்களைக் காயப்படுத்தவேண்டாம். நீங்கள் வழிபடும் அதே இறைவனைத்தான் அவர்களும் வழிபட்டு வருகிறார்கள். என் குழந்தைகளுக்குப் பதில் என் உயிரை எடுத்துக் கொள்ளுங்கள்.'

எதிர்பாராத இடங்களில் இருந்தெல்லாம் ஜியாவுதினுக்குப் பாராட்டுகள் குவிந்தன. நண்பா, நீ குளத்தில் முதல் கல் எறிந்து விட்டாய். இனி அது அதிர்வலைகளை ஏற்படுத்தப்போவது உறுதி என்றார்கள் நண்பர்கள். அஞ்சி ஒதுங்கியிருந்த அக்கம்பக்கத்தினர்கூட சற்றே குரலை உயர்த்தி வாழ்த்தினார்கள். நீ நிச்சயம் இதற்கொரு முடிவு கட்ட வேண்டும் என்றார் ஒருவர். நீ குரல் கொடு, நாங்கள் இணைகிறோம் என்றார் இன்னொருவர். அவர்களை எதிர்த்துப் பேசுதற்கு நீதான் சரியான ஆள், ஜியாவுதின்; இந்தப் பள்ளத்தாக்கில் அமைதி திரும்ப வேண்டுமானால் நீ பேசியாகவேண்டும் என்றார் வேறொருவர். தான் ஒரு போராளியாக உருமாறிய அந்தத் தருணத்தை ஜியாவுதின் இப் போதும் நினைவில் வைத்திருக்கிறார். ஒருவகையில் இது அவர்மீது திணிக்கப்பட்ட ஒரு பொறுப்பு என்றுகூடச் சொல்லலாம். இந்தப் பொறுப்புணர்வு அவருக்குக் கூடுதல் துணிச்சலையும், அதைவிட முக்கியமாக கூடுதல் நம்பிக்கையையும் அளித்தது.

அதே சமயம், மலாலா ஓர் ஆட்டுக்குட்டியைப் போல் உள்ளுக்குள் பதுங்கிய தருணமும் அதுதான். கறுப்பு ஆடையும் துப்பாக்கியுமாக தாலிபன் கூட்டத்தைக் கண்டபோதுகூட அஞ்சாத மலாலா தன் அப்பாவைக் கண்டு முதல் முறையாக அஞ்சினார். நேருக்கு நேராகத் தாலிபனை எதிர்கொள்ளும் இவருக்கு ஒன்றும் ஆகிவிடக்கூடாதே என்று கலங்கினார். பரந்து விரிந்த மைதானத்தில் சீறும் காளைக்கு முன்னால் திடீரென்று அப்பாவை ஒரு கூட்டம் இறக்கிவிட்டதைப் போன்ற ஓர் உணர்வு ஏற்பட்டது. காளை தன் பின்னங்கால்களை இப்போது புழுதியில் அழுத்தித் தேய்த்தபடி உறுமிக்கொண்டிருந்தது. உற்றுப் பார்த்தபோது அப்பாவுடன் சேர்ந்து தானும் நின்றுகொண்டிருப் பதைக் கண்டார். அவர் உடல் சிலிர்த்துக்கொண்டது.

# 7

# புன்னகையும் கண்ணீரும்

ஒவ்வொருமுறை அப்பா வீட்டைவிட்டு வெளியேறும்போதும் அவர் திரும்பி வருவாரா என்று ஏங்குவது இப்போதெல்லாம் மலாலாவுக்கு ஒரு வாடிக்கையாகவே போய்விட்டது. பத்து வயதான பிறகும் இப்படி குழந்தைத்தனமாக அப்பா, அப்பா என்று அரற்றுவதைக் கண்டு மலாலாவுக்கே உள்ளுக்குள் கொஞ்சம்போல் வெட்கம் பிறந்தாலும் தன்னை அவரால் மாற்றிக்கொள்ள முடியவில்லை. என்ன செய்வது? நீ தொலைந்தாய் என்று தாலிபன் நேருக்கு நேராக அப்பாவை மிரட்டி விட்ட பிறகு, தாலிபனை எதிர்த்து அப்பா பத்திரிகையில் கடிதம் எழுதிய பிறகு, அவரை நினைத்துப் பயப்படாமல் இருக்கமுடியுமா? எனக்கொன்றும் பயமெல்லாம் இல்லை, நீங்கள் போய் வாருங்கள் அப்பா என்று வலுக்கட்டாயமாகப் புன்னகையை வரவழைத்து டாடா காட்டமுடியுமா?

ஆனால் இங்கே எல்லாமே வலுக்கட்டாயமாகத்தான் செய்யப்படு கின்றன. கட்டாயமே அனைத்தையும் தீர்மானிக்கிறது. இனி பெண்கள் வெள்ளை சல்வார் அணியக்கூடாது என்று சொல்லிவிட்டார்கள். இருந்தாலும் மலாலா தனக்குப் பிடித்த நீல, வெள்ளை சல்வார் கமீஸை விடாப்பிடியாக அணிந்து சென்றார். ஆனால் இப்போது ஒவ்வோர் அடி எடுத்து வைக்கும்போதும் பயம் பிடித்துத் தின்றது. பயந்து பயந்து, மறைந்து மறைந்து வீட்டிலிருந்து பள்ளிக்குத் தாவி ஓடிப்போக வேண்டியிருந்தது. அப்படியாவது இதை அணிந்துகொள்ளத்தான் வேண்டுமா என்று சில சமயம் தோன்றும். என் உடல், என் தேர்வு என்று மற்றொரு சமயம் தோன்றும். சிறுவர்களும்கூடத் தப்பவில்லை. அவர்கள் இனி சட்டை, டிரவுசர் அணியக்கூடாது. தொளதொளப்பான முழுநீள

பைஜாமாதான். தாலிபன் தவிர்த்து வேறு யாருடைய சுயவிருப்பத்துக்கும் இனி இங்கே இடமில்லை.

மேற்கத்திய ஆடைகள் மேற்கத்திய நாடுகளுக்குத்தான். நமக்கென்று ஒரு பாரம்பரியம் இல்லையா? நமக்கென்று ஒரு கலாசாரம் இல்லையா? அவர்கள் ஆடைகளை, அவர்கள் கடவுள்களை, அவர்கள் வழக்கங் களை நாம் ஏன் கடைப்பிடிக்கவேண்டும்? நாம் பாதை தவறினால் நம் இறைவன் பொறுத்துக்கொள்வாரா? சீறுகிறார்கள் தாலிபன்கள். ஒரு சல்வார் கமீஸை ஏன் இறைவன் வரை கொண்டு செல்கிறார்கள் என்று மலாலாவுக்குப் புரியவில்லை. என் பெட்டியைத் திறந்து நான் எடுத்து அணியும் ஓர் ஆடை ஏன் இறைவனை உறுத்தவேண்டும்? மேலும், ஆடைக்கு எதற்குத் திசைகளின் முத்திரை? வடக்கு, மேற்கு என்றெல் லாம் ஒரு சல்வார் கமீஸைப் பிய்த்துப் பிரித்துவிடமுடியுமா? ஆயிரம் ஆயிரம் ஆண்டுகளைக் கடந்து தொடரும் பஷ்டூன் கலாசாரமும் பண்பாடும் ஒரு மெல்லிய துப்பட்டாவால் உடைந்து நொறுங்கி விடக் கூடிய அளவுக்கு பூஞ்சையானதா? இவ்வளவு பலவீனமான ஒரு கலா சாரத்தை இதுநாள்வரை பாதுகாத்து வந்திருப்பது ஓர் ஆயுதம்தானா? சல்வார் கமீஸை அனுமதிக்காத இறைவன் ஆயுதத்துக்கு மட்டும் அருளாசி வழங்கிவிடுவாரா?

விரைவில் மலாலாவுக்கு நம்பிக்கையளிக்கும் ஒரு மாற்றம் அரசியல் தளத்தில் ஏற்பட்டது. அக்டோபர் 2007ல் பெனாசிர் புட்டோ பாகிஸ் தான் அதிபர் தேர்தலில் போட்டியிடுவதற்காக நாடு திரும்புவார் என்று செய்தி வெளியானது. பாகிஸ்தானின் முதல் பெண் பிரதமராக வரலாறு படைத்திருந்த பெனாசிரின் மீது மலாலாவுக்கு இயல்பாகவே மரியாதை யும் மதிப்பும் மிகுந்திருந்ததால் இந்த அறிவிப்பு அவரை மகிழ்ச்சியில் தள்ளியது. அனைத்து அடிப்படை உரிமைகளும் மறுக்கப்பட்ட பெண் களையே பார்த்துப் பார்த்துப் பழகிப்போயிருந்த கண்களுக்கு பெனா சிரின் கம்பீரமான தோற்றம் ஒரு புத்துணர்ச்சியை ஊட்டியிருக்க வேண்டும். மலாலா மட்டுமல்ல அவரைப் போன்ற பல நூறு ஆயிரம் பெண்கள் பெனாசிரைப் பொறாமை பொங்கும் விழிகளோடுதான் கண்டனர். இருளுக்கு வெளிச்சத்தின்மீது இருக்கும் பொறாமையைப் போன்றது இது.

அதேசமயம், பெனாசிரின் அரசியலோடு இந்தப் பெண்கள் ஒத்துப் போயினர் என்றோ, குறைந்தபட்சம் அதைப் புரிந்துகொண்டனர் என்றோகூட எதிர்பார்க்கமுடியாது. பெனாசிரின் அரசியல் அவர்களுக்கு முக்கியமில்லை. அவர் அரசியல் தளத்தில் இருக்கிறார் என்பதே அவர் களுக்குப் போதுமானது. அவருடைய தோல்விகள் அவர்களுக்கு முக்கிய மில்லை. ஆண்களின் உலகில் ஆண்களோடு அவரால் போட்டிப்போட

முடிந்திருக்கிறது என்பதே அவர்களுக்கு நிறைவைத் தந்துவிட்டது. அவர்களால் எப்படியெல்லாம் இருக்கமுடியாதோ அப்படியெல்லாம் பெனாசிர் இருந்தார். இதைவிடப் பெரிய வெற்றியை ஒரு பெண்ணால் அடைந்துவிடமுடியுமா என்ன? நுனி நாக்கில் ஆங்கிலத்தையும் உதடுகளில் சிவப்புச் சாயத்தையும் நிரப்பிக்கொண்டு, தீர்க்கமான கண் களுடன், கம்பீரமான நடையுடன் பெனாசிர் கூட்டத்தைப் பார்த்து கையசைத்தபோது நீர் கோத்த கண்களுடன் ஒரு பெரும் பர்தா கூட்டம் கையசைத்து மகிழ்ந்தது. அவ்வளவுதான் அவர்களுக்கு விதிக்கப்பட் டிருந்தது என்பதால் கையசைத்து முடித்துவிட்டு அவர்கள் வீடு திரும்பி நடந்து சென்றார்கள்.

ஆகஸ்ட் 1988ல் ஜியா உல் ஹக் மரணமடைந்ததைத் தொடர்ந்து பாகிஸ் தானின் முதல் பெண் பிரதமராக ஆட்சியில் அமர்ந்தார் பெனாசிர் புட்டோ. பாகிஸ்தான் வரலாற்றில் அதிகக் காலம் ஆட்சியில் இருந்தவர் (11 ஆண்டுகள்) ஜியா உல் ஹக். பாகிஸ்தான் இஸ்லாமிய மாக வேண்டும் என்பதே இவருடைய ஆயுள்கால நோக்கமாகவும் தனிப் பட்ட விருப்பமாகவும் இருந்தது. இந்த விருப்பத்தின் நீட்சியாக அவர் ஜனநாயகத்தை ஒரு விரோத சக்தியாகவே பாவித்து வெறுத் தொதுக்கினார். அனுகூலமான சூழல் நிலவாதபோதெல்லாம் அவசர நிலைப் பிரகடனத்தை அறிவிக்க அவர் தயங்கியதில்லை. இன்னும், இன்னும் என்று இரண்டு கைகளாலும் அதிகாரத்தை அவர் பாய்ந்து பற்றிக் கொண்டார். இருப்பது போதாது என்று தோன்றியபோது அதிகாரத்தின் ஊற்றுக்கண்ணான அரசியலமைப்புச் சட்டத்தில் திருத்தங்கள் கொண்டு வந்து தன்னை மேலும் பலப்படுத்திக் கொண்டார்.

1980களில் ஆப்கனிஸ்தானில் சோவியத் யூனியன் படைகள் நுழைந்தபோது அங்கிருந்த முஜாஹிதீன்கள் ஆக்கிரமிப்புக்கு எதிராகப் போர் தொடுத்தனர். அப்போது, அமெரிக்கா, சவுதி அரேபியா துணையுடன் ஜியா உல் ஹக் முஜாஹிதீன்களை ஒருங்கிணைத்து சோவியத் ஆக்கிரமிப்பு முயற்சிகளைத் தடுத்து வந்தார். அவருடைய மரணத்துக் குப் பிறகே 1989ல் சோவியத் யூனியன் ஆப்கனிஸ்தானில் இருந்து வெளியேறியது. ஜியா உல் ஹக்கின் மரணம் இன்றுவரை ஒரு புதிர். முக்கிய ராணுவ உயர் அதிகாரிகளுடன் பயணம் செய்து கொண்டிருந்த போது அவர் விமானம் நொறுங்கியது.

ஜியா உல் ஹக்கின் மரணத்தில்தான் பெனாசிர் புட்டோவின் அரசியல் வாழ்க்கை பிறந்தது. நீண்ட இடைவெளிக்குப் பிறகு 1988ல் நடத்தப் பட்ட தேர்தலில் பெனாசிரின் பாகிஸ்தான் மக்கள் கட்சி ஆரவாரத்துடன் வெற்றி பெற்றபோது ஒரு புதிய அத்தியாயம் மலர்ந்திருப்பதைக் கண்டு மக்கள் மகிழ்ந்தனர். ஜுல்பிகர் அலி

புட்டோவின் இளைய மகளான பெனாசிர் தன் தந்தையின் இடத்தில் அமர்ந்ததைப் பலர் உணர்ச்சி பொங்கப் பார்த்தனர். (பாகிஸ்தான் மக்கள் கட்சியைத் தோற்றுவித்த வரும் 1973 முதல் 1977வரை பிரதமராக இருந்தவருமான ஜுல்பிகர் அலி புட்டோவைக் கைது செய்து அவருக்கு மரண தண்டனை விதித்தவர் ஜியா உல் ஹக்). பெனாசிர் பாகிஸ்தானின் வரலாற்றைத் திருத்தி எழுது வார் என்று அவர்கள் உளமாற நம்பினார்கள்.

மீடியாவும் சொல்லிச்சொல்லி மாய்ந்து போனது. பெண்கள் ஆண்களுக் குச் சமமானவர்கள் என்பதைக் கனவிலும் ஏற்காதவர் ஜியா உல் ஹக். ஆண்களைப்போல் பெண்களுக்கும் அரசியல் உரிமைகள் வழங்கப்பட வேண்டும் என்னும் கோரிக்கையைப் பலமாக எதிர்த்தவர் அவர். தான் அமர்ந்த நாற்காலியில் ஒரு பெண் நாளை அமரக்கூடும் என்று அவர் நினைத்துப் பார்த்திருப்பாரா? அதுவும் சாதாரணப் பெண்ணா? ஜியாவால் ஒழிக்கப்பட்ட எதிரியின் மகள் அல்லவா? இதைவிட உணர்ச்சிப் பூர்வமான ஒரு தருணம் பாகிஸ்தானுக்குக் கிடைக்குமா? பெண்களை மதிக்காத சமூகம், பிற்படுத்தப்பட்ட சமூகம் என்றெல்லாம் சொல்லி வரும் மேற்கத்திய நாடுகளின் கண்முன்னால் ஒரு பெண்ணைத் தேர்ந் தெடுத்துக் காட்டிவிட்டோம் அல்லவா? இனி பாகிஸ்தானின் சரித்திரம் ஒரு புதிய திசையில் பயணம் செய்யப்போகிறது. இதோ, இந்த நிமிடத் திலிருந்து ஒரு புதிய பாகிஸ்தானை நீங்கள் பார்க்கப் போகிறீர்கள்!

ஆனால் பெனாசிர் பாகிஸ்தானை மாற்றவில்லை. பாகிஸ்தான் அவரை மாற்றி தன்வயப்படுத்திக்கொண்டது. மக்களின் எதிர்பார்ப்புகள் பொய்த்துப்போயின. இரும்புப் பெண்மணி என்று மார்கரெட் தாட்சரைப் போல் அழைக்கப்பட்ட பெனாசிர், அணுகுவதற்குக் கடினமான ஒரு நபராக மாறிப்போனார். உள்நாடு, இந்தியா, அயல்நாடு என்று எங்கும் அவரால் இணக்கமாக இருக்கமுடியவில்லை. போதாக்குறைக்கு ஊழல் குற்றச்சாட்டுகளும் மலிந்தன. தொடர்ந்து இருமுறை பிரதமர் பதவி வகித்தார். மூன்றாண்டு இடைவெளிக்குப் பிறகு மீண்டும் 1993 முதல் 1996 வரை ஆட்சி புரிந்தார். 1997 தேர்தலில் தோல்வியுற்ற பெனாசிர் பாகிஸ்தானைவிட்டு வெளியேறி தன்னைத்தானே சிறைப்படுத்திக் கொண்டார். 2007ம் ஆண்டு பர்வேஸ் முஷரஃப் அரசுடன் உடன் படிக்கை செய்துகொண்டு பாகிஸ்தான் திரும்பிய பெனாசிர் மீண்டும் புதிதாகத் தேர்தலில் போட்டியிடுவதாக அறிவித்திருந்தார்.

தனது இரண்டாவது வயதில் இருந்து பெனாசிர் பற்றிய கதைகளைக் கேட்டு வந்திருக்கிறார் மலாலா. ஒரு பெண்ணால் படிக்கமுடியும், தன் விருப்பப்படி எதையும் செய்யமுடியும் என்பதைப் பலர் பெனாசிரைப் பார்த்தே முதன்முதலில் தெரிந்துகொண்டனர். பெனாசிரின் உடை,

நடை, பாவனை அனைத்தும் அவர்களுக்கு ஆச்சரியமளித்தன. பெனாசிர் துணிச்சல் மிக்கவர், தாலிபனைக் கண்டு அஞ்சாதவர் என்பது மலாலாவுக்குத் தெரியும். கட்டுப்பாடுகளை உடைத்தெறிந்துவிட்டுப் பிரகாசிக்கும் அவருடைய ஆற்றலைப் பார்த்துப் பார்த்து வளர்ந்தவர் மலாலா. நான் வளர்ந்து பெரியவள் ஆகும்போது பெனாசிரைப்போல் இருப்பேன், பெனாசிரைப்போல் சிரிப்பேன், பெனாசிரைப்போல் ஓர் அரசியல் சூறாவளியாக மாறுவேன் என்று அடிக்கடி நினைத்துக் கொள்வார்.

பெனாசிர் பாகிஸ்தான் திரும்பும் செய்தி ஒளிபரப்பானபோது ஒட்டு மொத்த குடும்பமும் ஆர்வத்துடன் (தாலிபனுக்குத் தெரியாமல்தான்) தொலைக்காட்சி முன்னால் கூடி நின்றது. ஒன்பது ஆண்டுகள் கழித்து பாகிஸ்தான் மண் மீது தன் பாதங்களைப் பதித்தபோது பெனாசிரின் கண்கள் கலங்கியிருந்ததை மலாலா கண்டார். அவர் கண்களிலும் நீர் கோத்துக்கொண்டது. திரும்பிப் பார்த்தார். அம்மாவின் உதடுகள் துடித்துக்கொண்டிருந்தன. ஒரு கட்டத்தில் அம்மாவால் தன்னைக் கட்டுப்படுத்திக்கொள்ள முடியவில்லை. டிவி திரையைப் பார்த்து அழுதபடி கேட்டார். 'எதற்காகத் திரும்பி வந்தாய் பெண்ணே? செத்துப் போகவா?'

அவர் மட்டுமல்ல, பெனாசிர் திரும்பி வருவது ஆபத்தானது என்றே அநேகம் பேர் கருதினார்கள். விமானத்தைவிட்டு அவர் இறங்கிய நிமிடம் தொடங்கி அவர்கள் வேறு எது பற்றியும் சிந்திக்கவில்லை. பெனாசிர் பத்திரமாக இருக்கவேண்டும். பெனாசிருக்கு எதுவும் ஆகி விடக்கூடாது. கடந்த ஆட்சிகளில் பெனாசிர் இழைத்திருந்த அத்தனை சிறிய, பெரிய தவறுகளையும் அவர்கள் மறந்துவிட்டனர். இந்தப் பெண் எங்காவது தொலைவில் பத்திரமாக இருந்து தொலைத்திருக்கக் கூடாதா என்று ஆதங்கமடைந்தார்கள். ஊழலும் அடக்குமுறையும் தவறான அரசியல் முடிவுகளும் அவர்களுக்குப் புதிதல்ல. இவையெல் லாம் சேர்ந்ததுதான் அரசியல் என்பதே அவர்களுடைய புரிதல். பல அரசியல், ராணுவத் தலைவர்கள் இந்தத் தவறுகளை மீண்டும் மீண்டும் இழைத்திருப்பதை அவர்கள் அறிவார்கள். அதே தவறுகளைத்தானே ஒரு பெண்ணும் செய்திருக்கிறார்? போகட்டுமே!

பெனாசிர் புட்டோ மேற்கத்திய நாகரிகத்தின் அடையாளமாக மாறிய போது பாகிஸ்தான் துடிதுடிக்கவில்லை. மேற்கத்திய நாடுகளுடன் அவர் கைகுலுக்கிக்கொண்டபோதும்கூட பாகிஸ்தான் அதிர்ச்சியடையவில்லை. மாற்றங்கள் இப்படித்தான் இருக்கும் என்றே அவர்கள் எடுத்துக் கொண்டனர். அந்த அளவுக்குப் பெனாசிர் புட்டோவைப் பாகிஸ்தான் நம்பியது.

செப்டெம்பர் 1996ம் ஆண்டு தாலிபன் ஆப்கனிஸ்தானின் தலைநகர் காபுலில் ஆட்சியைக் கைப்பற்றியது. அப்போது தாலிபன் பாகிஸ்தானின் செல்லப்பிள்ளையாகவே இருந்தது. அமெரிக்காவும்கூட தாலிபனை ஒரு முக்கிய நட்பு சக்தியாகவே கண்டது. ஆப்கனிஸ்தானில் நிலைத் தன்மை ஏற்பட தாலிபன் உதவும் என்றும் தாலிபனின் துணையுடன் மத்திய ஆசியாவில் சந்தையை விரிவுபடுத்தலாம் என்றும் அமெரிக்கா கணக்கிட்டது. பெனாசிர் தன் தந்தையின் வழியில் தாலிபனுக்குத் துணையாகவே இருந்தார். ராணுவ உதவி, பண உதவி இரண்டையும் தாலிபனுக்கு வழங்கினார். தாலிபனை இறையாண்மை மிக்க ஓர் அரசாகவே பாகிஸ்தான் அரசு கருதியது. இஸ்லாமாபாத்தில் தாலிபனின் தூதரக அலுவலகம் திறக்கும் அளவுக்கு நிலைமை சென்றது. தாலிபனின் அயலகத் தூதர் அதிகாரப்பூர்வமாக பெனாசிரைச் சந்தித்து கைகுலுக்கி படம் எடுத்துக்கொண்டார்.

இறுதியில் செப்டெம்பர் 11 தாக்குதல் சம்பவம் இந்த உறவைச் சிதைத்தது. பெனாசிர் மாறிப்போனார். தாலிபனுக்கு எதிராக உரத்தக் குரலில் பேசவும் செயல்படவும் தொடங்கினார். இராக்கிலும் ஆப்கனிஸ்தானி லும் அமெரிக்கா மேற்கொள்ள இருந்த போர்களுக்கு முன்கூட்டியே தனது ஆசியையும் ஆதரவையும் வழங்கினார். தீவிரவாதத்துக்கு எதிரான போரில் தானும் பங்கேற்பதாக அறிவித்தார். என் நாட்டில் தலைவிரித்தாடும் தீவிரவாதத்தை ஒழித்தே தீருவேன் என்று காமிரா வெளிச்சத்தில் சபதம் ஏற்றார். இவருடைய தந்தை ஜுல்ஃபிகர் அலி புட்டோவின் ஆட்சியைக் குலைத்ததில் அமெரிக்காவுக்கும் பங்கு இருந்தது. இது பெனாசிருக்கும் தெரியும். இருந்தும் அவர் அமெரிக்கா வுடன் தன்னை ஐக்கியப்படுத்திக் கொண்டார். அமெரிக்காவின் நிழலில் நின்றால் மட்டுமே ஜெயிக்க முடியும் என்று அர்த்தப்படுத்திக்கொண் டார். பதிலுக்கு அமெரிக்கா பெனாசிருக்கு ரத்தினக் கம்பள வரவேற்பு அளித்தது. அவர் பாகிஸ்தான் திரும்புவதற்கு உதவியது. பெனாசிர் வெற்றி பெற்று மீண்டும் பிரதமர் ஆகவேண்டும் என்றும் அமெரிக்கா விரும்பியது.

பாகிஸ்தானுக்கு இப்போது திரும்பி வந்திருக்கும் பெனாசிர் புட்டோ முழுக்க முழுக்க ஒரு மேற்கத்திய தயாரிப்பாகவே மாறிப்போயிருந்தார். தாலிபனின் நட்புச் சக்தியாகத் தன் பயணத்தைத் தொடங்கி இப்போது தாலிபனின் விரோதியாக மாறிப்போயிருந்தார். எதிர்பார்த்தபடியே இந்த மாற்றங்கள் பாகிஸ்தான் மக்களில் ஒரு பிரிவினரிடையே ஆதரவையும் தாலிபன்கள் இடையே எதிர்ப்பையும் சம்பாதித்திருந்தன.

27 டிசம்பர் 2007 அன்று பெனாசிர் புட்டோ உணர்ச்சிகரமாக உரையாற்றிக் கொண்டிருந்தபோது மலாலா தொலைக்காட்சியை விட்டு தன் கண்களை

அகற்றவேயில்லை. குண்டு துளைக்காத வண்டியில்இருந்தபடி பெனாசிர் மக்களுக்குக் கையசைத்தபோது மக்கள் ஆரவாரத்துடன் அவரை வரவேற்றனர். 'மக்களின் துணை எனக்கு இருக்கும் என்று நம்புகிறேன். தீவிரவாதத்தையும் ராணுவவாதத்தையும் நாம் விரைவில் முறியடிப் போம்.'

மலாலா பார்த்துக்கொண்டிருந்தபோதே குண்டு வெடிக்கும் சத்தம் கேட்டது. பிறகு அங்கும் இங்குமாகப் பலர் ஓடினார்கள். காமிரா மேலும் கீழுமாக ஆடியது. பெனாசிர் தன் காரில் சரிந்ததை மலாலா கண்டார். சுவாசிக்கவும் மறந்து பேரதிர்ச்சியுடன் மலாலா அதனைக் கண்டார். பக்கத்தில் அம்மாவின் முகத்தில் தாரைத் தாரையாகக் கண்ணீர் பெருகத் தொடங்கிவிட்டது. எதற்கும் கலங்காத அப்பாவும் கூட வெடித்து அழுவதைக் கண்டதும் மலாலாவுக்கு உலகமே முடிவுக்கு வந்துவிட்டதைப்போல் இருந்தது.

பத்து வயது மலாலாவுக்கு ஒரு விஷயம் தெளிவாகப் புரிந்தது. பெனாசிரைக் கொல்வது சாத்தியம் என்றால் இனி பாகிஸ்தானில் யாருமே பாதுகாப்பாக இருக்கமுடியாது என்றுதான் அர்த்தம்!

# 8

## யாருடைய குரல்?

பெனாசிர் படுகொலை ஏற்படுத்திய அதிர்வுகளில் விழித்துக்கொண்ட ராணுவம் புது வேகத்துடன் தாலிபன்மீது போர் தொடுக்க ஆரம்பித்த போது, உடைந்து கிடந்த மலாலாவுக்குக் கொஞ்சம் நம்பிக்கை பிறந்தது. இந்த நம்பிக்கையை மிங்கோராவில் வசித்த மற்றவர்களும் பகிர்ந்து கொண்டனர். ரேடியோ முல்லாவின் ஆதிக்கம் முறியடிக்கப்படும். இழந்துகிடந்த கம்பீரத்தையும் அழகையும் ஸ்வாட் பெற்று விடும். ஸ்வாட் மட்டுமல்ல, பாகிஸ்தான் முழுவதற்கும் விடுதலை கிடைக்கப் போகிறது. ஆனால் காலுக்குக் கீழே நிலம் அதிரத் தொடங்கியபோது, பெரும் சத்தத்துடன் குண்டுகள் பாய்ந்து வந்தபோது தனது இரு சகோதரர்களுடன் மலாலா ஓடிச்சென்று போர்வைக்குள் மறைந்து கொண்டார். இது எப்போது ஓயும்? எப்போது தாலிபன்கள் துப்பாக்கியைத் தூக்கிப்போட்டுவிட்டு ஓடிப்போவார்கள்? எப்போது என்னால் அச்சமின்றி மீண்டும் பள்ளிக்குப் போகமுடியும்?

ஆனால் போர் அப்போதுதான் தொடங்கியிருந்தது. மேலும், மலாலா நினைத்ததைப் போல் தாலிபன்கள் பயந்து ஓடவில்லை. தேவைப்பட்ட போது பதுங்கி, வேகம் பெற்றதும் திருப்பித் தாக்கினார்கள். இன்னும் சொல்லப்போனால் முன்பைவிட அதிக பலமும் மூர்க்கமும் கூடிப் போயிருந்தது. அச்சமின்றி ராணுவத்தை அவர்களால் எதிர்கொள்ள முடிந்ததைக் கண்டபோது ஸ்வாட் பள்ளத்தாக்கு மீண்டும் ஒடுங்கிப் போனது. தாலிபனின் ஆதிக்கத்தை ஒடுக்குவதற்காகத் தொடங்கப்பட்ட இந்தப் போர் ஒரு புதிய அதிகாரப் போட்டியை பாகிஸ்தானில் உருவாக்கி யிருந்தது. இந்த நாடு யாருக்கு? ராணுவத்துக்கா, தாலிபன்களுக்கா?

ஃபஸ்லுல்லாவின் தெஹ்ரிக் இ தாலிபன் இ பாகிஸ்தான் (டிஎன்எஸ்எம்) இயக்கம் தனது செல்வாக்கை ஸ்வாட்டில் வலுவாக நிலைநாட்ட விரும்பியது. ஒரே சமயத்தில் ராணுவத்துக்கும் மக்களுக்கும் பீதியை ஏற்படுத்தவும் தங்கள் பலத்தை மெய்ப்பிக்கவும் இவர்கள் முடிவு செய்தனர். ஒவ்வொரு நாளும் புதிய இலக்குகளை நிர்ணயம் செய்து தகர்க்கத் தொடங்கினர். சாலைகள், பாலங்கள், குடியிருப்புகள், கடைகள் என்று எதுவும் தப்பவில்லை. மட்டா என்னும் பகுதியில் இருந்த பெண்கள் பள்ளியின்மீது இரவோடு இரவாக இவர்கள் தாக்குதல் தொடுத்தபோது ஜியாவுதின் பதறியபடி வீட்டுக்கு ஓடிவந்து மலாலா விடம் செய்தியைப் பகிர்ந்துகொண்டார். கடவுளே ஏன் இப்படிச் செய்கிறாய் என்று சத்தம்போட்டுக் கத்தவேண்டும் போலிருந்தது மலாலாவுக்கு.

ஒருநாள் சமையலறையில் அம்மாவுக்கு உதவி செய்துகொண்டிருந்த போது மிக, மிக அருகில் வெடிகுண்டு ஒன்று வெடித்தது. அறையில் இருந்த பாத்திரங்கள் மளமளவென்று சரிய, ஜன்னலுக்கு அருகில் இருந்து மின்விசிறி சிதறிக் கீழே விழுந்தது. என்ன, ஏது என்று பார்ப்ப தற்குள் மின்சாரம் துண்டிக்கப்பட அந்தக் கிராமமே முழு இருளில் மூழ்கிப்போனது. இருள். சத்தம். அச்சுறுத்தும் இந்த இரண்டும் எப்போதும் இணைந்தே வந்தன. ஆனால் இதுவும்கூட ஒரு கட்டத்தில் பழகிப்போனது மலாலாவுக்கு.

குழந்தைகள் ஓடிவிளையாடும் மைதானத்தில் ராட்சஸ தும்பி போல் ஒரு ராணுவ ஹெலிகாப்டர் அமர்ந்திருந்தது. ஆசிரியர் வகுப்பு எடுக்கும் போது குண்டு ஒன்று வெடிக்கும். அப்படி வெடித்தால் அந்த வகுப்பு அத்தோடு முடிந்துவிட்டது என்று தெரிந்துகொள்ளவேண்டும். ஒரே யொரு குண்டு மட்டும் வெடித்தால் அது தாலிபனின் தாக்குதல். சில சமயம் அது தற்கொலைத் தாக்குதலாகவும் இருக்கலாம். இறந்துபோன ஒருவருக்குச் சடங்கு செய்வதற்காகச் சிலர் கூடியிருந்தபோது இப்படித் தான் ஒரு தற்கொலைத் தாக்குதல் நடைபெற்றது என்று பேசிக்கொண் டார்கள். கிட்டத்தட்ட ஐம்பத்தைந்து பேர் துண்டுத் துண்டாகச் சிதறிப் போனார்கள். வெடியை உடலோடு கட்டிக்கொண்டு வந்தவரையும் சேர்த்தால் ஐம்பத்தாறு.

தொடர்ந்து சரமாரியாகக் குண்டுகள் வெடிக்கத் தொடங்கினால், ராணுவத்தினரும் தாலிபனும் மோதிக்கொள்கிறார்கள் என்று புரிந்து கொள்ளவேண்டும். எல்லாவற்றையும் போட்டுவிட்டு வீட்டுக்குள் ஓடி விடவேண்டும். அடுத்த சில தினங்களுக்கு அல்லது வாரங்களுக்குப் பள்ளி செயல்படாது. தெருக்களில் நடந்து செல்லும்போது பச்சை நிற சீருடை அணிந்த வீரர்களைக் கடந்துசெல்வது இயல்பானதொன்றாகி விட்டது. காய்கறி பழம்போல் கலாஷ்நிகோவ் வகைகளும் கண்களுக்குப்

பழகிவிட்டன. பிங்க் நிற பிளாஸ்டிக் பொம்மையைப் பார்க்கும் விழிகளால் திரியோடு உள்ள வெடிகுண்டையும் பார்க்கவேண்டியிருந்தது. மணிக்கணக்கில் வீட்டுக்குள் கதவைப் பூட்டிக்கொண்டு அடைந்து கிடப்பதற்கும்கூட பழகிவிட்டது.

அமைதி கற்றுத்தராத பலவற்றை போர் கற்றுக்கொடுக்கிறது. தலைக்கு மேலே சத்தமிட்டபடி ஹெலிகாப்டர் பறந்து சென்றால் விரைவில் ராணுவம் தாக்கப்போகிறது என்று பொருள். மலை முகட்டில் இருந்து துப்பாக்கிகள் படபடவென்று வெடித்தால் தாலிபன் முதல் தாக்குதல் அல்லது பதில் தாக்குதல் தொடுக்கிறது என்று பொருள். தாலிபன்கள் பெரும்பாலும் வெடிகுண்டுகளையும் துப்பாக்கிகளையும் பயன்படுத்துவார்கள். சில சமயம் மறைந்திருந்து ரிமோட் கண்ட்ரோலைப் பயன்படுத்தி வெடிக்கச் செய்வார்கள். தலைக்கு மேலிருந்து சத்தம் வந்தால் அது ராணுவம்தான். தாலிபனிடம் பறக்கும் சாதனங்கள் இல்லை. அவர்கள் தரையோடு தரையாக இருந்தே தாக்குவார்கள். இயந்திரத் துப்பாக்கிகளை ராணுவத்தினர், தாலிபன்கள் இருவரும் பயன்படுத்துவார்கள். இருவருமே சத்தமிடுவார்கள். இருவருமே கொல்வார்கள்.

அசாதாரணமான விஷயங்களும்கூட இத்தகைய சமயங்களில் இயல்பானவையாக மாறிவிடுவதைக் கண்டார் மலாலா. போர் உங்களைச் சிதறடிக்கிறது.போர் உங்களைத் தயார்படுத்துகிறது. போர் உங்களை நம்பிக்கையிழக்கச் செய்கிறது. போர் உங்களுக்குத் துணிச்சலை ஏற்படுத்துகிறது. போர் அனைத்தையும் கலைத்துப்போடுகிறது. அதே சமயம் ஓர் ஒழுங்கையும் கொண்டுவந்து சேர்க்கிறது. போர் ஒரே சமயத்தில் அழிக்கவும் செய்கிறது, உருவாக்கவும் செய்கிறது. எதை அழிக்கிறது, எதை உருவாக்குகிறது என்பது சூழலுக்குச் சூழல், மனிதனுக்கு மனிதன் மாறுபடும்.

புறாக்கள் பறக்கும் உலகம் அல்ல; தோட்டக்கள் பறக்கும் உலகமே உங்களை விசாலப்படுத்துகிறது. நல்ல நோக்கத்துடன் வீசப்படும் குண்டுக்கும் தீய நோக்கத்துடன் வீசப்படும் குண்டுக்கும் இடையில் எந்த வேறுபாடும் இல்லை என்பதை உங்களால் மோதலற்ற ஓர் உலகில் இருந்து கற்கவே முடியாது. யார் கையில் இருந்து வெடித்தாலும் துப்பாக்கி உயிரைக் கொல்லும். சீருடை அணிந்த உடல், சீருடை அணியாத உடல் இரண்டும் ஒன்றையொன்று கொன்று குவிக்கிறது. இந்த இரு உடலுக்குள் இருக்கும் இதயமும் ஒன்று போலவே துடிக் கிறது. அவர்களை இயக்கும் சித்தாந்தம் வெவ்வேறாக இருந்தாலும் இரண்டுமே வன்முறையில் வேர் கொண்டு வளர்ந்துள்ளது. எனவே இரண்டுமே சிதறிக்கிடக்கும் மனித உடலைக் கண்டு அஞ்சுவதில்லை. அழுகையும் அச்சமும் சிதிலங்களும் அவர்களை அசைப்பதில்லை. உயிரின் ஓசை அவர்களுக்குக்

கேட்பதில்லை. மரணமே அவர்கள் இருப்பைத் தீர்மானிக்கிறது என்பதால் தயக்கமின்றி மேலும் மேலும் மரணங்களை அவர்கள் தோற்றுவிக்கிறார்கள். மரணத்தைத் தோற்றுவிப் பதற்காகவே புதிய புதிய இயந்திரங்களை வடிவமைக்கிறார்கள்.

கணிதமும் ஆங்கிலமும் கற்றுக்கொடுக்கும் பள்ளிகளை இடித்துத் தகர்க்கும் ஒரு தாலிபன், மேற்கில் இருந்து வரும் எதுவொன்றும் தீங்கானது என்று அறுதியிட்டுச் சொல்லும் ஒரு தாலிபன், இஸ்லாமே என்னை இயக்குகிறது என்று அறிவிக்கும் ஒரு தாலிபன், சிறு தயக்கமும் இன்றி தன் தோளில் நவீன கலாஷ்நிகோவ் தொழில் நுட்பத்தை ஏந்திச் செல்வதைக் கண்டார் மலாலா. மேற்கத்திய நிகழ்ச்சிகளை ஒளி பரப்பும் கேபிள் நிலையத்தை மேற்கத்திய துப்பாக்கியைக் கொண்டு வெடித்துத் தகர்ப்பது முரண்பாடு இல்லை என்றால் முரண்பாட்டின் மெய்யான பொருள்தான் என்ன?

எல்லாவற்றுக்கும் மேலாக, போர் முதலில் கற்பனையைத்தான் கொல் கிறது என்பதை மலாலா கண்கூடாகத் தெரிந்துகொண்டார். வகுப்பறையில் முன்பெல்லாம் ஆளுக்கொரு கேள்வியை ஆசிரியரை நோக்கி வீசுவார்கள். இது, அது என்றில்லை; என்னவெல்லாம் தோன்றுகிறதோ அனைத்தையும் கொட்டுவார்கள். ஒரு சிறுமி கையை உயர்த்தினாள். எல்லாவற்றுக்கும் உள்ளே அணுக்கள் உள்ளன என்றால் ஓர் அணுவுக் குள் என்ன இருக்கும்? இன்னொரு குட்டிப்பெண் கிரீச்சிடும் குரலில் கத்துவாள். மிஸ், எலெக்ட்ரான்கள் எப்போதும் நகர்ந்துகொண்டே இருக்கும் என்று சொன்னால் நான் அமர்ந்திருக்கும் நாற்காலியும் நகர்ந்து சென்றுவிடுமா? ஆனால் இப்போது எல்லோரும் சமீபத்தில் வெடித்த குண்டு யாருடையது என்றுதான் பேசிக் கொண்டார்கள். தாலிபனா, ராணுவமா எது நல்லது என்று விவாதம் செய்தார்கள். நீ என்ன சொல் கிறாய் என்று கேட்கப்பட்டபோது மலாலா அளித்த பதில் இது. ராணுவத் துக்கும் ராணுவவாதத்துக்கும் இடையில் மாட்டிக்கொண்டிருக்கும் போது எதுவுமே நமக்கு நல்லதல்ல.

ஒருமுறை குஷால் பள்ளிக்கூடத்துக்கு ஒரு பஷ்டூன் தொலைக்காட்சி குழு காமிராவுடன் வந்தது. போர் குறித்தும் போரால் பாதிக்கப்படும் மாணவர்கள் குறித்தும் நேரடியாகப் பதிவு செய்யும் நோக்கத்துடன் அவர்கள் வந்திருந்தனர். முதலில் மூத்த மாணவிகள் பேசினார்கள். நடைபெறும் மோதல்களால் நாங்கள் மிகவும் பாதிக்கப்பட்டுள்ளோம். எங்கள் நண்பர்கள் சிலர் இப்போது பள்ளிக்கு வருவதை நிறுத்தி விட்டார்கள். வெளியில் வருவது ஆபத்து என்று நினைத்ததால் அவர்களுடைய பெற்றோர் வீட்டுக்குள்ளேயே அடைத்துவிட்டார்கள் போலிருக்கிறது. ஆம், எங்களுக்குப் பயமாகத்தான் இருக்கிறது.

எங்களுக்குப் படிக்க வேண்டும். தொடர்ந்து பள்ளிக்குப் போக வேண்டும்.

மலாலாவின் தோழி மோனிபாவின் முறை வந்தது. அந்தப் பள்ளியில் மோனிபா ஒரு வீராங்கனை. சாதாரணமாகப் பேசும்போதே உரையாற்றும் தொனியில்தான் பேசுவார். காமிராவை முன்னால் கொண்டுவந்து நிறுத்தினால் கேட்கவேண்டுமா? மலாலா ஆர்வம் பொங்கும் விழி யுடன் மோனிபாவைப் பார்த்துக்கொண்டே இருந்தார். ஒரு கவிஞரைப் போல் மிக அழகாக, ஏற்ற இறக்கத்துடன் மோனிபா பேசிக்கொண் டிருந்தார்.

'...நாங்கள் பஷ்டூன்கள். மதப்பற்று கொண்டவர்கள். அந்தோ, தாலிபன்களால் எல்லோரும் எங்களைத் தவறாகப் புரிந்துகொள்ளத் தொடங்கிவிட்டார்கள். ஒட்டுமொத்த உலகமும் இப்போது எங்களைத் தீவிரவாதிகள் என்றே சொல்கிறது. ஆனால் அது உண்மையல்ல. நாங்கள் அமைதியை விரும்புகிறோம். சமரசமற்ற சமாதானத்தை நேசிக்கிறோம். எங்கள் மலைகள், எங்கள் மரங்கள், எங்கள் மலர்கள்... எங்கள் பள்ளத்தாக்கில் உள்ள ஒவ்வொன்றும், ஆம் ஒவ்வொன்றும் அமைதியையே விரும்புகிறது. அமைதியையே நாடுகிறது!'

அடுத்து மலாலாவின் பெயர் அறிவிக்கப்பட்டது. எல்லோரும் பேசுவதை இமை கொட்டால் இத்தனை நேரம் ரசித்துக்கொண்டிருந்த மலாலாவுக்கு சட்டென்று நடுக்கம் வந்துவிட்டது. அச்சமும் தயக்கமும் பற்றிக்கொண்டது. அதே சமயம் இந்த வாய்ப்பை நழுவவிடக் கூடாது என்பதும் உரைத்தது. சரளமாகவும் அழகாகவும் மோனிபாவைப் போல் பேசமுடியாவிட்டாலும் என் பங்குக்கு என் உணர்வைப் பகிர்ந்து கொள்ளத்தான் வேண்டும் இல்லையா? தயங்கித் தயங்கி காமிரா முன் வந்து நின்றார் மலாலா.

'இது கற்காலம் அல்ல. ஆனால் அங்கேதான் நாம் திரும்பிக் கொண்டிருக் கிறோம் என்பதை உணரமுடிகிறது. எங்கள் உரிமைகள் மேலும் மேலும் பறிக்கப்படுகின்றன. ஆனால் நாங்கள் எதற்கும் அஞ்சமாட்டோம். யார் மீதும் எங்களுக்குப் பயமில்லை. தடையின்றி எங்கள் கல்வியைத் தொடர்வோம். தடங்கலின்றி கற்போம். இதுதான் எங்கள் கனவும்கூட.'

படபடப்பு அடங்குவதற்கு நீண்ட நேரமானது. மேடையில் ஏறும்வரை தான் நினைவில் இருந்தது. பேசியது யாரோ. நானல்ல. வெட்கப்பட்டு அஞ்சி ஒதுங்கும் மலாலா அல்ல அது. பெருமிதம் பொங்கும் கண்களுடன் கையை அசைத்து அங்கே பேசியது வேறு யாரோ. அந்தக் குரலும்கூட என்னுடையதைப் போலவே இல்லை. என் குரலில் உள்ள நடுக்கம் அதில் இல்லை. என் குரலில் ஒளிந்திருக்கும் பயம் அதில் இல்லை.

எதற்கும் பயப்படமாட்டோம் என்று அங்கே முழங்கியது, இதோ தரையைப் பார்த்தபடி அமர்ந்திருக்கும் நானல்ல.

அது மிக மிகச் சிறிய ஒரு தொலைக்காட்சிக் குழு. மிகச் சொற்பமானவர்களால் மட்டுமே அந்தக் குரலைக் கேட்கமுடியும். மின்சாரம் இருந்தாக வேண்டும். அப்படியே மின்சாரம் இருந்தாலும், அந்தச் சமயம் பார்த்து அருகில் எங்கேனும் குண்டு வந்து விழாமல் இருக்கவேண்டும். இந்த இரண்டும் ஒரே சமயத்தில் நிகழவேண்டும். அப்படி நிகழ்ந்தால் தாலிபன் பிடுங்கிக்கொண்டு போனது போக எஞ்சியிருக்கும் தொலைக்காட்சிகளில் இந்தக் குரல் ஒளிபரப்பாகக்கூடும். நிச்சயமின்மை மட்டும் சூழ்ந்திருக்கும் இந்த உலகில் எதையும் உறுதியாகச் சொல்லமுடியாது. ஒன்றைத் தவிர!

தனிப்பட்ட முறையில் மலாலாவை இந்த நிகழ்ச்சி அடியோடு மாற்றி விட்டது. தன்னால் வாய்விட்டுப் பேசமுடியும் என்பதை முதல் முறையாக மலாலா உணர்ந்துகொண்ட தருணம் அது. ஒரு சிறு தொலைக் காட்சி சானலுடன் அல்ல, உலகம் முழுவதுடனும் உரையாடி முடித்த தைப்போல் மலாலா உணர்ந்தார். முழு உலகையும் இந்தக் குரல் சென்ற டைந்ததைப் போல் கற்பனை செய்துகொண்டார். காற்றில் கலந்து, மீண்டும் மீண்டும் காதில் வந்து விழுந்துகொண்டே இருந்தன அந்த வார்த்தைகள். எதற்கும் அஞ்சமாட்டோம்! யார்மீதும் எங்களுக்குப் பயமில்லை!

யோசித்துப் பார்த்தபோது பிறகு புரிந்தது. காமிரா முன் வந்து நின்று பேசிய அந்தக் குரல் யாருடையது என்பதை மலாலா தெரிந்து கொண்டார். பள்ளிக்கு வரமுடியாத பெண் குழந்தைகளின் குரல் அது. இல்லை, படிக்கத்தான் போகிறேன் என்று சண்டையிட்டு பள்ளியில் சேர்ந்துவிட்டு பிறகு தாலிபனுக்கு அஞ்சி வகுப்புக்குச் செல்வதை நிறுத்திக்கொண்டுவிட்ட குழந்தைகளின் குரல் அது. பேசியே ஆக வேண்டும் என்று துடிக்கும் ஆனால் பேசவே முடியாத பலருடைய குரல் அது. வலிமையற்றவர்களின் குரல். வாய்ப்புகள் மறுக்கப்பட்ட வர்களின் குரல். போரால் அலைகழிக்கப்படுபவர்களின் ஒரு குரல். சத்தியத்தின் குரல். அதனால்தான் அது அத்தனை கம்பீரமாக ஒலித்தது போலும்!

# 9

## எனக்குப் பயமாக இருக்கிறது!

உடைந்து சிதறாத பள்ளிகள் அனைத்தும் காலவரையற்ற முறையில் மூடப்பட்டுவிட்டன. வலுக்கட்டாயமாகத் திணிக்கப்பட்டால் விடுமுறையைக்கூட ரசிக்க முடியாமல் போய்விடும் என்று நினைத்துக்கொண்டார் மலாலா. மற்றவர்கள் எப்படிப் பொழுதைக் கழிக்கிறார்கள்? விசாரித்தபோது பெரும்பாலான சிறுமிகள் வீட்டிலேயே அடைந்து கிடக்கிறார்கள் என்பது தெரிந்தது. ஒன்றும் செய்யாமல் உம்மென்று ஓரிடத்தில் அமர்ந்திருந்தால்கூட பொழுது கழியத்தான் செய்கிறது. எப்போதும், எங்கும் குண்டு வெடிக்கலாம் என்னும் சூழலில் சிறுமிகளுக்கு வேறு என்ன போக்கிடம், பொழுதுபோக்கு இருக்க முடியும்? குழந்தைக்கு ஒன்றும் ஆகிவிடக்கூடாது என்னும் கரிசனத்தில் வீட்டுக்குள் வைத்துப் பூட்டிவிட்டுச் செல்லும் பெற்றோர் சிலரையும் மலாலா அறிவார். அதீத அன்பு காரணமாக இவ்வாறு செய்பவர்களை என்ன செய்வது?

அதில் ஒருவருக்கு அன்பு அதிகம் கரைபுரண்டு ஓடிவிட்டது. வீட்டில் சும்மா வைத்திருப்பானேன் என்று தனது 12 வயது மகளுக்குத் திருமணம் முடித்து, துணிமணியோடு பையன் வீட்டுக்கு அனுப்பிவைத்துவிட்டார். பையை மாட்டிக்கொண்டு பள்ளிக்கு ஓடிக்கொண்டிருந்த சிறுமிக்குத் திருமணம் என்றால் என்னவென்றாவது தெரியுமா என்றுகூட அவர் யோசிக்கவில்லை. மிகப் பெரிய கடமையொன்றை ஆற்றி முடித்துவிட்ட மனத்திருப்தியோடு கையசைத்து அனுப்பி வைத்துவிட்டார்.

ஜனவரி 2009 தொடங்கியதில் இருந்தே தினமும் வலி மிகுந்த செய்திகள் காதில் வந்து விழுந்துகொண்டே இருந்தன. அங்கே ஒரு பள்ளி, இங்கே

ஒரு கட்டடம், அங்கே ஓர் ஆண், இங்கே இரண்டு பேர், பக்கத்தில் ஒரு மைதானம், அருகில் ஒரு கடை, சற்றே தொலைவில் குழுவாக ஐந்து பேர். ரத்தம், மரணம், இடிபாடுகள். மிங்கோராவில் ஒரு பெண் தாலிபனால் கொல்லப்பட்டுவிட்டார். அவர் இழைத்த தவறு நடனமாடியது. நடனம் ஆடுவது என்பது அகராதிப்படி அருவருப்பானது (ஃபஹாஷி) என்பதால் மரண தண்டனை தவிர்க்கவியலாததாகிவிட்டது. தாலிபன் சொன்னபடி ஆடை அணியாத காரணத்தால் ஒருவன் கொல்லப்பட்டு விட்டான். குழுவாகச் சிலர் கொல்லப்பட்டதற்குக் காரணம் தெரியவில்லை. அல்லது, சொல்லப்படவில்லை.

பாகிஸ்தான் ராணுவத்தால் தாலிபனை முறியடிக்க அல்ல, கட்டுப்படுத்தக்கூட முடியவில்லை என்பது அப்பட்டமாகத் தெரிந்தது. குறைந்தபட்சம் ரேடியோ முல்லாவின் வானொலி சேவைகளை முடக்கக்கூட முடியவில்லை. தாலிபனை முறியடிப்பதற்கான பலம் ராணுவத்திடம் மட்டுமே உள்ளது என்னும்போது இந்தத் தோல்வி உணர்த்தும் உண்மை அச்சுறுத்தக்கூடியதாக அல்லவா இருக்கிறது? இந்த உண்மை தெரிந்திருப்பதால்தான் அசாத்தியமான துணிச்சலுடன் தாலிபன்கள் வலம் வருகிறார்களா? எனில் பாகிஸ்தானின் மிகப் பெரிய தோல்வி, தாலிபன்களுக்கு இந்தத் துணிச்சலை ஊட்டியதுதான்அல்லவா?

ஒருநாள் அப்பா பதட்டத்துடன் அங்கும் இங்கும் நடைபோட்டுக் கொண்டிருப்பதைக் கண்டு நெருங்கி சென்று விசாரித்தார் மலாலா. 'பிபிசி இணையப் பிரிவில் பணியாற்றும் நண்பர் என்னிடம் ஒரு உதவி கேட்டிருக்கிறார். அவர்களுடைய உருது மொழி இணையப் பக்கத்தில் அன்றாடம் எழுதுவதற்கு ஒருவர் தேவைப்படுகிறாராம். எனக்குத் தெரிந்த ஆசிரியர்கள் அனைவரையும் கேட்டுவிட்டேன். எல்லாரும் மறுத்துவிட்டார்கள்.'

'ஓ, எதைப் பற்றி எழுதவேண்டுமாம்?'

'தாலிபன் கீழ் வாழ்வது என்றால் என்ன என்பதைப் பாதிக்கப்பட்ட ஒருவர் எழுதவேண்டும் என்று பிபிசி விரும்புகிறது. பள்ளிக்கூட ஆசிரியர் ஒருவர் தனது அன்றாட அனுபவங்களை எழுதினால் அதை வாசிப்பவர்களுக்கு நம் நிலைமை புரியும் என்று நினைத்தோம். அது சாத்தியமில்லை என்று தெரிந்தவுடன் மூத்த மாணவர்களை அணுகினோம். அவர்களும் பயந்து ஒதுங்கிவிட்டனர். இறுதியில் தன் தங்கை ஆயிஷாவை எழுத வைப்பதாக மரியம் முன்வந்தார். இது நல்லபடியாக முடியவேண்டும். இப்படி யாராவது ஒருவர் எழுதினால்தான் இங்கு என்ன நடக்கிறது என்பதே மற்றவர்களுக்குப் புரியும். ஆயிஷா நான் நினைத்ததைப்போல் இதைச் செய்து முடிக்கவேண்டுமே என்று கவலையாக இருக்கிறது.'

மறுநாளே ஆயிஷாவின் அப்பா வீடு தேடி வந்தார். தன் தலையைத் தொங்கப் போட்டபடி அவர் பேசினார். ஜியாவுதின் கேட்க விரும்பாத வார்த்தைகள் அவை. 'மன்னிக்கவும், ஆயிஷாவால் முடியாது!' அப்பா வாதிடுவார் என்று மலாலா எதிர்பார்த்தார். உங்களை நம்பி ஒரு பெரிய பணியை ஒப்படைத்திருந்தேன், இப்படிச் செய்துவிட்டீர்களே என்று வருந்துவார் என்று நினைத்தேன். இப்படி எல்லாரும் பயந்து பயந்து ஒதுங்கினால் நம் நிலைமை என்னாகும் என்று யோசித்தீர்களா என்று கொஞ்சம் குரலை உயர்த்துவார் என்றுகூட எதிர்பார்த்தார் மலாலா. ஒரு வார்த்தையும் பேசாமல் வந்தவரை வழியனுப்பிவிட்டு அறைக்குத் திரும்பினார் ஜியாவுதின்.

தாலிபனை எதிர்த்து ஓர் ஆசிரியர் எழுதினால் அந்த ஆசிரியர் தாக்கப் படும் அபாயம் இருக்கிறது. ஆனால் மாணவர் ஒருவர் எழுதும்போது, அதுவும் ஒரு பெண் என்னும்போது தாலிபன்கள் தயங்குவார்கள் என்று ஜியாவுதின் நினைத்திருந்தார். கொல்லத் தயங்காத இயக்கம்தான் என்றாலும் குழந்தைகளைக் கொல்லும் அளவுக்குக் கொடூரம் இருக்காது அல்லவா?

மலாலாவுக்கு அப்பாவைப் பார்க்க பாவமாக இருந்தது. எதற்கும் அஞ்சாமல் கனவு காண கற்றுக்கொடுத்த அப்பாவின் கனவு கண்முன் சரிந்து கொண்டிருப்பதை வெறுமனே பார்த்துக்கொண்டு இருக்க முடியுமா?

'அப்பா, நான் வேண்டுமானால் எழுதட்டுமா?'

சிறு உற்சாகமும் புன்னகையுமாக குரல் எழுப்பிய மலாலாவை சட்டென்று விழிகளால் அள்ளி அணைத்துக்கொண்டார் ஜியாவுதின். அப்பாவின் சம்மதம் கிடைத்த கையோடு அம்மாவிடம் பேசினார் மலாலா. அல்லா விரும்புவது இதைத்தான் என்னும்போது தடுக்க நான் யார் என்று அவர் மலாலாவின் முதுகைத் தட்டிக்கொடுத்தார்.

அதற்குப் பிறகு மளமளவென்று வேலைகள் தொடங்கிவிட்டன. பெஷாவரில் உள்ள பிபிசி ரேடியோவில் பணியாற்றிவந்த அப்பாவின் நண்பர் அப்துல் ஹை கக்கர் தனது திட்டத்தை விவரித்தார். மாலை நேரத்தில் கக்கர் தொலைபேசியில் அழைப்பார். மலாலாவிடம் சில கேள்விகள் கேட்பார். மலாலா அவருக்குப் பதிலளிக்கவேண்டும். தன் எண்ணங்களைப் பகிர்ந்துகொள்ளவேண்டும். அரை மணி தொடங்கி முக்கால் மணி நேரம் வரை உருதுவில் இந்த உரையாடல் நிகழும். மலாலா சொல்லச்சொல்ல அவர் குறிப்புகள் எடுத்துக்கொண்டு அதைக் கோர்வையாக ஒரு டைரி குறிப்புபோல் மாற்றிக்கொள்வார். கக்கரும் ஒரு பஷ்டூன்தான் என்றபோதும் பிபிசியின் இணையத்தளம் உருதுவில்

இயங்குவதால் உருதுவில் மலாலாவைப் பேச வைப்பதே பொருத்தமாக இருக்கும் என்று முடிவு செய்யப்பட்டது. ஒவ்வொரு வாரமும் இணையத்தில் மலாலாவின் டைரி குறிப்புகள் வெளியாகும்.

முன்னெச்சரிக்கையாகச் சில ஏற்பாடுகள் செய்யப்பட்டன. கக்கர் தன் மொபைலைப் பயன்படுத்தமாட்டார். புலனாய்வு அமைப்புகளால் அது ஒட்டுக் கேட்கப்படுவதற்கான வாய்ப்புகள் அதிகம் என்பதால் தன் மனைவியின் தொலைபேசியை அவர் பயன்படுத்துவார். மலாலா அம்மாவின் மொபைலை மட்டுமே அவர் அழைப்பார். அதில்தான் மலாலா பேசவேண்டும். அழைப்பு, உரையாடல், எழுத்து அனைத்தும் ரகசியமாக வைக்கப்படும். மலாலா வாய் திறக்கவே கூடாது.

ஆன் ஃபிராங்க் பற்றி மலாலா தெரிந்துகொண்டது கக்கர் மூலமாகத் தான். வெறும் பதிமூன்று வயதில் ஆன் தன்னைச் சுற்றி நடக்கும் விஷயங்களைத் தனது டைரியில் பதிவு செய்திருக்கிறார் என்பது மலாலாவுக்கு உத்வேகமூட்டுவதாக இருந்தது. ஆன் வழியில்தான் பயணம் செய்யப்போகிறேனா? நானும் அவளைப் போலவே டைரி எழுதப் போகிறேனா? நாஜிப் படைகளைப் பற்றி ஆன் எழுதியதைப் போல் தாலிபன் படைகளைப் பற்றி நான் எழுதப் போகிறேனா? வேட்டை நாயைப்போல் தன் மக்களைத் துரத்திவரும் பயங்கர வாதத்தைப் பற்றி ஆன் போலவே நானும் எழுதப் போகிறேனா?

ஆனின் கதை எப்படி முடிவடைந்தது என்பதையும் கக்கர் சொல்லத் தான் வேண்டியிருந்தது. ஆம்ஸ்டர்டாமில் குடும்பத்துடன் மறைந்திருந்த போது, காட்டிக்கொடுக்கப்பட்டு அனைவரும் கைது செய்யப் படுகின்றனர். வதைமுகாமில் பதினைந்து வயது ஆன் இறந்துபோனார். பின்னர் அவரது டைரி கண்டெடுக்கப்பட்டு, புகழ் பெறுகிறது. ஆனால் மலாலா கவலைப்படாதே. நாங்கள் எல்லோரும் இருக்கிறோம். எழுதுவது நீதான் என்றே வெளியில் யாருக்கும் தெரியாது.

மலாலாவுக்கு இந்தச் சமாதானங்கள் எதுவும் தேவைப்படவில்லை. அவர் ஏற்கெனவே தயாராகியிருந்தார். ஒரே பிரச்னை, டைரி எழுதத் தெரியாது என்பது மட்டும்தான். ஆனால் அந்தக் கவலையையும்கூட அவரால் ஒதுக்கிவைக்க முடிந்தது. பேசக்கூடத்தான் தெரியாமல் இருந்தது. ஆனால் அந்தப் பயத்தைக் கடந்துசென்றுவிட முடிந்தது அல்லவா? எழுத்தும் அவ்வாறே பழக்கப்பட்டுவிடும் என்று சமாதானப் படுத்திக்கொண்டார். இப்படித் தன்னையே அடிக்கடி சமாதானப்படுத்திக் கொள்வது அவருக்குப் பிடித்திருந்தது. இருள் கிளம்பும் இடத்தில் இருந்தே வெளிச்சமும் பிறப்பதுதானே நியாயமானதும்கூட!

ஆனின் கனவுகளை, ஆசைகளை, இளமையைப் போர் குறுக்கிட்டு அழித்துவிட்டது. சீறியடிக்கும் சூறாவளியில் ஒரு காகிதப் படகைப்

போல் ஆன் தத்தளித்துத் தத்தளித்து வாழ்ந்திருக்கிறார். எழுத்தே அவருக்கு நம்பிக்கையூட்டியிருக்கிறது. மனிதம் செத்துப்போன அந்த ஜெர்மனியில் உயிரற்ற, உணர்வற்ற ஜடப்பொருளான டைரியை நீ ஏன் உன் தோழியாகச் சேர்த்துக்கொண்டாய் என்பது புரிகிறது. உன் உணர்வு களைப் புரிந்துகொள்ளமுடிகிறது. உன் நம்பிக்கையை எனக்கும் கொடுப்பாயா? உனக்குள் உதித்த பிரகாசத்தில் இருந்து ஒரு துளி எனக்கும் அளிப்பாயா? உன் கனவுகளை நானும் காணவேண்டும். உன் உறுதியை நானும் பெறவேண்டும். உதவுவாயா ஆன்?

ஜெர்மனியும் பாகிஸ்தானும் வெவ்வேறு நிலப்பரப்புகள் என்றாலும் நீயும் நானும் ஒன்றே. துப்பாக்கியின் நிழலில்தான் நீயும் என்னைப் போல் வாழ்ந்திருக்கிறாய். கந்தக நெடி கொண்ட காற்றையே சுவாசித்திருக் கிறாய். மரணத்துக்கு மிக அருகில் நீ சிரித்து விளையாடியிருக்கிறாய். நீ இறக்கவில்லை ஆன். உயிரற்ற டைரியை உன் மூச்சுக்காற்றால் நீ நிறைத்திருக்கிறாய். உன் உயிரை ஏந்தியபடி அந்த டைரி உலகை இன்று வலம் வந்துகொண்டிருக்கிறது. உன் உயிர்மூச்சைத் தீண்டும் வாய்ப்பு என் நாசிகளுக்கும் கிடைக்குமா?

மலாலா, உன் பாதுகாப்பு கருதி உன் குறிப்புகளை வேறு பெயரில் வெளியிடப்போகிறோம் என்றார் கக்கர். புதிய பெரையும் அவரே பரிந்துரைத்தார். 'மக்காச்சோள மலர்' என்று பொருள்படும் 'குல் மகாய்' என்பதே அந்தப் பெயர். மலாலாவுக்கு உடனடியாக அந்தப் பெயர் பிடித்துப்போனதற்கு மற்றொரு காரணம் அது பஷ்தூன் நாட்டுப்புறக் கதைகளில் இடம்பெறும் ஒரு கதாபாத்திரத்தின் பெயரும்கூட. கிட்டத்தட்ட ரோமியோ ஜூலியட் கதை போன்றது அது. குல் மகாய், முஸா கான் இருவரும் பள்ளியில் சந்தித்து காதல் வயப்படுகிறார்கள். அவர்கள் வெவ்வேறு இனக்குழுவைச் சேர்ந்தவர்கள் என்பதால் அவர்கள் இணையமுடியாது என்று சொல்லப்படுகிறது. அவர்களைப் பிரிப்பதற்காகவே போர் ஒன்று இரு குழுக்களுக்கும் இடையில் மூள்கிறது. இந்தப் போரைத் தடுத்து நிறுத்த குல் மகாய் போராடுகிறார். குர் ஆனில் இருந்தே போதனைகளைத் தேர்ந்தெடுத்துக் கூறி, போர் தேவையற்றது என்பதை அனைவருக்கும் புரியவைக்கிறார் குல் மகாய். மக்கள் தங்கள் தவறுகளை உணர்ந்து, திருந்தி, இளம் காதலர்களைச் சேர்ந்து வைக்கின்றனர். அடிப்படைவாதத்தைத் திணிக்க தாலிபன்கள் உயர்த்திப் பிடிக்கும் அதே குர் ஆனை குல் மகாயும் பயன்படுத்தி ஒரு போரைத் தவிர்த்திருக்கிறார். இந்த ஒரு கதை மட்டும் நிஜமாகி விட்டால், பாகிஸ்தானின் வரலாறு ஒரு புதிய அத்தியாயத்துடன் புதிய வேகத்தில் தொடங்கும் அல்லவா?

மலாலாவின் முதல் டைரி குறிப்பு 3 ஜனவரி 2009 அன்று வெளிவந்தது. மலாலா தன் அன்றாட வாழ்வில் இருந்து சில காட்சிகளைப் பகிர்ந்து

கொண்டார். தான் கண்டதை, கேட்டதை, கேள்விப்பட்டதை விவரித்தார். 'நேற்று ஒரு கொடும் கனவு வந்தது. அதில் ராணுவ ஹெலிகாப்டர்கள் வந்தன. தாலிபன்களும் வந்தனர். ஸ்வாட் பள்ளத்தாக்கில் ராணுவத் தாக்குதல் தொடங்கியதில் இருந்து இந்தக் காட்சிகளே திரும்பத் திரும்ப வருகின்றன.' பள்ளிக்கூடத்தைத் தான் எந்த அளவுக்கு நேசிக்கிறேன் என்பதை மலாலா பதிவு செய்தார். 'என் வாழ்வின் மையமாகப் பள்ளிக்கூடம் திகழ்கிறது. என்னால் பள்ளிக்குச் செல்லமுடியவில்லை என்பது மிகப் பெரிய வருத்தத்தை அளிக்கிறது.' தாலிபனைக் கண்டு தான் மட்டுமல்ல, பள்ளத்தாக்கில் உள்ள ஒவ்வொருவரும் பயப்படுகிறார்கள் என்றார் மலாலா. 'ஒவ்வொருமுறையும் திரும்பித் திரும்பிப் பார்த்தபடியேதான் நடந்துசெல்கிறேன். எப்போது யார் வந்து தாக்குவார்களோ என்னும் அச்சத்துடன்தான் வாழமுடிகிறது.'

'எனக்குப் பயமாக இருக்கிறது' என்னும் தலைப்பில் மலாலாவின் முதல் குறிப்பு வெளிவந்தது. மிகச் சாதாரணமான வார்த்தைகள். மிக எளிய வாக்கிய அமைப்பு. அன்றாடம் பள்ளத்தாக்கில் ஒலிக்கும் அதே வருத்தம் தோய்ந்த உணர்வுகள். சாலையில் போகும் யாரொருவரையும் நிறுத்திக் கேட்டிருந்தால் அவர்களும் இதையேதான் சொல்லியிருப்பார்கள். ஆனால் அவர்கள் சொல்லவில்லை என்பது மட்டுமல்ல; அவ்வாறு சொல்ல அஞ்சினார்கள் என்பதாலேயே மலாலாவின் வார்த்தைகள் முக்கியத்துவம் பெற்றன. இதை முதலில் உணர்ந்துகொண்டவர் கக்கர். எதிர்பார்த்தபடியே பதிவுகள் தொடங்கிவிட்டதில் அவருக்கு அளவிலா மகிழ்ச்சி. தன் திட்டம் நிறைவேறத் தொடங்கிவிட்டதில் ஜியாவுதினுக்கும் திருப்தி.

மலாலா ஆன் ஃபிராங்கை நினைவில் தேக்கி வைத்தபடி எழுதத் தொடங்கினார். அடுத்தமுறை தொலைபேசி வரும்போது என்னவெல்லாம் பகிர்ந்துகொள்ளவேண்டும் என்பது பற்றிய சிறு குறிப்புகளை அவர் எழுதிக்கொண்டிருந்தார். எழுதிமுடித்துவிட்டு உறங்கச் செல்லும்போதெல்லாம், சுற்றிலும் இருள் படரும்போதேல்லாம் மலாலா புன்னகை செய்துகொண்டார். இதோ நான் உறங்கி எழும்போது அந்த ஆரஞ்சு கதிரவனும் உயிர் பெற்று என்னுடன் சேர்ந்து எழுந்துவிடும். ஆன் ஃபிராங் இதயத்திலும் இந்தக் கதிரவன்தான் தகதகத்துக்கொண்டே பிரகாசித்துக்கொண்டிருந்தது போலும்.

# 10

## ஆக்கிரமிப்பு, வெளியேற்றம்

'நான் உன்னைக் கொல்லத்தான் போகிறேன்!' திடுக்கிட்டு அப்படியே ஒரு கணம் நின்றுவிட்டார் மலாலா. தனக்குப் பின்னால், மிக மிக அருகிலிருந்து இந்தக் குரல் புறப்பட்டு வருவதை அவரால் உணரமுடிந்தது. நடையை வேகப்படுத்தினார். விடமாட்டேன் என்றபடி அந்தக் குரலும் பின்தொடர்ந்தது. ஓட்டமும் நடையுமாக மலாலா பாய்ந்து ஓடத் தொடங்கினார். இல்லை, அப்போதும் காலடிச் சத்தம் ஓயவில்லை. அவ்வளவு தான், தொலைந்தேன்! ஒரு வளைவில் மறைந்துகொண்டு, மூச்சு வாங்கிக் கொண்டே மலாலா திரும்பிப் பார்த்தார். ஒருவன் தன் மொபைல் போனில் யாருடனோ பேசியபடி மலாலாவைக் கடந்து சென்றான். உயிர் தன்னைவிட்டுப் பிரிந்துசென்று சில நிமிடங்கள் கழித்து மீண்டும் வந்து ஒட்டிக்கொண்டதைப் போல் இருந்தது மலாலாவுக்கு. இந்த அனுபவத்தை பிபிசியில் பகிர்ந்துகொள்ள அவர் தவறவில்லை.

அப்போதைக்கு நிம்மதி பிறந்தாலும் வருத்தமும் நிரந்தரமாக வந்து ஒட்டிக்கொண்டது. இப்படி யாரைப் பார்த்தாலும் சந்தேகப்படும்படி, ஒருவரையும் நம்பமுடியாதபடி அல்லவா இந்தத் தாலிபன்கள் செய்து விட்டார்கள்? உறவுகளே ஏற்படாதபடி மனிதச் சங்கிலிகளை உடைத்துக் கொண்டே அல்லவா இவர்கள் தங்கள் ஆதிக்கத்தை நிலைநிறுத்தி வருகிறார்கள்? தேசம் முழுவதிலும் மக்கள் மனதில் பயத்தை விதைத்து, விதைத்து இவர்கள் எதை அறுவடை செய்யப்போகிறார்கள்?

சில சமயம் மலாலாவின் எழுத்தில் மெல்லிய நகைச்சுவை ஓர் இழை போல் வந்து ஒட்டிக்கொண்டது. அதற்குக் காரணம் அவர் எழுதிய நிகழ்வுகள். உதாரணத்துக்கு, புர்கா அணிந்த பெண்கள் பற்றி மலாலா

எழுத வேண்டியிருந்தது. நடக்கும்போது புர்கா எப்படியெல்லாம் உங்களைத் தொந்தரவு செய்யும் தெரியுமா? கால்நுனிவரை புர்கா அணிந்து செல்லும் போது, உங்களை அது நடக்கவிடாமல் தடுத்து விழச் செய்யும். போராடித்தான் நீங்கள் நடந்துசென்றாகவேண்டும். அன்றொரு நாள் அப்படித்தான் ஒரு பெண் கடைக்குள் நுழையும்போதே தடுக்கி விழுந்து விட்டார். அருகில் இருந்த ஒருவர் அவரைத் தூக்கி விடுவதற்காக கை நீட்டினார். ஆனால் அந்தப் பெண் மறுத்துவிட்டார். பயம். தாலிபன் பார்த்தால் தவறாக நினைத்துக்கொள்வார்கள்; வேண்டாம், நானே எழுந்துகொள்கிறேன்!

ஒருமுறை மலாலாவின் நண்பர்களைக் கண்டு ஒரு கடைக்காரர் பயந்து தடுமாறிவிட்டார். புர்கா அணிந்து வந்த சிறுமிகள் கூட்டத்தைக் கண்டு அவர் பயந்ததற்குக் காரணம் தற்கொலைப் படைத் தாக்குதல்கள் நிகழ்த்தும் பலர் தங்கள் அடையாளத்தையும் வெடிகுண்டையும் மறைத்துக்கொள்ள புர்காதான் அணிந்து வருவார்களாம்.

மலாலாவைப் பொருத்தவரை இவை மிகச் சாதாரண நிகழ்வுகள். இயல்பாக தினம் தினம் நிகழ்பவைதாம். ஆனால் எழுத்தில் கொண்டு வரும்போது இந்தச் சம்பவங்கள் ஒவ்வொன்றும் தனியொரு கதையாக வளர்ந்து நின்றன. அதில் சோகம், இருண்ட நகைச்சுவை, யதார்த்தம், அச்சம், எதிர்பார்ப்பு, கனவு, கலக்கம் அனைத்தும் கலந்திருந்தன. இந்தக் கலவை வாசித்தவர்களைப் பற்றிக்கொண்டது. அவர்களை ஒரு கணம் நிறுத்திவைத்து யோசிக்க வைத்தது. பக்கம் பக்கமாக விரிந்து செல்லும் பத்திரிகைச் செய்திகளும் வல்லுனர்களின் அடிக்குறிப்பு களுடன் கூடிய ஆய்வுக் கட்டுரைகளும் உணர்த்தாத சில உண்மைகளை மலாலாவின் எளிய பதிவுகள் உணர்த்தின.

ஒரு தேசத்தை, அதன் மக்களை, அவர்களுடைய உள்ளங்களைக் கிழித்து கந்தலாக்கும் திறன் தீவிரவாதத்துக்கு உள்ளது. தீவிரவாதம் மனிதர்களையும் மனிதத்தன்மையையும் சேர்த்து அழிக்கிறது. நிகழ் காலத்தைத் தகர்ப்பதன்மூலம் எதிர்காலத்தை அது தடுத்து நிறுத்துகிறது. கற்பதைத் தடுப்பதன்மூலம் அது அறிவொளியைத் தடுக்கிறது. பெண்களைக் கட்டுப்படுத்துவதன்மூலம் மனித வாழ்வின் ஆதாரத்தை அது மறுதலிக்கிறது. மலாலாவின் தவழ்ந்து வரும் மொழியில் இந்த உண்மைகள் வெடித்து வெளிவந்தபோது வாசித்தவர்கள் உடைந்து போனார்கள்.

தனது பதிவுகளின் தாக்கத்தை உணர மலாலா அதிகம் சிரமப்பட வேண்டியிருக்கவில்லை. அவருடைய நண்பர்களும் இதைப் பற்றிதான் பேசிக்கொண்டிருந்தனர். பள்ளி திறந்து மாணவர்கள் வகுப்பறைக்குத் திரும்பும்போது அவர்கள் குல் மகாய் பற்றி பெருமிதத்துடன் உரை யாடிக்கொண்டிந்ததைக் கண்டார் மலாலா. ஒரு மாணவி தனக்குப்

பிடித்த ஒரு பதிவை அச்சிட்டு வகுப்புக்குக் கொண்டுவந்து அனைவருக்கும் காட்டி மகிழ்ந்தார். சில பத்திரிகைகள் குல் மகாயின் எழுத்துகளில் இருந்து தேர்ந்தெடுக்கப்பட்ட பகுதிகளை மறுபதிப்பு செய்தன. பிபிசி தன் பங்குக்குச் சில பதிவுகளைத் தேர்ந்தெடுத்து வேறொரு சிறுமியை வைத்து வாசிக்க வைத்து ஒலிவடிவிலும் வெளியிட்டது.

இருந்தும், மலாலாவின் எழுத்துகளைக் காட்டிலும் அந்தப் பள்ளத் தாக்கில் அச்சமே தீவிரமாகப் பாய்ந்து ஓடியது. ஆசிரியர்கள் பள்ளிக்கு வருவதை நிறுத்திக்கொண்டார்கள். இருபத்தேழு பேர் கொண்ட மலாலா வின் வகுப்பில் இப்போது பத்து பேர் மட்டுமே இருந்தனர். இன்னொரு வதந்தியும் பரவியது. ‘திருமணமாகாத சிறு வயது பெண்கள் இருந்தால் அவர்களைத் தாலிபன்கள் வலுக்கட்டாயமாகக் கவர்ந்து சென்று மண முடித்துக்கொள்கிறார்கள், எனவே பெண்களைப் பெற்றவர்கள் எச்சரிக்கையாக இருக்குமாறு கேட்டுக்கொள்கிறோம்!’ இது உண்மை தானா என்று ஆராயும் அளவுக்குப் பொறுமை இல்லாததால் வெளியில் விளையாடிக் கொண்டிருந்த ஒன்றிரண்டு சிறுமிகளையும் அவர்களுடைய பெற்றோர் கள் அள்ளியெடுத்து வந்து வீட்டுக்குள் வைத்து, பத்திரப்படுத்தினர்.

ஒருநாள் மோனிபா மலாலாவை நேருக்கு நேராக நிறுத்தி வைத்துக் கேட்டாள். ‘மலாலா, இந்த குல் மகாய் எழுதும் சம்பவங்கள் அனைத்தும் நம் பள்ளியில் நடப்பவை போலவே இருக்கின்றன. அவள் எழுதும் கதைகள் நம் கதைகள்தாம். உண்மையைச் சொல். நீதானே எழுதுகிறாய்?’ மலாலாவால் மறுக்கமுடியவில்லை. நெருங்கிய தோழியிடம் இதற்கு மேல் எப்படி உண்மையை மறைப்பது? ‘ஆம் மோனிபா, நான்தான் குல் மகாய்!’ என்று ஒப்புக்கொண்டார் மலாலா. பாவம், மோனிபா கோபித்துக் கொண்டுவிட்டாள். என்னிடம் இவ்வளவு பெரிய உண்மையை மறைத்து விட்டு எப்படி உன்னால் நட்பாகப் பழகமுடிகிறது மலாலா?

மலாலாவுக்கும் வருத்தம்தான் என்றாலும், காலப்போக்கில் மோனிபா மன்னித்துவிடுவாள் என்று நினைத்து ஆசுவாசப்படுத்திக்கொண்டார். என்மீது கோபம் இருந்தாலும் மோனிபா ரகசியத்தை வெளியில் சொல்ல மாட்டாள் என்று மலாலா நம்பினார். ஆனால் ஜியாவுதின் அந்த ரகசியத்தைப் போட்டு உடைத்துவிடுவார் என்று யார்தான் எதிர்பார்த்திருக்க முடியும்? பத்திரிகையாளர் ஒருவரிடம் பேசிக் கொண்டிருந்தபோது ஸ்வாட் பள்ளத்தாக்கின் துன்பங்களை ஜியாவுதின் விவரித்துக்கொண்டி ருந்தார். குறிப்பாக குழந்தைகள் எந்த அளவுக்குப் பாதிக்கப்படுகிறார்கள் என்பதைப் பதிவு செய்ய விரும்பிய அவர் தன் மகளை ஓர் உதாரணமாக வைத்துப் படபடப்புடன் பேசத் தொடங்கினார்.

'பாருங்கள், அன்று மலாலா வீட்டுக்குத் திரும்பிக்கொண்டிருந்தபோது, கொன்றுவிடுவேன் என்று பின்னால் இருந்து யாரோ குரல் கொடுத்திருக்கிறார்கள். அலறியடித்துக்கொண்டு ஓடி வந்திருக்கிறாள். பிறகுதான் தெரிந்தது, அந்த நபர் தன் மொபைலில் பேசிக்கொண்டிருந்தார் என்று. இப்படித்தான் குழந்தைகள் அஞ்சி அஞ்சி நடுங்கி இங்கே வாழ்ந்து கொண்டிருக்கிறார்கள்.' அனைவருக்கும் மிகவும் பரிச்சயமாகியிருந்த இந்தச் சம்பவத்தைக் கேட்டவுடன் அந்தப் பத்திரிகையாளர் புன்னகை செய்திருக்கவேண்டும். குல் மகாய் என்னும் பெயருக்கான அவசியம் அதற்குப் பிறகு இல்லாமல் போய்விட்டது.

இலை போன்ற கேடயமும் உதிர்ந்துவிட்டது. இனி மலாலா, மலாலாவே தான். ஒரு பயம் வந்து ஒட்டிக்கொண்டது உண்மைதான் என்றாலும் இதையே ஒரு வாய்ப்பாகப் பயன்படுத்திக்கொண்டு முன்பைவிட அதிகமாக எழுதவும் பேசவும் தொடங்கினார். தொலைக்காட்சிகளுக்குப் பேட்டியளிக்கவும் ஆரம்பித்தார். அதுவரை அமைதியாக இருந்த சுற்றத்தினரும் உறவினர்களும் சிடுசிடுத்தனர். எதற்காக டிவியில் உன் முகத்தைக் காட்டவேண்டும் மலாலா? ஆபத்தை யாராவது விலை கொடுத்து வாங்குவார்களா? வந்ததுதான் வந்தாய், ஒரு முக்காடு போட்டுக் கொண்டால் என்ன குறைந்தா போய்விடுவாய்? அம்மாவுக்கும் உள்ளூர இந்த வருத்தம் இருக்கவே செய்தது என்றாலும் வெளிப்படுத்தவில்லை என்பதால் மலாலா அலட்டிக்கொள்ளவில்லை. அவர் தெளிவாகவே இருந்தார். தவறு இழைப்பவர்கள்தான் தங்கள் முகத்தை மூடிக்கொள்ள வேண்டும். அது தாலிபன்களின் வழக்கம். தாலிபனை எதிர்க்கும் நானும் ஏன் அவர்களைப்போல் முகத்தை மூடிக்கொள்ளவேண்டும்? என்னிடம் மறைப்பதற்கு இனி எதுவும் இல்லை.

பெரிய பெரிய காலடிகளை எடுத்து வைத்து மலாலா அச்சமின்றி முன்னேறிக்கொண்டிருந்தபோதும் விடாப்பிடியான நிழலைப்போல் குழந்தைத்தனமும் அவரை ஒட்டியபடியே பின்தொடர்ந்தது. ஒருமுறை அப்பாவுடன் பெஷாவர் சென்றபோது நியூ யார்க் டைம்ஸ் பத்திரிகை யாளர்கள் இருவர் மலாலாவிடம் உரையாடினர். 'மலாலா, உன்னால் பள்ளிக்கே செல்லமுடியாது என்று வைத்துக்கொள்வோம். உன் பள்ளத் தாக்குக்குத் திரும்பவே முடியாது, நிரந்தமாக உன் வீட்டைவிட்டு நீ வெளியேறியாகவேண்டும் என்னும் நிலை வருகிறது என்று வைத்துக் கொள்வோம். என்ன செய்வாய்?'மலாலா பாய்ந்து வந்து பதிலளித்தார். 'அப்படியெல்லாம் நடக்கவே நடக்காது!' ஆனால் அந்தப் பத்திரிகை யாளர் விடவில்லை. நடக்கும் என்றே வைத்துக்கொள்வோமே! மலாலா யோசித்துப் பார்த்தார். என்ன சொல்வதென்று தெரியவில்லை. தேம்பித் தேம்பி அழ ஆரம்பித்துவிட்டார்.

ஒரு சிறிய நம்பிக்கை வெளிச்சம் பிப்ரவரி 2009ல் பிறந்தது. தாலிபனுக்கும் பாகிஸ்தான் அரசுக்கும் இடையில் ஓர் உடன்படிக்கை கையெழுத் தானது. தாலிபன் தன் தாக்குதல்களை நிறுத்திக் கொள்ளவேண்டும். பதிலுக்கு பாகிஸ்தான் அரசு ஷரியா சட்டங்களை அமல்படுத்தும். இனி மக்களின் வாழ்வும் பழக்கவழக்கங்களும் நடைமுறைகளும் மதப் புத்தகங்களின் வழிகாட்டுதலுடன் அணுகப்படும். குற்றச்செயல்களுக்கு மத விதிகளே தண்டனைகள் அளிக்கும். நீதிபதிகளாக மதவாதிகளே இருப்பார்கள். சிறிய, பெரிய தகராறுகள் தொடங்கி கொலை, கொள்ளை வரை அனைத்தையும் இந்த நீதிபதிகளிடம் மட்டுமே எடுத்துச் செல்ல முடியும். அதாவது, தாலிபன்கள் தாங்கள் விரும்பிய அனைத்தையும் ஷரியா மூலம் செய்து விடமுடியும். தாலிபன்கள் விரும்பாத அனைத்தை யும் ஷரியா தடுத்து நிறுத்தும். இந்த உடன்படிக்கையை ஏற்றுக் கொண்டதன்மூலம் வெளிப்படையாக பாகிஸ்தான் அரசு தன் இயலா மையை ஒப்புக்கொண்டது என்றே சொல்லவேண்டும்.

இதனாலேயே பாகிஸ்தான் அரசுமீது உள்ளிருந்தும் வெளியிலிருந்தும் விமரிசனங்கள் எழுந்தன. ஆனால் மலாலா போன்றவர்களுக்கு இது ஒரு தாற்காலிக நிம்மதியை அளித்ததையும் மறுக்கமுடியாது. ஜனநாயகப் பண்புகள் அழிந்துவருவதைப் பற்றிக் கவலைப்படுவதற்கு இதுவல்ல நேரம். முதலில் மரண பயம் இன்றி உயிர் வாழ்ந்தாகவேண்டும். அதற்கு இந்த உடன்படிக்கை உதவும். 2007 தொடங்கி ஆயிரத்துக்கும் அதிகமானவர்கள் கொல்லப்பட்டுவிட்டனர். இனி இது தொடராது. மேலும், இனி பள்ளிகள் திறக்கலாம் என்றும் உத்தரவாகிவிட்டது. இந்த அளவுக்காவது அனுமதித்தார்களே என்று எடுத்துக்கொள்ள வேண்டியதுதான். முக்காடு இட்டுக்கொண்டுதான் பெண்கள் வெளியில் செல்லவேண்டும் என்னும் ஷரியத் சட்டம் இனி அரசு சட்டமாகவும் பார்க்கப்படும் என்பதால் பள்ளிக்குச் செல்லும்போது மலாலா முக்காடு அணிந்தாகவேண்டும்.

அம்மா ஒருமுறை சந்தைக்குச் செல்லும் வழியில் மாட்டிக்கொண்டார். 'நில், எங்கே உன் புர்கா?' என்று இயந்திரத் துப்பாக்கியுடன் ஒரு தாலிபன் வழிமறித்தபோது அம்மாவுக்கு வார்த்தைகளே வரவில்லை. 'நாளை முதல் அவசியம் அணிந்துவருகிறேன்' என்று தடுமாறி, பயத்துடன் வீடு வந்து சேர்ந்தார். அரசாங்கம் பாகிஸ்தானின் கதவைப் பூட்டி சாவியைத் தாலிபனிடம் ஒப்படைத்துவிட்டதா? இப்போது நாம் அதிகாரப் பூர்வமாக தாலிபனின் அரசாங்கத்தின் கீழ் வாழ்ந்துகொண்டிருக்கிறோமா?

ஜியாவுதினின் மொபைலில் கண்ட ஒரு வீடியோ மலாலாவின் இந்தச் சந்தேகத்தைத் தீர்த்து வைத்தது. ஒரு சிறிய பெண். சிவப்பு ஆடை, வெள்ளை புர்கா. மிஞ்சிப் போனால் தன்னைவிட ஐந்து அல்லது ஆறு

ஆண்டுகள் மூத்தவளாக இருப்பார் என்று நினைத்துக்கொண்டார் மலாலா. சிலர் அவருடைய கைகளைப் பிடித்து கீழே படுக்க வைத்தனர். ஒருவன் சவுக்கை எடுத்துக் கொடுக்க, இன்னொருவன் அடிக்கத் தொடங்குகிறான். அந்தப் பெண் வீறிட்டு அலறுகிறார். அருகில் இருந்த வேறு சிலர் உதவிக்கு வருகிறார்கள். எழுந்து ஓடாதவாறு அந்தப் பெண்ணை மேலும் அழுத்தமாக அவர்கள் பிடித்துக் கொள்கின்றனர். பளீர், பளீரென்று பாய்ந்த சவுக்கடி சில விநாடிகள் அமைதி காக்கின்றன. அந்தப் பெண் முனகலுடன் அசைகிறார். விருட்டென்று மீண்டும் பாய்கிறது சவுக்கு. உயிரை உலுக்கும்படி அந்தப் பெண் சத்தம் போட்டுக் கத்துகிறார். 'அல்லாவின் பெயரால் நான் இறந்துகொண்டி ருக்கிறேன்!'

கறுப்பு முக்காடு அணிந்த ஒரு தாலிபன் திரையில் தோன்றுகிறான். 'வீட்டிலிருந்து கதவைத் திறந்து வெளியில் வந்தபோது நீங்கள் சற்று முன் பார்த்த இந்தப் பெண்ணுடன் ஒரு ஆடவன் இருந்திருக்கிறான். மன்னிக்கவே முடியாத பெரும் குற்றம். சில எல்லைகளை மீறவே கூடாது!' திரை இருளடைகிறது. மலாலாவின் உள்ளத்தில் நிரந்தரமாக ஒட்டிக்கொண்டது இந்தக் காட்சி.

சில தினங்களில் மிங்கோரா கிராமத்தில் பரபரப்பு தொற்றிக்கொண்டது. டிஎன்எஸ்எம் தலைவர் சூஃபி முகமது மிங்கோராவில் உரையாற்று கிறார் என்னும் செய்தி வந்தது. அரசாங்கத்துக்கும் தாலிபனுக்கும் இடையில் பாலமாகச் செயல்பட்டு அமைதி ஒப்பந்தத்தைக் கொண்டு வந்தவர் இவர். அவர் வார்த்தைக்கு தாலிபன்கள் செவிகொடுப்பார்கள் என்பதால் அவரால் நிச்சயம் நிலைமையை மாற்றமுடியும் என்னும் நம்பிக்கையுடன் மக்கள் இந்நிகழ்வை நம்பிக்கையுடன் எதிர்நோக்க ஆரம்பித்தனர். 20 ஏப்ரல் 2009. கிட்டத்தட்ட 40,000 பேர் திரண்டு வந்திருந்தனர். மலாலா தன் வீட்டுக் கதவு வழியாக வேடிக்கை பார்த்துக்கொண்டிருந்தார். பக்கத்தில் உள்ள ஒரு வீட்டின் மாடிமீது ஏறி அங்கிருந்து உரையைக் கேட்க முடிவு செய்திருந்தார் ஜியாவுதின்.

தாலிபன்களும் அந்த நிகழ்ச்சியைச் சிறப்பிக்க வந்திருந்தனர். அதுவும் சாதாரணமாகவா? ராணுவ அணிவகுப்பில் கலந்துகொள்வதைப்போல் வெற்றி முழக்கங்கள் இட்டபடி, பாடல்கள் இசைத்தபடி, அவர்களில் சிலர் வாய்விட்டு பாடியபடி நடந்துசென்றனர். ஆயிரக்கணக்கான தாலிபன்கள் சத்தமிட்டபடி ஒரு வரிசையில் நடந்து செல்வதைப் பார்த்தபோது அந்தக் கிராமமே தன்னிச்சையாக ஒருமுறை நடுங்கியது.

சூஃபி முகமது உரையாற்றத் தொடங்கினார். தொடங்கிய சில நிமிடங்களில் மக்கள் தாங்கள் ஏமாற்றப்பட்டுவிட்டதை உணர்ந்தனர். தாலிபன் கள் தங்களைக் கட்டுப்படுத்திக் கொள்ளவேண்டும் என்று அவர்

கேட்டுக் கொள்ளவில்லை. அரசாங்கத்துடன் இணங்கிப் போகுமாறும் அவர் சொல்லவில்லை. மாறாக, மேலும் சண்டையிடுமாறு அவர் தாலிபன்களை விண்ணப்பித்துக்கொண்டார். ஜனநாயகம் போலியானது என்றார். அது இஸ்லாத்துக்கு எதிரானது என்றார். போரிடுவது மட்டுமே இப்போதைய தேவை என்று அவர் முடித்துக்கொண்டார்.

தாலிபன்கள் களிப்புடன் குரலை உயர்த்தி ஆரவாரித்தபோது மிங்கோரா கிராமத்தினர் பலர் முடிவு செய்துவிட்டனர். ஜியாவுதினும் அந்த முடிவுக்கே வந்திருந்தார். அந்த நியூ யார்க் டைம்ஸ் பத்திரிகையாளரின் கேள்வி மலாலாவின் முன்னால் வந்து நின்றுகொண்டது. 'மலாலா, உன்னால் பள்ளத்தாக்குக்குத் திரும்பவே முடியாது, நிரந்தமாக உன் வீட்டைவிட்டு நீ வெளியேறியாகவேண்டும் என்றும் நிலை வருகிறது என்று வைத்துக்கொள்வோம். என்ன செய்வாய்?'

# 11

## இங்கு தேவைகள் புறக்கணிக்கப்படும்!

உடலும் உள்ளமும் தாக்கப்படும்போது பெரும்பாலான மனிதர்கள் உடைந்து சிதறிப்போகிறார்கள். ஆனால் விட்டு ஓடிவிடுவதில்லை. தாலிபனுக்கும் பாகிஸ்தான் ராணுவத்துக்கும் இடையில் சிக்கித் திணறிக்கொண்டிருந்தபோதும் மிங்கோரா கிராமத்தினர் அவ்வளவு சீக்கிரம் அங்கிருந்து குடிபெயர்ந்துவிடவில்லை. எல்லாவற்றையும் விட்டுவிட்டு ஓடிவிடவேண்டும் என்று அவர்களுக்குத் தோன்றவில்லை. இப்போதும் பலரை ஆச்சரியப்படுத்தும் விஷயம் இது. காஷ்மிர், காஸா முனை, பாக்தாத், டமாஸ்கஸ் போன்ற போர்ப் பிரதேசங்களில் எப்படி மக்கள் வாழ்கிறார்கள்? அதைவிட முக்கியம், ஏன் அங்கே வாழ்கிறார்கள்? அங்குள்ள குழந்தைகள் எப்படிப் பள்ளிக்குச் செல்கின்றன? அன்றாட வாழ்வுக்கான தேவைகளைக் குடும்பங்கள் எப்படிப் பூர்த்தி செய்துகொள்கின்றன? எப்படிப் பணம் ஈட்டுகிறார்கள்? எப்படிச் சேமிக்கிறார்கள்? மரணத்தின் நிழலில் தினம் தினம் படுத்து உறங்கி கண்விழிக்கமுடியுமா? அனைத்தையும் உதறித் தள்ளிவிட்டு வேறிடம் நோக்கி செல்லவிடாமல் எது அவர்களைத் தடுக்கிறது? அல்லது, எது அவர்களை அவர்கள் இடத்தோடு சேர்த்துப் பிணைத்து வைக்கிறது?

ஒரே வார்த்தையில் சொல்லவேண்டுமானால் வீடு. நான்கு பக்கமும் தடுக்கப்பட்டு, தலைக்கு மேல் கூரை கொண்டிருக்கும் கட்டடம் மட்டும் அல்ல அது. வீடு என்பது ஓர் உணர்வு. வீடு என்றால் தங்கியிருப்பது, சார்ந்திருப்பது, உறவுகொண்டிருப்பது. இந்த உணர்வைத் துண்டித்துக்கொண்டு வெளியேறவேண்டுமானால் அந்த உணர்வைக் காட்டிலும் வலிமையான மற்றோர் உணர்வு உங்களைத் தாக்கவேண்டும். வீட்டோடு நீங்கள் கொண்டிருக்கும் பிடிப்பு நெகிழ்ந்து விழவேண்டும்.

மரண பயத்தைக் காட்டிலும் வலி தரும் அத்தகைய உணர்வு மிங்கோராவைத் தாக்கியபோது மக்கள் தளர்ந்துபோனார்கள். இனியும் தங்கியிருந் தால் நீ மட்டுமல்ல, உன் குழந்தைகள், உன் சொந்தங்கள், உன் வீடு, உன் இருப்பு அனைத்தும் அழிக்கப்பட்டுவிடும் என்னும் நிலை எழுந்த போது ஒவ்வொருவராக வீட்டைவிட்டு வெளியேறத் தொடங்கினார் கள். வீடு, நிலம், நாடு, உடல் எதுவும் நம்முடையதல்ல என்னும் புரிதல் அவர்களை உந்தி வெளியே தள்ளியது. நூற்றுக் கணக்கில், ஆயிரக் கணக்கில், லட்சக்கணக்கில் மக்கள் வெளியேறத் தொடங்கினார்கள். மிங்கோரா கிராமமே திடீரென்று கால்கள் பெற்று எழுந்து நடந்து வெளியேறிவிட்டதைப் போன்ற உணர்வு அது.

அவசியமானதை மட்டும் எடுத்துக்கொள் என்று அம்மா கண்டிப்பாக உத்தரவு போட்டுவிட்டதால் மலாலாவுக்கு எதை எடுப்பது, எதை விட்டுச்செல்வது என்னும் குழப்பம் ஏற்பட்டுவிட்டது. நானாவது பரவாயில்லை, ஐந்து வயது அடல் என்னைவிட மோசம் என்று நினைத்துக்கொண்டார். அடல் அம்மாவுடன் மாபெரும் விவாதத்தில் ஈடுபட்டுக்கொண்டிருந்தான். அம்மா எனக்கு கோழிக்குஞ்சுகள் அவசியம் என்று தோன்றுகிறது. ஏன் அவற்றை நான் கொண்டுவரக் கூடாது? அம்மா விளக்கினார். 'நாம் போகப்போவது நண்பர் ஒருவரின் காரில். அதில் நமக்கே இடம் இருக்காது.' அடல், அம்மா பின்னாலேயே அழுதபடி ஓடிக்கொண்டிருந்தான். 'நான் வேண்டு மானால் ஒரு துணியைப் போர்த்திக் கொண்டு வரட்டுமா? அது என்ன செய்தாலும் கார் பாழாகாது அல்லவா?'

மலாலாவும்கூட நோட்டுப் புத்தகங்கங்களை விட்டுப் பிரியவேண்டி யிருந்தது. அவசர அவசரமாகச் சில ஆடைகளை மட்டும் அள்ளிப் போட்டுக்கொண்டு வீட்டைவிட்டு வெளியேறினார். ஷங்லாவில் உள்ள உறவினரின் வீட்டுக்கு இப்போது அவர்கள் சென்றுகொண்டிருந் தார்கள். அப்பா தன்னுடன் ஷங்லா வரப்போவதில்லை என்று மலாலாவுக்குத் தெரியும். மர்தான் என்னும் பகுதிவரை அவர் உடன் வருவார். பிறகு பெஷாவர் செல்வதாகத் திட்டம். 'கவலைப்படாதே மலாலா. எனக்கு ஒன்றும் ஆகாது. அங்கிருப்பவர்களிடம் நான் பேசியாகவேண்டும். இங்கு என்ன நடக்கிறது என்பதை மற்றவர் களுக்குத் தெரிவிக்கவேண்டும்.'

அப்பா என்ன சொல்ல வருகிறார் என்பதை மலாலாவால் புரிந்து கொள்ள முடிந்தது என்றாலும் அவரை விட்டு விலக மனமில்லை. பள்ளத்தாக்கில் அமைதி திரும்பும்வரை அப்பாவால் இனி நான்கு சுவர்களுக்குள் தங்கியிருக்கமுடியாது. என்னுடைய அப்பா என்பது மாறி இப்போது அவர் ஒரு பொது மனிதராக உருவெடுத்திருந்தார். வீட்டைக் கடந்து சிந்திப்பவராக, வீட்டு மனிதர்கள் தாண்டி மற்றவர்

களுக்காகவும் கவலைப்படுபவராக, அவர்களுடைய நலன்கள்மீது அக்கறை காட்டுபவராக அவர் வளர்ந்துவிட்டார். மலாலா தன் கண்களால் சிறுகச் சிறுகக் கண்ட, உணர்ந்துகொண்ட வளர்ச்சி இது.

வீதிகள் சுவாசிக்கமுடியாமல் திணறிக்கொண்டிருந்தன. திரும்பும் பக்கமெல்லாம் மக்கள் நடந்தும், கிடைக்கும் வண்டியில் தொற்றிக் கொண்டும் வேகவேகமாக விரைந்துகொண்டிருந்தார்கள். இரண்டு சக்கர வாகனங்களில் நான்கு பேர் மூட்டை முடிச்சுகளுடன் சென்று கொண்டிருந்ததை மலாலா கண்டார். கார் பயணம் சோர்வு சேர்க்கக் கூடியதாக இருந்தது. ஊர்ந்து, ஊர்ந்து, திணறித்திணறித்தான் நகர முடிந்தது.

மர்தான் பகுதிக்குள் நுழையும்போது அவர்கள் தங்கள் கடந்தகாலத்தை முற்றிலுமாகத் துண்டித்துக்கொள்ள வேண்டியிருந்தது. தங்கள் அடையாளத்தைத் தாற்காலிகமாகக் கைவிடவும் வேண்டியிருந்தது. நீ யார் என்று கேட்கப்பட்டபோது, நான் ஒரு பஷ்டூன் என்று பெருமிதமாக அவர்களால் அறிமுகப்படுத்திக்கொள்ள முடியவில்லை. ஒரு புதிய அந்நியப் பெயரை இப்போது அவர்கள் பெற்றிருந்தார்கள். அந்தப் பெயரை உச்சரித்தால்தான், அதுவும் பவ்யமாக உச்சரித்தால் மட்டுமே நுழைவதற்கு அனுமதி கிடைக்கும். கிடைக்காமலும் போகலாம் என்பதால் குரலைத் தாழ்த்தி, முதுகை வளைத்து அவர்கள் தங்களது புதிய அடையாளத்தை வெளிப்படுத்தினார்கள். 'ஐயா, நாங்கள் இடம் பெயர்ந்தவர்கள். தயவு செய்து எங்களை மர்தானுக்குள் அனுமதியுங்கள்!' வீட்டைத் துறப்பவர்கள் ஒரு சிறிய பூகோள துண்டை மட்டும் துறப்பதில்லை, சுயமரியாதையையும் துறக்கிறார்கள் என்பதற்கு இது ஒரு சான்று மட்டுமே.

இடம்பெயர்ந்த (இண்டர்னலி டிஸ்ப்ளேஸ்ட்) மக்கள் யார் என்பதை ஐக்கிய நாடுகள் மனித உரிமை ஆணையம் விரிவாக வரையறுத்துள்ளது. மோதல்கள் நடைபெறும் இடத்தைவிட்டு வெளியேறும் இடம்பெயர்ந்தவர்கள் சர்வதேச எல்லைக் கோட்டைக் கடப்பதில்லை. அவர்கள் தங்கள் நாட்டுக்குள்ளேயே வேறு பகுதிகளுக்குப் பெயர்ந்து செல்கிறார்கள். அதே காரணத்தால் அவர்கள் நிராதரவற்றவர்களாக, அதிகம் பாதிப்புக்கு உள்ளாகக்கூடியவர்களாக இருக்கிறார்கள். அகதிகளுக்கு உள்ள அதே பயங்கள்தான் இவர்களுக்கும் இருக்கும். அகதிகளைப் போலவே இவர்களும் உயிரைக் கையில் பிடித்தபடி ஓடிவந்தவர்கள்தாம். ஆனால், குடிபெயர்ந்தவர்களுக்கு அவர்களுடைய சொந்த நாடுதான் அடைக்கலம் தரவேண்டும். அகதிகளைப் பொதுவாக அவர்களுடைய அரசாங்கங்கள் கைவிட்டுவிடும். அரசாங்கத்தின் செயல்கள் காரணமாக இடம்பெயர்ந்தவர்களையும்கூட பராமரிக்கவேண்டிய கடமை அரசாங்கத்துக்கு உள்ளது. அவர்கள் நாட்டின் குடிமக்கள்தான்

என்பதால் அனைத்து உரிமைகளையும் அவர்கள் கொண்டிருப்பார்கள். இந்த உரிமைகள் மீறப்படாதவாறு கவனித்துக்கொள்வது ஐநா மனித உரிமை ஆணையத்தின் கடமைகளில் ஒன்று. 2011ம் ஆண்டு கணக்கெடுப்பின்படி இடம்பெயர்ந்தவர்களின் எண்ணிக்கை உலகம் முழுக்க கிட்டத்தட்ட 26.4 மில்லியன்.

மர்தானில் ஐநா மனித உரிமை ஆணையத்தின் கூடாரங்கள் அங்கே அமைக்கப்பட்டிருந்ததை மலாலா கண்டார். ஸ்வாட் பள்ளத்தாக்கில் இருந்து வந்து குவிந்துகொண்டிருந்த பலரும் அந்தக் கூடாரங்களில் இடம் கிடைக்குமா என்று தேடிக்கொண்டிருந்தனர். தாலிபன்களில் சிலர் இங்கே ரகசியமாகத் தங்கியிருக்கின்றனர் என்றொரு வதந்தியும் அங்கே உலவியது. அடிப்படை வசதிகள் அற்று, பலர் கூட்டமாகக் குவிந்திருந்தால் காலரா உள்பட பல நோய்கள் பரவிவந்ததாகவும் பேசிக்கொண்டனர். மர்தான், சுவாபி போன்ற இடங்களில் உள்ள மக்கள் பெருந்தன்மையுடன் பலரை தங்கள் இருப்பிடங்களுக்கு அழைத்துச் சென்று தங்க வைத்து உணவு வழங்கிய செய்திகளும் கிடைத்தன. நம்பிக்கை பொய்க்கும் இடங்களில்தான் நம்பிக்கை பூக்கவும் செய்கின்றன போலும்.

அப்பா விடைபெற்றுக்கொண்டார். மலாலாவும் அவருடைய குடும்பத்தினரும் தங்கள் பயணத்தைத் தொடர்ந்தனர். அபோட்டாபாட், பேஷாம் ஆகிய இடங்களைக் கடந்து இருபத்தைந்து கிலோ மீட்டர் கால்நடையாக நடந்து இறுதியாக ஷங்லாவை வந்தடைந்தபோது உடல், உள்ளம் இரண்டும் சோர்ந்திருந்தன. அம்மாவின் உறவினர்கள் தங்கியிருந்த கர்ஷாத் என்னும் கிராமத்தைச் சென்று அடைந்தபோது தான் சற்று நிம்மதி பிறந்தது.

ஒரு சில தினங்களில் புது இடம் பழகிவிட்டது. தன்னைவிட ஒரு வயது மூத்தவரான சும்புல் என்பவருடன் கரம் கோத்துக்கொண்டார் மலாலா. அவருடைய ஆடைகளைக் கடன் வாங்கி அணிந்துகொண்டார். (அவசரத்தில் அள்ளிப்போட்டுக்கொண்டு வந்திருந்த உடைகள் பொருத்தமற்று இருந்தன). சும்புலுடன் இணைந்து அவருடைய பள்ளிக்கே செல்லவும் தொடங்கினார் மலாலா. ஆறாவது வகுப்பில் படித்து வந்த மலாலா சும்புலின் வகுப்பில் இணைந்துகொண்டதால் ஏழாம் வகுப்புக்குத் தாவி முன்னேறிச் சென்றுவிட்டார்.

புதிய வகுப்பறை தொடக்கம் முதலே மலாலாவை ஆச்சரியத்துடன் தான் பார்த்தது. முதல் காரணம் மலாலா அச்சமின்றி பேசிச் சிரித்து கொண்டிருந்தது. கிராமப்புறத்தைச் சேர்ந்த பிற மாணவிகளுக்கு அது புதிதாக இருந்தது. ஆசிரியரிடம் கூட பயப்படாமல் பதிலுக்குப் பதில் பேசிக்கொண்டிருக்கிறாளே இந்தப் பெண்! இரண்டாவது காரணம்,

முகத்தை மறைத்துக்கொள்ளாமல் வகுப்பறைக்கு வருவது, போவது. இதுவும் அவர்களுக்குப் புதிது. கவிதை வாசிப்பது, பாடப் புத்தகங்களில் இருந்து பத்திகள் படித்துக் காட்டுவது என்று எல்லா வற்றிலும் மலாலா அவர்களுக்குத் தனித்து தெரிந்திருக்கவேண்டும். ஒருநாள், கதை சொல்லட்டுமா என்று கேட்டு, வகுப்பறையில் தன்னுடைய பெயருக்குப் பின்னால் உள்ள கதையை உணர்ச்சிபூர்வமாக விவரிக்கத் தொடங்கிவிட்டார். ‘அப்படியொரு துணிச்சலான பெண்ணை நீங்கள் யாருமே பார்த்திருக்கமாட்டீர்கள்! பிரிட்டிஷ் காரர்களே அவரைப் பார்த்து பயப்பட்டார்கள் தெரியுமா?’ பள்ளிக்குத் தாமதமாக வந்து நீட்டு கையை என்று அதட்டப்பட்டபோது, நடுக்கத்துடன் கை நீட்டி அடிவாங்கிக்கொண்டபோது, மலாலா மீதான அவர்களுடைய பிரமிப்பு கலைந்திருக்கக்கூடும். நம்மைப்போன்றவள் தான் இவளும் என்னும் நம்பிக்கையும் கூடவே பிறந்திருக்க வாய்ப்புண்டு.

இதற்கிடையில் மிங்கோரா பற்றிய செய்திகள் தொடர்ச்சியாக வெளி வந்துகொண்டிருந்தன. ஹெலிகாப்டரிலும் பாராசூட்டிலும் வீரர்கள் மிங்கோராவில் இறங்கியிருப்பதாகவும் தாலிபன்களுடன் போர் தொடுத்துக்கொண்டிருப்பதாகவும் சொல்லப்பட்டது. தாலிபன்கள் தோல்வியடைந்துகொண்டிருக்கிறார்கள், பாகிஸ்தான் ராணுவம் வெற்றி பெற்றுக்கொண்டிருக்கிறது என்று அறிவிக்கப்பட்டபோது மலாலா மகிழ்ந்துபோனார். கிரீன் சவுக் என்னும் பகுதியில் தாலிபன்கள் தாங்கள் கொன்ற நபர்களின் தலைகளைக் காட்சிக்கு வைத்திருப்பதாக யாரோ சொன்னார்கள். பயப்பட வேண்டாம், அந்த இடத்தை இப்போது ராணுவம் கைப்பற்றிவிட்டது என்று மறுநாளே மற்றொருவர் சொன் னார். நான்கு தினங்கள் கழித்து, அதிகாரபூர்வமான தகவல் கிடைத்தது. தாலிபன்கள் முறியடிக்கப்பட்டுவிட்டனர். மிங்கோரா ராணுவத்தின் கட்டுப்பாட்டுக்கு வந்து சேர்ந்தாகிவிட்டது.

ஆறு வாரங்களுக்குப் பிறகு அப்பாவிடம் இருந்து அழைப்பு வந்தது. ஷங்லாவுக்கு விடைகொடுத்துவிட்டு மலாலாவின் குடும்பம் பெஷாவர் புறப்பட்டுச் சென்றது. பெரிய இடைவெளிக்குப் பிறகு அப்பாவுடன் இணைந்துகொண்டதில் மலாலாவுக்கு அளவுகடந்த குதூகலம். குடும்பத்துக்கே அது ஓர் உணர்ச்சிபூர்வமான மறு இணைப்பாக அமைந்துவிட்டது. அனைவரும் இஸ்லாமாபாத் செல்வதற்கு ஜியாவுதின் ஏற்பாடு செய்திருந்தார். வீடு திரும்புவதைக் காட்டிலும் முக்கியமான வேறு பணிகள் அவருக்கு இருந்தன. பாகிஸ்தான் மற்றும் ஆப்கனிஸ்தானுக்கான அமெரிக்கத் தூதர் ரிச்சர்ட் ஹால்புரூக் அப்போது இஸ்லாமாபாத்தில்தான் இருந்தார். அருகிலுள்ள ஒரு ஹோட்டலில் நடைபெறும் சந்திப்பு ஒன்றில்

கலந்துகொள்வதற்காக அவர் வந்திருந் தார். இந்த வாய்ப்பைப் பயன்படுத்தி அவரைச் சந்தித்து சிலவார்த்தை கள் பேசிவிட முயன்றார் ஜியாவுதின். தன் மகளையும் உடன் அழைத்துச் செல்ல அவர் முடிவு செய்திருந்தார். பள்ளிக்கூடத்துக்கு வெளியில் விரிந்துகிடக்கும் உலகை அவர் படிக்கவேண்டாமா? மேலும், ஏற்கெனவே பிரபலமாகிவிட்ட மலாலாவும் இப்போது ஒரு சமூகப் பிரஜையாக அல்லவா மாறிக் கொண்டிருக்கிறார்!

ரேடியோ, தொலைக்காட்சி, பிபிசி, இணையம், அச்சு இதழ் என்று ஊடகத்தின் பல அம்சங்களை மலாலா இப்போது அறிந்து வைத்திருந் ததால் அமெரிக்கத் தூதரைச் சந்திப்பதில் அவருக்குத் தயக்கமோ அச்சமோ இருக்கவில்லை. அடித்துப் பிடித்து ஹோட்டலுக்குள் நுழைந்தபோது சந்திப்பு ஆரம்பமாகியிருந்தது. ஹால்புரூக் அங்கே பிரபலமானவராக இருந்தார். போஸ்னியாவில் அமைதியைக் கொண்டு வந்தவர் அவர்தான்; பாகிஸ்தானிலும் அவர் நினைத்தால் அமைதியை ஏற்படுத்தமுடியும் என்று அங்கிருந்தவர்கள் நம்பிக்கையுடன் பேசிக் கொண்டனர். அமெரிக்க அதிபர் பராக் ஒபாமாவால் ஜனவரி 2009ல் ஹால்புரூக் ஆப்கனிஸ்தானுக்கும் பாகிஸ்தானுக்கும் சிறப்புத் தூதராக நியமிக்கப்பட்டு, அனுப்பிவைக்கப்பட்டார்.

ஆப்கனிஸ்தானில் போதைப் பொருட்கள் போக்குவரத்து அதிகரித்துள்ளது; உடனடியாகத் தலையிட்டுஅதைத் தடுத்து நிறுத்த வேண்டும் என்று இவர் கேட்டுக்கொண்டார். பாரம்பரிய விவசாயப் பணிகளில் ஆப்கன் மக்களை ஈடுபடுத்தினால் அவர்கள் போதை மருந்துகளிடம் இருந்து விலகியிருப்பார்கள், பொருளாதார வளர்ச்சியும் ஏற்படும் என்பது இவர் நம்பிக்கை. பாகிஸ்தானின் பன்முகப் பிரச்னையின் ஆழத்தை அவர் எப்படிப் புரிந்துகொண்டார், எத்தகை தீர்வுகளை அந்நாட்டுக்கு அவர் வைத்திருந்தார் என்பது தெரியவில்லை. ஒன்று மட்டும் உறுதி. தனிப்பட்ட முறையில் இந்தப் பணியை அவர் விரும்பி ஏற்றுக்கொண்டார் என்று சொல்லமுடியாது.

அன்றும் பாகிஸ்தானின் பிரச்னைகளை விவாதிப்பதற்காகதான் அவர் வந்திருந்தார். அவருக்கு மிக அருகில் அமர்ந்துகொள்ளும் வாய்ப்பு மலாலாவுக்குக் கிடைத்தது. மலாலாவைப் பார்த்ததும் அவர் புன்னகை செய்தார்.

‘உன் வயது என்ன?’

‘பன்னிரண்டு.’ மலாலா நிமிர்ந்து உட்கார்ந்துகொண்டார். இன்னும் கொஞ்சம் கம்பீரமாக நிமிர்ந்து உட்கார்ந்தால் உயரத்தை அதிகப்படுத்தி காட்டலாம் என்று அவர் எண்ணியிருக்கவேண்டும். ஓ என்றபடி

ஹால்புருக் தன் பார்வையை விலக்கிக்கொள்ள முயன்றபோது மலாலா வாய் திறந்தார்.

‘மதிப்புக்குரிய அம்பாஸிடர் அவர்களே, உங்களிடம் ஒன்று கேட்க வேண்டும். தயவுசெய்து எங்களைப் போன்ற பெண் குழந்தைகளுக்குக் கல்வி கிடைக்க ஏற்பாடு செய்யுங்கள்.’

ஹால்புருக் சட்டென்று சிரித்துவிட்டார். ‘ஏற்கெனவே உங்கள் நாட்டில் ஏகப்பட்ட பிரச்னைகள் உள்ளன. உங்களுக்காக நாங்கள் ஏகப்பட்டதைச் செய்துகொண்டிருக்கிறோம். பொருளாதார உதவியாக மட்டும் பல பில்லியன் டாலர் ஒதுக்கியிருக்கிறோம். உங்கள் அரசாங் கத்துடன் சேர்ந்து மின்சாரம், எரிவாயு என்று ஏகப்பட்ட வசதிகளை அளிப்பது பற்றி விவாதித்துக்கொண்டிருக்கிறோம்.’

அவர் சொல்லவந்தது என்ன என்பது மலாலாவுக்குத் தெளிவாகப் புரிந்தது. சிறுமியே, என்னுடைய பட்டியலில் பெண் குழந்தைகளின் கல்வி என்பது இப்போதைக்கு இல்லை. அதைவிட முக்கியமான வேறு பல பணிகள் உள்ளன. உங்கள் பிரச்னைகள் எல்லாவற்றையும் தீர்த்து வைப்பது என் வேலையல்ல.

உண்மைதான். ஒருவருக்கு முக்கியமாகப் படுவது இன்னொருவருக்கு அவ்வாறு படுவதில்லை. எனக்கு நோட்டுப் புத்தகங்கள் முக்கியம். ஆனால் அவற்றையெல்லாம் என்னால் கொண்டுவரமுடியவில்லை. அம்மாவுக்கு விரிசல் கண்ட பீங்கான் தட்டுகள் தொடங்கி வீட்டில் உள்ள பொருள்கள் எல்லாமே முக்கியம். அடலுக்கு கோழிக்குஞ்சு. கார் பாழாகிவிடும் என்று நீங்கள் பயந்தால் துணி சுற்றிக்கொண்டு வருகிறேனே அம்மா என்றுகூட கேட்டுப் பார்த்துவிட்டான். கிடைத்துவிட்டதா என்ன?

# 12

## நிரந்தரப் போர், தாற்காலிக அமைதி

கவலைப்படவேண்டாம், தாலிபன்கள் ஒழிக்கப்பட்டுவிட்டனர்! வெளியேறிச் சென்றவர்கள் அனைவரும் இனி பத்திரமாகத் திரும்பி வரலாம் என்று பாகிஸ்தான் அரசு அதிகாரபூர்வமாக அறிவித்து ஒரு வாரம் கழிந்த பிறகே மெல்ல மெல்ல ஸ்வாட் பள்ளத்தாக்கு உயிர் பெற்று எழுந்தது. 24 ஜூலை 2009 அன்று மலாலாவும் அவருடைய குடும்பத்தினரும் மூன்று மாதப் பிரிவுக்குப் பிறகு தங்கள் வீட்டை நோக்கி முன்னேறிக்கொண்டிருந்தனர். நம்மைப் போலவே அனைவரும் பாதுகாப்பாகத் திரும்பி வருவார்களா? ஒருவருக்கும் தெரியாது. முதலில் வீட்டைக் கண்டுபிடிக்கவேண்டும். பிறகு நண்பர்களைத் தேடவேண்டும். பிறகு, பள்ளிக்கூடம். அதற்குப் பிறகு, தோட்டம் இருக்கிறதா என்று பார்க்கவேண்டும். பூத்துக்குலுங்கிய மலர்ச் செடிகள் மிதிபட்டிருக்குமா? மரங்களில் குண்டுகள் பாய்ந்திருக்குமா? மனிதர்களைப்போல் இயற்கையை இடமாற்றம் செய்யமுடிந்தால் எவ்வளவு நன்றாக இருக்கும்? ஆனால் அது சாத்தியமாகும் என்று தோன்றவில்லை. பிடுங்கிச் சென்று வேறோரிடத்தில் நட்டால் அந்தச் செடி மீண்டும் பழையபடி பூத்துக்குலுங்கும் என்று யாரும் உத்தரவாதம் தரமுடியாது. எத்தனைமுறை பறித்து வீசினாலும், எவ்வளவுதான் சிதறடித்தாலும், வந்து விழும் இடத்தில் அவசர அவரசமாக வேர் கொண்டு, விடாப்பிடியாக உயிர்த்திருக்க செடிகளும் மரங்களும் என்ன மனிதர்களா?

நடந்துகொண்டிருந்த அப்பாவின் கண்கள் கலங்கியிருந்ததைக் கண்டதும் பார்வையைத் திருப்பிக்கொண்டார் மலாலா. சிலருடைய வீடுகளில் சில கற்கள் மட்டுமே எஞ்சியிருந்தன. இன்னும் சில வீடுகள் தூசியாகிப் பறந்து காற்றோடு கலந்துவிட்டிருந்தன. தன் வீட்டைக் கண்டதும்

கன்றுக்குட்டியைப்போல் தாவிகுதித்து உள்ளே ஓடினார் மலாலா. நிதானமான அப்பாவும்கூட பரபரப்புடன் தான் விட்டுச் சென்றதைக் காண விரைந்தார். அம்மாவுக்கு அவருடைய பொருள்கள். தன் புத்தகப் பையைப் பாய்ந்து எடுத்து முத்தமிட்டுவிட்டு திறந்து பார்த்தார். முழு திருப்தியில்லை. ஒவ்வொரு புத்தகமாக எடுத்து சரிபார்த்தபிறகே மூச்சுவிட முடிந்தது. அம்மா, அப்பாவின் உடைமைகள் அனைத்தும் போட்டது போட்ட இடத்தில் இருந்தன. பாவம், அடல். எல்லோரும் வீட்டுக்குள் ஓடும்போது தோட்டத்துக்கு ஓடிச்சென்றது அவன் மட்டும் தான். உடனே அழவும் ஆரம்பித்துவிட்டான். அவனுடைய செல்லக் கோழிக்குஞ்சுகள் இறந்து, காய்ந்து, பஞ்சு துகள்களாக மாறிப் போயிருந்தன.

அருகில், எதிரில் சில கட்டடங்கள் சாய்ந்திருந்தபோதும் பள்ளிக்கூடம் அப்படியே இருந்தது ஆச்சரியம். ஜியாவுதினும் மலாலாவும் உள்ளே சென்று பார்வையிட்டனர். சுவற்றில் இருந்த ஓட்டைகள்தான் மலாலாவின் கண்களுக்கு முதலில் தெரிந்தன. குண்டுகள் பாய்ந்ததால் ஏற்பட்ட ஓட்டை என்பது சொல்லாமலேயே விளங்கியது. அப்படி யானால் இந்தப் பள்ளிக்கூடத்துக்கு உள்ளே ஆயுதங்கள் நுழைந்திருக் கின்றன. இங்கிருந்தபடி சுட்டிருக்கிறார்கள். அந்தக் குண்டுகள் யார் மீதாவது பாய்ந்திருக்குமா? யார் உயிரையாவது குடித்திருக்குமா? அமைதியான பள்ளிக்கூடமும்கூட போரின் ஒரு பகுதியாக, கொலைக் கருவியாக மாற்றப்பட்டுவிட்டது மலாலாவுக்கு வருத்தத்தை ஏற்படுத்தியது.

பலகையில் சில வாசகங்கள் எழுதப்பட்டிருந்தன. நெருங்கிச் சென்று வாசித்துப் பார்த்தார். வாழ்க பாகிஸ்தான், வாழ்க ராணுவத்தின் வீரம் என்றெல்லாம் புகழ் வாசகங்கள் கிறுக்கப்பட்டிருந்தன. ஓ, அப்படி யானால் இந்தப் பள்ளிக்கூடத்தைப் பயன்படுத்திக்கொண்டவர்கள் ராணுவத்தினரா? சில நோட்டுப் புத்தகங்களில் அவர்கள் காதல் கவிதை கள்கூட கிறுக்கி வைத்திருந்தார்கள். தரை முழுக்க கால் தடங்கள். குண்டுகள். குப்பைகள். அழிவு இங்கிருந்து தொடங்கியதா, அல்லது இங்கிருந்து முடித்துவைக்கப்பட்டதா?

ஜியாவுதின் குனிந்து ஒரு கடிதத்தைக் கண்டெடுத்தார். ஒரு பாகிஸ் தானிய வீரனின் மொட்டைக் கடுதாசி அது. நடந்த அனைத்துக்கும் ஸ்வாட் மக்களை அவன் குற்றம்சாட்டியிருந்தான். 'உங்களுடைய கவனக்குறைவால்தான் தாலிபன்கள் இங்கே அதிகரித்துவிட்டனர். அவர்களை அழிக்கும் போராட்டத்தில் அநியாயமாக எங்கள் வீரர்கள் உயிர் துறந்திருக்கிறார்கள். பாகிஸ்தான் ராணுவம் நீடுழி வாழ்க!' ஜியாவுதினுக்கு அழுவதா, சிரிப்பதா என்று தெரியவில்லை. முதலில் தாலிபன்கள் நம்மை ஈர்க்க முயன்றார்கள். பிறகு கொல்லத்

தொடங்கினார்கள். இப்போது ராணுவமும் நம்மைத் திட்டுகிறது. திரும்பும் பக்க மெல்லாம் இடிபட்டுக்கொண்டு வாழுமாறு நாம் சபிக்கப்பட்டிருக் கிறோம் போலும்.

வகுப்பறையின் ஒரு மூலையில் ஆடுகளின் வெட்டப்பட்ட தலைகள் அழுகிக்கொண்டிருந்ததைக் கண்டு அதிர்ந்து பின்வாங்கினார் மலாலா. ராணுவத்தினர் இங்கே சமைத்துச் சாப்பிட்டிருக்கவேண்டும்! கடவுளே, காற்றில் கலந்திருக்கும் இந்த ரத்த வாடை எப்போது மறையும்? எதைக் கொண்டு அதனை மறைப்பது?

இறங்கி வீதியில் நடக்கத் தொடங்கியபோது காதும் மனதும் ஒருசேர அதிரும் வண்ணம் செய்திகள் வந்து குவியத் தொடங்கின. இதோ இங்கே சில சடலங்கள் கண்டெடுக்கப்பட்டன. அங்கே ஓருடல் அழுகித் தொங்கிக்கொண்டிருந்தது. ஆயிரக்கணக்கானவர்கள் ராணுவத்தினரால் கைது செய்யப்பட்டுள்ளனர். ஃபஸ்லுல்லாவின் ஆள்கள் பலர் கொல்லப்பட்டுள்ளனர். அவருக்கு உதவி செய்தவர்கள் சிறைபிடிக்கப்பட்டுள்ளனர். ஃபஸ்லுல்லாவை மட்டும் இன்னும் பிடிக்கமுடியவில்லை. தலைமறைவாகிவிட்டார். மலாலாவுக்குப் புரியவில்லை. முக்கியமான தலைவர் தப்பிவிட்டார் என்றால் ஸ்வாட் பள்ளத்தாக்கு எப்படிப் பாதுகாப்பானதாக இருக்கமுடியும்? அமைதி திரும்பிவிட்டது என்று எப்படி நிம்மதியடைய முடியும்? அமைதிக்கு இங்கே தாற்காலிக வாசம்தான். நிரந்தரமாகவே. தொலைந்த அமைதியின் துயரத்தைவிட நிலவும் அமைதியின் கம்பீரம் உயர்ந்தது. இந்தப் புரிதல் மட்டும் இருந்துவிட்டால் வேதனைகளை நினைவு அடுக்கு களில் இருந்து உந்தித் தள்ளிவிடுவது சாத்தியம். பிறகு வழக்கம்போல் சுவாசிக்கலாம். வாழ்க்கை இயல்பானதாகிவிடும். ஸ்வாட் பள்ளத்தாக்கு மீண்டும் அழகாகிவிடும். எனவே அடல், இறந்த கோழிக்குஞ்சுக்காக வருந்தாதே; நம்பிக்கையுடன் இறக்கைகளை விரித்துப் பறந்து செல்லும் பறவைகளைப் பார்த்து உத்வேகம் கொள்!

நீண்ட இடைவெளிக்குப் பிறகு பள்ளி மீண்டும் திறக்கப்பட்டபோது மலாலாவால் கட்டுப்படுத்திக்கொள்ள முடியவில்லை. மணி அடிக்கும் வரைகூட காத்திருக்கமுடியவில்லை. வகுப்பறைக்குச் செல்லவும், தோழிகளைப் பார்க்கவும், கதை பேசவும் (ஒவ்வொருவரிடமும் சில ஆயிரம் கதைகளாவது இருக்காது?) துடிதுடித்துக்கொண்டிருந்தார். மோனிபா தொடங்கி அவ்வளவு பேரும் திரும்பி வந்ததைக் கண்டு கண்கள் முழுக்க ஆனந்தம். தோழிகளுக்கும் மலாலாவை மீண்டும் கண்டதில் ஆனந்தம். ஆனால் ஆனந்தத்தோடு சேர்த்து ஒருவித பிரமிப்பும் அவர்கள் பார்வையில் வெளிப்பட்டது. காரணம் அவர்கள் கண்டது பழைய மலாலாவை அல்ல. பிபிசி மலாலாவை. தொலைக்காட்சி மலா லாவை. வானொலி மலாலாவை. இந்த மலாலா

இன்னமும் என்னுடைய தோழிதானா? பழையபடி மீண்டும் நெருங்கி பழக முடியுமா?

ஒருவேளை வாய்விட்டுக் கேட்டிருந்தால், மலாலா அவசரமாக மறுத்திருப்பார். ஐயோ, நான் பழைய மலாலாதான்; பார்த்தால் தெரியவில்லையா என்று கையைப் பிரித்து அடித்து சத்தியம் செய்திருப்பார். வாய்விட்டுச் சிரித்திருப்பார். ஆனால் தோழிகள் எப்படியும் நம்பியிருக்கப்போவதில்லை. அவர்களைப் பொருத்தவரை மலாலா சற்றே விலகித் தான் போயிருந்தார். தொட்டுவிடக்கூடிய அளவுக்கு அருகில் இருந்தா லும் தொடமுடியாத உயரத்துக்கு அவர் சென்று கொண்டிருப்பதாக அவர்களுக்குத் தோன்றியது.

சில தினங்களில் இஸ்லாமாபாத் செல்வதற்கு மலாலாவுக்கு வாய்ப்பு வந்தது. தாலிபன் பிடியில் இருந்த குழந்தைகள் சிலரைத் தேர்ந்தெடுத்து அவர்களை தலைநகருக்கு அழைத்துச் சென்று ஊர் சுற்றிக் காண்பித்து, சில பயிற்சிப் பட்டறைகளிலும் அவர்களைக் கலந்துகொள்ள வேண்டும் என்பது ஏற்பாடு செய்தவர்களின் திட்டம். மலாலாவுடன் சென்றிருந்த பலர் அப்போதுதான் முதல்முறையாகப் பள்ளத்தாக்குக்கு வெளியில் பயணம் சென்றிருந்தனர். இது இஸ்லாமாபாத் அல்ல, நியூ யார்க் என்று சொல்லியிருந்தால் ஓ, அப்படியா என்று அவர்கள் நம்பியிருப்பார்கள்.

பயணத்தின் ஒரு பகுதியாக, ராணுவ ஜெனரல் ஒருவரைச் சந்தித்துப் பேசும் வாய்ப்பு கிடைத்தபோது மலாலா வரிசையாகக் கேள்விகள் தயாரிக்க ஆரம்பித்துவிட்டார். அந்த ஜெனரல் ராணுவத்தின் மகத்தான பணிகள் குறித்தும் மாபெரும் வெற்றிகள் குறித்தும் குழந்தைகளுக்கு கதை கதையாக அடுக்கிக்கொண்டே போனார். குழந்தைகளே, ஏதாவது கேள்வி இருக்கிறதா என்றதும் கையை உயர்த்தி முதலில் எழுந்து நின்றார் மலாலா.

படபடவென்று குண்டுகள்போல் பாய்ந்து வந்தன அவர் கேள்விகள். ராணுவத்தின் மகத்தான பணிகள் பற்றிச் சொன்னீர்கள், நன்றி. தலைவன் ஃபஸ்லுல்லாவைப் பிடிக்காமல் தாலிபன்களை முழுமையாக வென்றெடுப்பது சாத்தியமில்லையே! அவர் இப்போது எங்கிருக்கிறார்? பாகிஸ்தானிலா, ஆப்கனிஸ்தானிலா? அவரை எப்படிப் பிடிக்கப் போகிறீர்கள்? எப்போது? பிறகு, எங்கள் பள்ளத்தாக்குக்கு வந்திருந்து போரிட்டீர்கள். நிறைய வீடுகளும் கட்டடங்களும் சாய்ந்து கிடக்கின் றன. எல்லாம் முடிந்தது, அமைதி திரும்பிவிட்டது என்று எதை வைத்துச் சொல்கிறீர்கள்? குண்டு வீசி தகர்ப்பது மட்டும்தான் ராணுவத்தின் பணியா? உடைந்ததைத் தூக்கி நிறுத்தப்போவது யார்? நடந்த தவறு களைச் சரிசெய்யப் போவது யார்?

அது ராணுவத்தின் பணி அல்ல என்றால் வேறு யாருடைய பணி? சற்றே திகைத்துப் பின்வாங்க நேரிட் டது என்பதாலும் ஒரு கேள்விக்கும் தெளிவான பதில் இல்லை என்பதா லும் அந்த ஜெனரல் கடினமான, குழப்பமான வார்த்தைகளைக் கொண்ட நீள நீளமான வாக்கியங்களை வீசியெறிந்துவிட்டு நிகழ்ச்சியை வெற்றி கரமாக முடித்துக்கொண்டார்.

யுனிசெஃப் ஏற்பாடு செய்திருந்த ஆதரவற்ற குழந்தைகளுக்கான உதவி அமைப்பில் அங்கத்தினராகப் பங்கேற்க ஸ்வாட் பள்ளத்தாக்கைச் சேர்ந்த அறுபது மாணவர்கள் தேர்ந்தெடுக்கப்பட்டபோது மலாலாவும் அவர்களில் ஒருவராக இருந்தார். பதினோரு பேரைத் தவிர மற்றவர்கள் அனைவரும் சிறுவர்கள். அந்த அமைப்பின் (டிஸ்ட்ரிக்ட் சைல்ட் அசெம்பிளி, ஸ்வாட்) முதல் சந்திப்பு நிகழ்ந்தபோது அரசியல்வாதிகள், போராளிகள் என்று பலரும் பங்கேற்றனர். ஸ்பீக்கர் பதவிக்கு மாணவர் ஒருவரைத் தேர்ந்தெடுக்கவேண்டும் என்னும் நோக்கத்துடன் வாக்கெடுப்பு நடத்தப்பட்டது. அறுதிப் பெரும்பான்மை பெற்றுத் தேர்ந்தெடுக்கப்பட்டவர் மலாலா.

மலாலா என்று அல்ல, மேடம் ஸ்பீக்கர் என்றுதான் பங்கேற்பாளர்கள் அனைவரும் இனி அவரை அழைக்கவேண்டும். ஒவ்வொரு மாதமும் அவை கூடும். சிறு மேடையில் நடுநாயகமாக மலாலா அமர்ந்திருப்பார். அவர் தலைமையில்தான் விவாதங்கள் நிகழும். அவர் சம்மதம் பெற்ற பிறகே தீர்மானங்கள் நிறைவேற்றப்படும். எளிய, சிறிய அமைப்புதான். ஆனால் இந்தக் குழந்தைகள் விவாதித்துக் கொண்டுவந்த தீர்மானங்கள் ஒன்பது. குழந்தைத் தொழிலாளர்கள் மீட்கப்படவேண்டும்; ஆதரவற்ற வீதியோரக் குழந்தைகள் நலனுக்கு நன்கொடையும் ஆதரவும் திரட்ட வேண்டும்; தாலிபன்கள் வீழ்த்திய பள்ளிக்கூடங்கள் அனைத்தையும் மறுகட்டுமானம் செய்யவேண்டும் உள்ளிட்ட கோரிக்கைகள் தீர்மானங் களாக உருப்பெற்றன. அவை சம்பந்தப்பட்ட அரசு அலுவலகங் களுக்கும் அனுப்பிவைக்கப்பட்டன. அவற்றில் சிலவற்றை அவர்கள் பரிசீலித்ததோடு மட்டுமல்லாமல், செயல்படுத்தவும் செய்தனர்.

கிட்டத்தட்ட அதே சமயம், பிரிட்டிஷ் இதழியல் நிறுவனம் ஒன்றில் (இன்ஸ்டிட்யூட் ஃபார் வார் அண்ட் பீஸ் ரிப்போர்ட்டிங்) இணைந்து பத்திரிகை எழுத்தின் அடிப்படைகள் சிலவற்றைக் கற்க ஆரம்பித்தார் மலாலா. எதற்காகப் பத்திரிகை எழுத்து கைவரவேண்டும்? அது முக்கியம் என்று ஏன் நினைக்கவேண்டும்? எதற்காக விநோதப் பெயர் களைக் கொண்டுள்ள அமைப்புகளில் இணைந்துகொள்ளவேண்டும்? எல்லாவற்றையும் தெரிந்துகொள்ளவேண்டும் என்னும் குறுகுறுப்பு ஏன் உள்ளுக்குள் எழுகிறது? எதற்காக ஒரே சமயத்தில் இவ்வளவு பயிற்சிகள்? எதற்காக இத்தனை மெனக்கெடல்? மலாலாவின்

ஒவ்வொரு செயலையும் வியப்புடன் நோக்கும் தோழிகளுக்கு மட்டு மல்ல, மலாலாவுக்குமேகூட அப்போது எதற்கும் விடை தெரியாது. இவை அனைத்தும் தன்னை எங்கே இட்டுச் செல்கிறது என்பதை அவர் அப்போது உணரவில்லை.

ஜூலை 2010ல் மலாலாவுக்கு பதிமூன்று வயது தொடங்கியபோது, சில்லென்ற காற்றுடன் வானம் திறந்து மழை பொழியத் தொடங்கியது. மழை, பெரும் மழையாகி, அடர்த்தி அதிகரித்துக்கொண்டே போக, தடுப்புகள் அனைத்தையும் உடைத்துக்கொண்டு வெள்ளம் பெருகத் தொடங்கியது. பள்ளிக்கூடங்கள் அவசரமாக மூடப்பட்டு குழந்தைகள் அனுப்பிவைக்கப்பட்டனர். இந்த மழை எப்போது ஓயும்? ஏன் திடீரென்று வெள்ளம் ஏற்பட்டது? ஏன் பள்ளத்தாக்கு இப்போது மிதந்துகொண்டிருக்கிறது? என்று ஒருவருக்கும் தெரியவில்லை. ஆனால் சூழலியல் ஆய்வாளர்கள் இதுபற்றி முன்கூட்டியே எச்சரித் திருந்தனர். தாலிபன்கள் கட்டுப்பாடின்றி அதிக அளவிலான மரத்தை வெட்டி, கடத்திக்கொண்டிருந்ததை அவர்கள் குறிப்பாகச் சுட்டிக் காட்டினார்கள். இந்தக் கடத்தல் நிறுத்தப்படாவிட்டால் வெள்ளம் பெருகும் அபாயம் ஏற்படும் என்றும் பதிவு செய்தார்கள். ஆனால் அவற்றையெல்லாம் யார் படிப்பது, யார் நடவடிக்கை எடுப்பது?

ஸ்வாட் மட்டுமல்ல, பாகிஸ்தான் முழுவதிலும் அழிவின் தடங்கள் நீண்டு படர்ந்திருந்தன. சாலைகள், வீடுகள், கட்டடங்கள், வயல் வெளிகள் அனைத்திலும் சேறும் சகதியும் திரண்டிருந்தன. வீட்டுக்குள் நீர். வீட்டுக்கு வெளியில் நீர். மரங்கள், வீட்டுப் பொருள்கள், கால் நடைகளின் சடலங்கள் அனைத்தும் நீரில் மிதந்து வந்தன. சில பகுதி களில் ஒட்டுமொத்த கிராமமும் வேரறுக்கப்பட்டதாகவும் தண்ணீரில் மிதந்து சென்றதாகவும் செய்திகள் வந்தபோது மலாலா அதிர்ச்சியில் உறைந்துபோனார். பெருமிதத்துக்குரிய சிந்து நதி தனது சீற்றத்தை முதல்முறையாக வெளிப்படுத்தியிருந்தது. இமயமலையில் தொடங்கி பஞ்சாப், கராச்சி, அரபிக் கடல் என்று அமைதியாக, அழகாக கிளை களைப் பரப்பிக்கொண்டு விரிவடைந்துசெல்லும் அந்த நதி இப்போது ஆயிரம் கைகளால் ஓங்கி அறைந்திருக்கிறது. மூவாயிரம் ஆண்டுகளாகச் சிந்து நதி கவனத்துடன் காத்துவந்த அமைதி ஒரு கணம் தடம் புரண்டிருக்கிறது. அந்த ஒரு கணத்தில் இரண்டாயிரம் உயிர்கள் மின்னி மறைந்து விட்டன. ஏழாயிரம் பள்ளிகளை இருள் விழுங்கிவிட்டது. கணக்கில்லா வீடுகள் சக்கரைக் கட்டிகளாக நீரில் கரைந்துவிட்டன.

மலாலா குஷால் பள்ளிக்கூடத்துக்குச் சென்று பார்த்தார். கால்களை மட்டுமல்ல, கண்களையும்கூட பதிக்க முடியவில்லை. வகுப்பறையே சகதிக்கடலில் மூச்சுத்திணறி மூழ்கிக்கொண்டிருந்தது. சில மாதங்களுக்கு முன்பு இதேபோல் பலவீனமாகச் சுருண்டுகிடந்தது இந்தப் பள்ளி.

அதற்குக் காரணம் மனிதர்கள் தொடுத்த போர். இது இயற்கை தொடுத்த போர். இயற்கையைக் கண்டு மனிதர்கள் கற்கவேண்டியதுபோய், மனிதர்களிடம் இருந்து இயற்கை கற்க ஆரம்பித்துவிட்டதா? ஆக்கும் திறனைத் தொலைத்துவிட்டு அழிக்கும் ஆற்றலை அது பெற்றுவிட்டதா? மகிழ்விக்கும் மனநிலையைத் துறந்துவிட்டு துன்புறுத்தும் வழக்கத்தை அது பழகிக்கொண்டுவிட்டதா? மனிதர்களுடன் இயற்கை கைகுலுக்கிக் கொண்டுவிட்டதா? அந்தக் கைகுலுக்கலில் மனித இயல்புகள் நோய்க் கிருமிகள்போல் அதற்குத் தொற்றிக்கொண்டுவிட்டதா? இயற்கையை இடம்பெயர்க்க முடிந்தால் எவ்வளவு நன்றாக இருக்கும் என்று எண்ணியது தவறு. வாழ்வதில் மட்டுமல்ல, கனவு காண்பதிலும் இனி எச்சரிக்கையாக இருக்கவேண்டும். காரணம், எப்போது வேண்டு மானாலும் உங்கள் கனவுகள் நிஜமாகக்கூடும்! அதைவிடப் பெரிய அபாயம் வேறு உண்டா?

# 13

## என் மதம், என் அரசியல்

சிந்து நதி சீறிப்பாய்ந்து தேசத்தையே புரட்டிப்போட்டபோது, வெள்ள நீரில் கணக்கற்ற சடலங்கள் மிதந்துசென்றபோது பாகிஸ்தானின் பிரதமர் ஆசிஃப் அலி ஜர்தாரி பாதுகாப்பாக சுவிட்சர்லாந்தில் பயணம் மேற்கொண்டிருந்தார். செய்தி கிட்டாமலா இருந்திருக்கும்? ஆனால் ஜர்தாரியால் பாதியில் அறுத்துக்கொண்டு ஓடிவர முடியவில்லை. அவரிடம் எந்தப் பதட்டமும் இல்லை. வரவேண்டும் என்று அவருக்குத் தோன்றவில்லை. அவர் சென்றது விடுமுறையை நிம்மதியாகக் கழிக்க. மக்கள் துயரப்படும்போது அவர்களுடைய தலைவரும் அருகிலேயே இருந்து கஷ்டப்படவேண்டும் என்று எங்காவது எழுதி வைக்கப் பட்டிருக்கிறதா என்ன?

தவிரவும், இது பாகிஸ்தானின் தலைவிதி. பசி, கொலை, கொள்ளை, போர், மரணம், வலி, கலகம், தீவிரவாதம், அழிவு என்று ஒன்றன்பின் ஒன்றாக ஏதேனும் ஒரு நோய் இந்தத் தேசத்தைத் தாக்கிக்கொண்டுதான் இருக்கும். பாகிஸ்தான் என்பது நாடல்ல; சபிக்கப்பட்ட ஒரு முதிய உடல். எந்நேரமும் இருமிக்கொண்டிருக்கும், எந்நேரமும் அவதிப் பட்டுக்கொண்டிருக்கும் இந்த உடலுக்கு போதுமான மருந்தும் மாத்திரையும் கொடுத்துப் பார்த்தாகிவிட்டது. ஆனால் பீடித்திருப்பது பிறவி நோய் என்பதால் எதுவும் குணமளிக்கவில்லை. பாகிஸ்தான் இப்படித்தான் இருக்கும். இப்படித்தான் இருந்தாகவேண்டும். நான் வந்து ஒன்றும் மாறிவிடப்போவதில்லை என்று ஜர்தாரி நினைத்திருக் கலாம்.

மலாலாவின் கண்களுக்கு ஒரு முரண்பாடு தெளிவாகத் தெரிந்தது. அமைதியாக இருக்கவேண்டிய சிந்து நதி ஆவேசம் கொள்கிறது.

பொங்கி எழுந்து செயலாற்றவேண்டிய அரசியல்வாதிகள் அமைதியாக இருக்கிறார்கள். இந்த அசாதாரணமான அமைதி மேலும் குழப்பத்தையே கொண்டுவந்து சேர்க்கிறது. வெள்ளம் வடிவதற்குள் தாலிபன் கள் மீண்டும் ஸ்வாட் பள்ளத்தாக்கில் அணிதிரள ஆரம்பித்து விட்டனர். விரட்டிவிட்டோம், அச்சமில்லாமல் அனைவரும் திரும்பி வரலாம் என்று அறிவித்த ராணுவத்தைக் காணவில்லை. ராணுவத்தை அனுப்பி வைக்க வேண்டிய அரசு தலைமை விடுமுறைக்குச் சென்று விட்டது. உண்மையில் முன்பைவிட தாலிபனின் பலம் இப்போது கூடிவிட்டிருந் தது. இழந்த அனைத்தையும் பறித்துப் பெற்றாக வேண்டிய நிலையில் அவர்கள் இருந்தனர். மிக முக்கியமாக அதிகாரத்தையும் செல்வாக்கை யும் திரட்டிக்கொள்வதில் அவர்கள் குறியாக இருந்தனர். எதிரிகள் என்று குறித்துவைத்திருந்தவர்களைச் சுட்டு வீழ்த்தத் தொடங்கினார்கள். நீரில் மூழ்கியிருந்த ஸ்வாட் பயத்தில் உறையத் தொடங்கியது.

இவை போக மலாலாவுக்குத் தனிப்பட்ட முறையிலும் சில கவலைகள் முளைத்திருந்தன. நான் ஏன் மற்றவர்களைவிடச் சற்றுக் குள்ளமாக இருக்கிறேன்? ஏன் என் தோழிகள் எல்லாரும் என்னை விட்டுவிட்டு உயர, உயரமாக வளர்ந்துவிட்டார்கள்? இது இயல்பானதுதானா? அல்லது உயரமாவதற்கு நான் ஏதேனும் தனியாகச் செய்யவேண்டுமா? இன்னொரு செய்தியும் மலாலாவின் காதுகளுக்கு வந்து சேர்ந்தது. மலாலாவுடன் படித்துவந்த ஒரு சிறுமிக்கு ஏற்கெனவே திருமணம் ஆகிவிட்டது அல்லவா? அவளுக்கு ஒரு குட்டிப் பாப்பாவும் பிறந்து விட்டதாம். மலாலாவால் கற்பனையே செய்யமுடியவில்லை. என் வயதுடைய ஒரு சிறுமிக்கு இப்போது ஒரு கணவனும் குழந்தையும் இருக்கிறார்கள். ஒரு கணவனுடன் வாழ்வது என்பது எப்படி இருக் கும்? இந்த வாழ்க்கை நல்லதா? இது அனைவருக்குமானதா? எனக்கும் இப்படி ஆகுமா? விடையில்லாதவை என்று பெயரிட்டு மூளையில் உருவாக்கிவைத்திருந்த ஓர் இருட்டறைக்குள் இந்தக் கேள்விகளையும் வீசியெறிந்துவிட்டு கதவை அறைந்து சாத்தினார் மலாலா. என்றாவது ஒருநாள் இங்கே வெளிச்சம் நுழையும்!

இதைவிடக் கடினமான கேள்விகளைச் சுமந்துகொண்டு பலரும் மலாலாவின் வீட்டுக் கதவுகளைத் தட்டிக்கொண்டிருந்தார்கள். ஜியாவுதினின் உதவியையும் வழிகாட்டுதலையும் நாடி இவர்கள் வந்துகொண்டிருந்தார்கள். அவர்களில் பெரும்பாலானவர்களை மலாலாவுக்குத் தெரியாது. ஒருநாள் இளம் பெண் ஒருவர் கவலையுடன் வந்தார். 'என் கணவரைக் காணவில்லை. சீருடை அணிந்த யாரோ வந்து அழைத்துச் சென்றார்கள். பிறகு தகவல் இல்லை. யாரைக் கேட்க வேண்டும், என்ன சொல்லிக் கேட்கவேண்டும் என்று தெரியவில்லை.

அவர் காணாமல் போய்விட்டார் என்று சிலர் சொல்கிறார்கள். அவர் கொல்லப்பட்டிருக்கலாம் என்கிறார்கள் சிலர். நீங்கள் பல இடங்களுக்குச் செல்கிறீர்கள், பலரிடம் பேசுகிறீர்கள். உங்களால் எனக்கு உதவ முடியுமா?'

இவரைப் போல் கணவனைத் தேடிக்கொண்டிருந்த இளம் பெண்கள் பலர். விசாரணை என்று சொல்லி பலரை ராணுவமும் காவல்துறையும் ஐஎஸ்ஐயும் (ஆனால் இந்தப் பெயர்களெல்லாம் அவர்களுக்குத் தெரியாது) கையோடு கொண்டு சென்றிருந்தது. அவர்களில் வெகு சிலரே திருப்பியனுப்பப்பட்டனர். கணவன் திரும்பிவரும்வரை காத்திருக்க முடியாது, இன்னொரு மணம் செய்துகொள் என்று இந்த இளம் பெண்களை வீட்டில் இருப்பவர்கள் நிர்பந்தித்து வந்தனர். அவர்கள் வழக்கப்படி கணவன் இறந்துவிட்டால்தான் இன்னொரு மணம் புரிந்துகொள்ளமுடியும். காணாமல்போய்விட்டால் அது சாத்தியமில்லை.

இந்தக் குழப்பம் அவர்களை வெகுவாக அலைக்கழித்தது. ஒரு பெண் வாய்விட்டே சொல்லிவிட்டார். 'என் கணவர் உயிருடன் இருக்கிறாரா, இறந்துவிட்டாரா என்பதை மட்டுமாவது ராணுவத்திடம் கேட்டுச் சொல்லமுடியுமா? அவர் உயிருடன் இல்லை என்று தெரிந்துவிட்டால் என் குழந்தைகளை அநாதை விடுதிக்கு அளித்துவிடுவேன். இப்போது நான் ஒரு மனைவியும் அல்ல; விதவையும் அல்ல. இப்படி இருப்பது கொடுமையானது.'

ஒரு சிலர் மலாலாவையும் தயக்கத்துடன் நெருங்கி வந்து மெதுவான குரலில் விசாரித்தனர். எங்கெங்கோ சென்று என்னென்னவோ பேசுகிறார், டிவியில் வருகிறார், இவருக்கு நம்மைவிட அதிக விஷயம் தெரிந்திருக்கக்கூடும் அல்லவா? 'என் மகனைப் பற்றி நீ ஏதாவது கேள்விப்பட்டாயா மலாலா? அவன் தொலைந்துவிட்டானா அல்லது யாராவது கூப்பிட்டுச் சென்றுவிட்டார்களா என்றுகூடத் தெரியவில்லை. உனக்குத் தெரிந்திருக்க வாய்ப்பு இருக்கா, மலாலா?'

மலாலாவின் பள்ளிக்கூட ஆசிரியர் ஒருவரின் சகோதரனையும் ராணுவம் இழுத்துச் சென்றிருந்தது. சொல், சொல் நீ தாலிபனுக்கு உதவினாயா என்று கேட்டு நாள் கணக்கில் உதைத்திருக்கிறார்கள். சித்திரவதை செய்து பார்த்திருக்கிறார்கள். அப்படியும் அவர்களுக்குக் கேட்ட பதில் கிடைக்காததால் வெறுத்துப்போய் அவரை இழுத்துச் சென்று குளிர்சாதனப் பெட்டிக்குள் வைத்துப் பூட்டியிருக்கிறார்கள். இறக்கும்வரை அவர் உள்ளே இருந்திருக்கிறார். பிறகு உடலைக் கொண்டுவந்து வீட்டில் போட்டுவிட்டு, மன்னிக்கவும் பெயர் குழப்பத்தால் இவரைத் தவறாகக் கைது செய்துவிட்டோம் என்று சொல்லிவிட்டு, திரும்பிப் பார்க்காமல் வண்டியில் ஏறிச் சென்றுவிட்டார்கள்.

இங்கும் அப்படித்தான் நடந்தது; எங்கள் இடத்திலும் இதே கொடூரம் தான் என்று ஒவ்வொரு மூலையில் இருந்தும் பரிதாபமான குரல்கள் எழுந்து வந்தபோதுதான் அனைவருக்கும் தெரிந்தது. இது ஸ்வாட் பிரச்னை அல்ல, பாகிஸ்தான் பிரச்னை. மொத்தம் மூன்று வழிகளில் நீங்கள் துன்பப்பட்டே தீரவேண்டும். ஒன்று தாலிபனால். இரண்டு ராணுவத்தால். அல்லது, ஒரே சமயத்தில் இந்த இருவராலும். நீ தாலி பனுக்கு உதவுகிறாய் என்று ராணுவம் குற்றம்சாட்டும். நீ இஸ்லாத் துக்கு எதிரானவன்; ராணுவத்துக்கு உளவு வேலை பார்க்கிறாய் என்று தாலிபன் சீறும். இருவருமே பிடித்து இழுத்துச் சென்று துன்புறுத்து வார்கள். உண்மையைச் சொல் என்று மிரட்டுவார்கள். பிறகு இரு வருமே கொல்வார்கள். இருவரும் உடலை வீசியெறிந்துவிட்டுச் செல்வார்கள்.

பல சமயங்களில் அரசுக்கும் அரசை எதிர்க்கும் தாலிபனுக்கும் இடை யில் எந்த வேறுபாட்டையும் உங்களால் காணமுடியாது. இரண்டுமே மதத்தையும் ஆயுதத்தையும் தன் இரு கரங்களாகக் கொண்டிருந்தன. சமீபத்தில்தான் மத அவமதிப்புச் சட்டம் ஒன்றை பாகிஸ்தான் அரசு மக்களைக் கவரும் நோக்கில் கொண்டுவந்திருந்தது. இஸ்லாமிய மத நம்பிக்கைகளை அவமதிக்கிறார் என்று ஒருவர்மீது குற்றம்சாட்டப் பட்டு, அது நிரூபிக்கப்பட்டால் மரண தண்டனைவரை இச்சட்டத்தின் படி விதிக்கலாம். பாகிஸ்தானில் உள்ள மாற்று மதத்தினரை மட்டு மல்ல, இஸ்லாமியர்களையுமேகூட இச்சட்டம் அடிக்கடி சீண்டிப் பார்த்தது. நீதிமன்றங்கள் வெகு இயல்பாக இச்சட்டத்தை மேற்கோள் காட்டி மரண தண்டனை விதித்தன.

அசியா பீபி ஓர் உதாரணம். பஞ்சாபில் உள்ள ஒரு சிறிய கிராமத்தில் தனது ஐந்து குழந்தைகளுடன் அவர் வசித்து வந்தார். பழங்களைப் பொறுக்கி எடுத்து வந்து விற்று அதில் கிடைக்கும் வருமானத்தில் குடும்பத்தை நடத்திவந்தார். ஒருநாள் தன்னுடன் பணிபுரியும் மற்ற தொழிலாளர்களுக்கும் சேர்த்து அருகிலிருந்து நீர் கொண்டுவந்து கொடுத்தபோது சிலர் எதிர்ப்புத் தெரிவித்தனர். ஒரு கிறிஸ்தவரான அசியா எப்படி முஸ்லிம்களுக்குத் தண்ணீர் கொடுக்கலாம் என்பது அவர்களுடைய குற்றச்சாட்டு. நகைப்புக்குரிய இந்தக் குற்றச்சாட்டு மெல்ல மெல்ல பலம் பெற்றது. அசியாவின் ஆடு எங்கள் தோட்டத்தில் பலமுறை புகுந்துள்ளது என்று வேறு சிலர் குற்றம்சாட்டினர். அசியா உடனடியாக இஸ்லாத்துக்கு மாறுவதுதான் அவள் தன் தவறுகளில் இருந்து மீள ஒரே வழி என்று வேறு சிலர் பரிந்துரைத்தனர். அசியா மறுத்துவிட்டார். என்னால் இயேசு நாதரைத் தவிர வேறு ஒருவரையும் கடவுளாக ஏற்கமுடியாது என்று திட்டவட்டமாகச் சொல்லிவிட்டார். இந்த மறுப்பு இஸ்லாமியர்களின் மதப் பெருமிதத்தைத் தூண்டி

விட்டதையடுத்து அவர் கைது செய்யப்பட்டார். சிறை, விசாரணை, வழக்கு என்று சிறிது காலம் இழுத்தடித்த பிறகு ஒருநாள் அசியாவுக்கு மரண தண்டனை விதித்து தீர்ப்பளிக்கப்பட்டது. அதிர்ச்சியூட்டும் இந்தத் தீர்ப்பு பாகிஸ்தானிலும் வெளியிலும் எதிர்ப்புகளைச் சந்தித்த போதிலும் எந்தவித மாற்றமும் இன்றி தண்டனை நிறைவேற்றப் பட்டது.

பஞ்சாபின் கவர்னர் சல்மான் தஸிர் இந்த மரண தண்டனையையும் அதற்கு வழிகோலிய புதிய சட்டத்தையும் கடுமையாக விமரிசித்தார். ஜர்தாரி அரசின் மத அவமதிப்புச் சட்டம் என்பது அடிப்படையில் ஒரு கறுப்புச் சட்டம் என்று அவர் வர்ணித்தது பல இமாம்களுடைய கோபத்தைக் கிளறிவிட்டது. அசியாவின்மீது பாய்ந்த அதே அடிப் படைவாத கும்பல் சல்மானின்மீதும் பாய்ந்தது. சல்மானின் பாதுகாவர் களில் ஒருவன் அவரைச் சரமாரியாகச் சுட்டுக்கொன்றான். சல்மான்தஸிர் சரிந்து விழுந்தபோது அவர் உடலில் மொத்தம் இருபத்தாறு குண்டுகள் பாய்ந்திருந்தன. கைது செய்யப்பட்டு நீதிமன்றத்துக்கு அழைத்து வரப்பட்டபோது வழக்கறிஞர்கள் எழுந்து நின்று மரியாதை கொடுத்து அவனுக்கு வணக்கம் தெரிவித்து மகிழ்ந்தனர். மற்றொரு பக்கம், சல்மானின் உடலுக்கு இறுதி மரியாதை செலுத்தக்கூட பிரதமர் செல்லவில்லை. அவருக்கு இறுதிச் சடங்குகள் செய்ய இமாம் மறுத்து விட்டார்.

மலாலாவால் இதனை விளங்கிக்கொள்ளவே முடியவில்லை. குற்றம் இழைத்தவனுக்குப் பூமாரிப் பொழிந்து வரவேற்பு கிடைக்கிறது. நியாயமான காரணத்துக்காக வாதிட்ட ஓர் உயர் அதிகாரிக்கு அவமானமும் புறக்கணிக்கும் கிடைக்கிறது. ஒரு கிறிஸ்தவப் பெண்ணின் கரங்களில் இருந்து கிடைக்கும் நீர் அசுத்தமானது என்று சொல்வதற்கு இவர்களுக்குத் துணிச்சல் இருக்கிறது. மனிதத்தன்மை யற்ற இந்த நடைமுறையைக் கண்டிப்பதற்குக் பதிலாக குற்றம் சாட்டியவர்களைப் பாராட்டிவிட்டு, ஒரு பாவமும் அறியாத ஒரு பெண்ணுக்கு நீதிமன்றம் மரண தண்டனை விதிக்கிறது. இதனை எப்படி நீதிமன்றம் என்று அழைக்கமுடியும்?

அடிப்படைவாதமும் வகுப்புவாதமும் வேறுபடும் முக்கிய இடத்தை பாகிஸ்தானில் ஒருவர் காணமுடியும். இரண்டுமே மத விரோத உணர் வால் வளர்த்தெடுக்கப்பட்ட பாசிஸ சித்தாந்தங்கள். வகுப்புவாதம், சொந்த மதத்துக்கு எதிராக மற்றொரு மதத்தை நிறுத்தி அதனை எதிர்க்கும். தங்கள் மதத்தோடு ஒத்துப்போகாதவர்களை வகுப்பு வாதிகள் எதிர்ப்பார்கள், தாக்குவார்கள், கொல்வார்கள். ஆனால் அடிப்படை வாதிகள் மாற்று மதத்தினரை மட்டுமல்ல சொந்த மதத்தினரையும் சேர்த்தே எதிர்ப்பார்கள், தாக்குவார்கள்,

கொல்வார்கள். குறிப்பிட்ட வடிவத்தில், குறிப்பிட்ட விதத்தில் நீங்கள் உங்கள் நம்பிக்கைகளை வளர்த்துக்கொள்ளாவிட்டால் அடிப்படை வாதிகளின் கண்களில் நீங்க ளும் ஓர் எதிரிதான். உங்கள் மதமும் அந்த அடிப்படைவாதியின் மதமும் ஒன்றுதான் என்றாலும் நீங்கள் அந்த அடிப்படைவாதியின் இலக்கணத்தை மீறுவதால் தண்டனைக்கு ஆளாகிறீர்கள். பாகிஸ்தா னில் கொழுந்து விட்டு எரிவது வகுப்புவாதமல்ல, அடிப்படைவாதம்.

பாகிஸ்தானின் மதம் இஸ்லாம். அங்கே ஆட்சியில் அமர்பவர்களின் மதம் இஸ்லாம். அங்கே வசிக்கும் பெரும்பாலான மக்களின் மதம் இதுவே. ராணுவம், நிர்வாகம், நீதிமன்றம் அனைத்தின் மதமும் இஸ்லாம். தாலிபனின் மதமும்கூட இதுவேதான். ஜியாவுதினும் மதமும் ஜியாவுதினுக்கு மிரட்டல் கடிதம் எழுதுபவர்களின் மதமும் ஒன்றேதான். அடிப்படைவாதிகள் அனைத்துக்கும் மேலானதாக மதத்தை மிகவும் கறாரான ஒரு வடிவத்தில் முன்னிறுத்துகிறார்கள். இந்த வடிவத்தை ஏற்காதவர்கள் இஸ்லாமியர்களே ஆனாலும் எதிரிகளே.

ஒரே சமயத்தில் அடிப்டைவாதிகள்மீதும் அரசியல்வாதிகள்மீதும் வெறுப்பு படர்ந்தது மலாலாவுக்கு. இந்த இருவரும் ஒருவரையொரு வர் எதிர்த்துக்கொள்கிறார்களா அல்லது யார் உசத்தி என்று போட்டி யிட்டுக்கொள்கிறார்களா? இந்த அதிகாரப் போட்டியில் ஏன் ஒவ்வொரு முறையும் அப்பாவி மக்களே பலியாகிறார்கள்? அரசியலையும் மதத் தையும் பயன்படுத்தி தங்களைப் பிளவுபடுத்துவதை ஏன் மக்கள் அனுமதிக்கிறார்கள்? அவர்கள் விரிக்கும் வலையில் ஏன் சிக்கிக்கொள் கிறார்கள்?

விலகியிருப்பது வசதியானது. சபித்துக்கொண்டே இருப்பதும், செயலற்றுக் கிடப்பதும் சுலபமானது. இதை அரசியல்வாதிகள் செய்துகொண்டிருக் கிறார்கள். அழிப்பதும் சுலபமானதே. அதை தாலிபன்கள் செய்கிறார்கள். இந்த இரண்டும் போக, மூன்றாவது வழி ஒன்று இருக்கிறது. கடின மானது, ஆனால் முடியாததல்ல. மதத்தை மதவாதிகளிடம் இருந்தும் அரசியலை அரசியல்வாதிகளிடம் இருந்தும் விடுவித்துவிட்டால் பெரும்பாலான பிரச்னைகள் முடிவுக்கு வந்துவிடும். இந்தப் பெரும் பணியில் நானும் பங்கேற்கப்போகிறேன் என்று தனக்குள் சொல்லிக் கொண்டார் மலாலா. இனி நானும் போராடப்போகிறேன். போராட்டம்தான் இனி என் மதம். இதுதான் இனி என் அரசியல்.

# 14

## உன்னைக் கொல்லப்போகிறேன்!

தனது பிரத்தியேகப் பயணத்தை மலாலா தொடங்கியபோது அப்பாவின் கால்தடங்கள் பாதை நெடுகிலும் பதிந்திருந்ததால் அவருக்குச் சுலபமாகிப்போனது. தனக்கு முன் விரிந்திருந்த அந்தப் பாதச் சுவட்டில் இளம் பாதங்களைப் பொருத்தி அவர் நடக்கத் தொடங்கினார். ஜியாவுதின் மட்டுமல்ல அவரை நன்கு அறிந்து வைத்திருந்தவர்கள்கூட இதனை ஓர் அனிச்சை நிகழ்வாகவே எடுத்துக்கொண்டனர். பெற்றோரைக் குழந்தைகள் பிரதி எடுப்பது ஒன்றும் புதிதல்லவே! ஒரு ரோஜா செடியில் ரோஜாதானே பூக்கும்!

செடியைவிடவும் மலரே அதிகக் கவனத்தை ஈர்க்கும் என்பதும்கூட இயற்கையின் விதிதான் போலும். ஆம்ஸ்டெர்டாமில் இயங்கும் கிட்ஸ்ரைட் என்னும் அமைப்பு சர்வதேசக் குழந்தைகள் அமைதி விருதுக்காக மலாலாவைத் தேர்ந்தெடுத்திருந்தது. தென் ஆப்பிரிக்காவின் பிரபலமான தலைவரும் நிறவெறிக்கு எதிராகப் போராடியவரு மான டெஸ்மாண்ட் டூடு மலாலாவின் பெயரைச் சிபாரிசு செய்திருந்தார் என்பது ஜியாவுதினின் மகிழ்ச்சியைப் பலமடங்கு பெரிதாக்கியது. இது ஆனதும், கல்வி தொடர்பான ஒரு மாநாட்டில் கலந்துகொண்டு சிறப்பிக்க முடியுமா என்று பணிவுடன் விண்ணப்பித்து லாகூரில் இருந்து மலாலாவுக்கு ஒரு ஈமெயில் வந்தது. நன்றாகப் படிக்கும் மாணவர்களுக்கு முதலமைச்சர் லாப்டாப் பரிசளிக்கப்போகிறார், உங்கள் பெயரும் தேர்வு செய்யப்பட்டுள்ளது; நேரில் வந்து வாங்கிக்கொள்ள முடியுமா என்று கேட்டு இன்னொரு கடிதம் வந்து சேர்ந்தது.

சில தினங்கள்தான் கழிந்திருக்கும். பாகிஸ்தான் அரசு மலாலாவை வரவேற்று ஒரு கடிதம் அனுப்பியிருந்தது. தேசிய அமைதிப் பரிசுக்கு

உங்கள் பெயர் தேர்வு செய்யப்பட்டுள்ளது. பிரதமர் விருது அளிக்கிறார். அழைப்பிதழ் இத்துடன் இணைக்கப்பட்டுள்ளது. மலாலா வகுப்பறையில் இருந்தபோது இந்த அறிவிப்பு வெளியானதால் பத்திரிகை யாளர்கள், டிவி நிருபர்கள் என்று ஒரு கூட்டமே பள்ளிக் கூடத்தில் திரண்டுவிட்டது. குறிப்பிட்ட தினத்தன்று கோலாகலமான வரவேற்பு டன் பிரதமர் விருதை அளித்தபோது அமைதியாகப் பெற்றுக் கொண்ட மலாலா, கையோடு கொண்டு சென்றிருந்த தனது கோரிக்கைக் கடிதத்தை அதே மேடையில் பிரதமரிடம் அளித்தார். தாலிபனால் இடிக்கப்பட்ட பள்ளிகளைச் சீராக்கித் தருவதற்கு உதவவேண்டும் என்று அதில் அவர் கோரியிருந்தார்.

விழா முடியும்போது மற்றோர் அறிவிப்பு வெளியிடப்பட்டது. இனி ஒவ்வோர் ஆண்டும் மலாலா பரிசு என்னும் பெயரில் இந்த விருது வழங்கப்படும்! நாணமும் மகிழ்ச்சியும் பொங்க அப்பாவை ஏறிட்டுப் பார்த்த மலாலா குழம்பினார். அப்பாவின் முகத்தில் கவலைகள் பரவியிருந்தன. பொதுவாக இறந்துபோன ஒருவரின் நினைவாகத்தான் பரிசுகள் வழங்கப்படும். உயிருடன் இருக்கும் ஒருவர் பெயரை, அதுவும் ஒரு குழந்தையின் பெயரை எதற்காக இப்படிப் பயன்படுத்த வேண்டும்? மலாலாவுக்கு வியப்பாக இருந்தது. அப்பாவுக்கு இப்படிப் பட்ட நம்பிக்கைகள் இருக்கும் என்று அவர் எதிர்பார்க்கவில்லை. பெயரில் என்ன இருக்கிறது அப்பா, கவலைப்படாதீர்கள்; எனக்கு எதுவும் ஆகாது என்று சமாதானப்படுத்தினார். ஆனால் கேட்டால் தானே? நினைத்து நினைத்து வருந்தினார் அப்பா. வேறு பெயரா கிடைக்கவில்லை, இவர்களுக்கு?

2012 தொடக்கத்தில் ஒருநாள் மீண்டும் அப்பாவின் முகம் வாடியிருந் ததைக் கண்டார் மலாலா. அப்போது அவர்கள் கராச்சியில் இருந்தனர். ஜியோ டிவி ஒரு நிகழ்ச்சிக்காக அவர்களை வரவேற்றிருந்தது. மலாலா வைக் காண்பதற்காக அலாஸ்காவில் இருந்து ஒரு பெண் பாகிஸ்தான் நிருபரும் வந்திருந்தார். ஒரு நிமிடம் மலாலா என்று அவரைப் பார்த்துப் புன்னகை செய்துவிட்டு அப்பாவைத் தனியே அழைத்துச் சென்று கம்ப்யூட்டரில் எதையோ காட்டி அவர் பேசிக்கொண்டிருந்தார். சில நிமிடங்கள்தான். மலாலா பார்த்துக்கொண்டிருக்கும்போதே அந்த நிருபரின் கண்களில் கண்ணீர் திரண்டுவிட்டது. அப்பாவின் முகம் பேயடித்தாற்போல் மாறிவிட்டது. திரும்பிவந்தபோது அப்பா நடுக்கத் தில் இருந்தார். அந்த நேரம் பார்த்து அப்பாவின் கைப்பேசியும் அலற, சில விநாடிகளில் அவர் முகம் முழுக்க இருண்டுவிட்டது. இங்கே என்னதான் நடக்கிறது, யாராவது சொல்லுங்களேன்!

அப்பா தயக்கத்துடன் மலாலாவை அழைத்துச் சென்று கம்ப்யூட்டர் முன்னால் அமர வைத்தார். கூகிளில் மலாலாவின் பெயரை ஒற்றி

யெடுத்தார். அடுத்த நொடி திரையில் பெரிய எழுத்துகளில் தலைப்புச் செய்தி தோன்றியது. 'மலாலாவுக்கு தாலிபன் கொலை மிரட்டல்'. அப்பாவால் மேற்கொண்டு பேசமுடியவில்லை. அந்த நிருபர் ஆசையாக மலாலாவின் தலையை வருடிக்கொடுத்தார். அவர் உதடுகள் துடித்துக்கொண்டிருந்தனவே தவிர, ஒரு வார்த்தைகூட புறப்பட்டு வரவில்லை.

மலாலா விழித்தார். நிச்சயம் ஜியாவுதின் காணும் முதல் கொலை மிரட்டல் அல்ல இது. உன் பள்ளியைத் தகர்க்கப்போகிறேன், பார். உன்னை அழிக்கப்போகிறேன் பார். உன் குடும்பத்தை அழிக்கப்போகி றேன், பார். உன் வீட்டின்மீது குண்டு வீசப்போகிறேன், பார்... ஒவ் வொருமுறையும் மலாலாவும் அம்மாவும்தான் மிரண்டு போவார்கள். தயவு செய்து வெளியில் போகவே போகாதீர்கள் அப்பா என்று கெஞ்சி யபடி அவர் கால்களைச் சுற்றி ஓடிவருவார் மலாலா. இந்தப் பாழாய் போன ஊரிலேயே இருக்கவேண்டாம், வாருங்கள் போய்விடலாம் என்று அம்மா மனம் நொந்துபோவார். ஆனால் அப்பாவின் முகத்தைப் பார்க்கவேண்டுமே. கவலையின் நிழல்கூட இருக்காது. இதற்கெல்லாமா பயப்படுவார்கள், போங்கள் போங்கள் என்பார். எதுவுமே நடக்காததுபோல் இருப்பார். மலாலா அழுதுகொண்டு நின்றுகொண் டிருந்தால் அருகில் இழுத்துச் செல்லமாக இரண்டு திட்டு திட்டுவார். இதென்ன நேற்றுதான் பிறந்த குழந்தையா நீ? எல்லா வற்றையும் விட்டுவிட்டு வீட்டுக்குள் மறைந்து கிடக்கச் சொல்கிறாயா? போ, விளையாடு மலாலா. நல்ல செயல்கள் செய்யும் போது இப்படியெல் லாம் குறுக்கீடுகள் வரத்தான் செய்யும். பயந்துவிட முடியுமா?

அதே அப்பா. இப்போது பயத்தில் உரைந்து போயிருக்கிறார். வழக்க மான இன்னொரு மிரட்டல் கடிதம், ஆனால் இந்தமுறை போ, போய் விளையாடு என்று அவரால் என்னைப் பிடித்துத் தள்ள முடியவில்லை. நடுங்கும் கரங்களுடன் நின்றுகொண்டிருக்கிறார். வெளிப்படுத்த முடியாத தவிப்புடன் என்னையே வெறித்துப் பார்த்துக்கொண்டிருக் கிறார். சரி, இது என் முறை. கம்ப்யூட்டரைத் தள்ளிவைத்துவிட்டு அப்பாவிடம் திரும்பினார் மலாலா. 'அப்பா இது வெறும் மிரட்டல் தானே. அதனால் என்ன? கொன்றுவிடவா போகிறார்கள்? அப்படியே கொன்றால்தான் என்ன? மரணத்திடம் இருந்து தப்பிக்கமுடியுமா என்ன? ஏதோ ஒரு வடிவில் மரணம் வரத்தான் போகிறது? தாலிபன் கொன்றால் என்ன, புற்றுநோய் கொன்றால் என்ன?' புத்திசாலித்தன மான வாதமாகத்தான் இது மலாலாவுக்குப் பட்டது. ஆனால் அப்பாவை இது மீட்கவில்லை. மாறாக, மேலும் அழுத்தமாக அவரைச் சோகத்தில்

தள்ளிவிட்டது. மரணம், கொலை என்றெல்லாம் அவர்கள் சொன்னால் கேட்டுக்கொண்டு, உம் கொட்டவேண்டும். பதிலுக்கு நாம் சொன்னால் ரசிக்கமாட்டார்கள். விநோதம்தான்.

'மலாலா, இனி நாம் எச்சரிக்கையாக இருக்கவேண்டும், புரிந்ததா? என்ன பேசுகிறோம், என்ன செய்கிறோம் என்பதில் கவனமாக இருக்கவேண்டும். இந்த மிரட்டலை அலட்சியப்படுத்தக்கூடாது.' தன்னிடம் அல்ல, அவர் தனக்குத்தானே இதைச் சொல்லிக் கொண்டதைப் போல் இருந்தது மலாலாவுக்கு. முதல்முறையாக மலாலா கலங் கினார். இந்த பஷ்டூன் வீரரை இப்படியொரு தோற்றத்தில் இதுவரை நான் கண்டதில்லையே! அப்பா, ஏன் பயமுறுத்துகிறீர்கள்?

இந்தப் பாதிப்பில் இருந்து மீளமுடியவில்லை என்றபோதும் வழக்க மான பணிகள் எதையும் யாரும் நிறுத்திக்கொள்ளவில்லை. வழக்கம் போலவே மலாலா பள்ளிக்குச் சென்று வந்தார். எப்போது எங்கே அழைப்பு வந்தாலும் பங்கேற்றுக்கொண்டார். பேசச் சொன்னால் பேசினார். மேடை பயம் எங்கே சென்று ஒளிந்தகொண்டதோ தெரியவில்லை. காமிரா முன்னால் இயல்பாக வந்து நின்று புன்னகை செய்ய முடிந்தது. எப்படிப்பட்ட கூட்டத்தில் பேசவேண்டும் என்று கேட்டுத் தெரிந்து கொண்டு தயார்படுத்திக்கொள்ள முடிந்தது. 'ஒன்றை மட்டும் உறுதி யாகச் சொல்லிக்கொள்கிறேன்; எதற்கும் ஸ்வாட் பள்ளத்தாக்கின் பெண்கள் பயப்பட மாட்டார்கள். மிரட்டிப் பணிய வைத்துவிடலாம் என்று யாரும் எண்ணவேண்டாம்!' என்று கையை உயர்த்திப் பேசமுடிந் தது. அரங்கம் கைத்தட்டல்களால் நிறைந்தபோது, உள்ளமும் பூரிப்பால் நிறைந்தது.

வாசிப்பதிலும் வீட்டுப் பாடம் செய்வதிலும் இப்போது மலாலாவுக்கு ஒரு புதிய தோழி கிடைத்திருந்தார். மலாலா அளவுக்கு அவர் வேகமாக எழுதுவார் என்றோ படிப்பார் என்றோ சொல்லமுடியாது. நிறையத் தடுமாறுவார். எழுத்து கோர்வையாக இருக்காது. பக்கத்தில் வைத்துச் சொல்லிக்கொடுக்கவேண்டும். திருத்தவேண்டும். ஆனால் தன்னைப் போலவே அந்தத் தோழிக்குப் படிப்பில் தீராத ஆர்வம் இருந்ததைக் கண்டு மகிழ்ந்துபோனார் மலாலா. ஒன்றாகத் தரையில் அமர்ந்து புத்தகத்தை விரித்து, பாடங்களை வாய்விட்டுச் சொல்லி எழுதும்போது மலாலாவுக்குத் தன் அருகில் இருப்பது அம்மா என்னும் உணர்வே ஏற்படாது. மலாலா படித்த அதே குஷால் பள்ளியில்தான் அம்மாவும் படித்தார். பல சமயங்களில் வகுப்புகள் முடிந்ததும் தனது நோட்டைத் தூக்கிக்கொண்டு ஆசிரியரிடம் சென்று காட்டி சந்தேகங்கள் கேட்கும் அம்மாவைக் காண மலாலாவுக்குப் பெருமையாக இருந்தது. புத்தி

சாலித்தனம், கூர்மையாக வாதிடும் திறன், விழிப்பான ஆற்றல் அனைத்தும் இருந்தபோதிலும் எழுத்தறிவு மட்டும் இல்லாமல் இருந்தது. இப்போது அந்தக் குறையும் நீங்கிவிட்டது. இனி, என் அம்மாவை மிஞ்ச இந்தப் பள்ளத்தாக்கில் யாராவது இருப்பார்கள் என்றா நினைக்கிறீர்கள்?

ஜியாவுதின் இதை ஒரு வெற்றியாகவே கண்டார். அப்பா, அம்மாவைப் பாருங்கள் எவ்வளவு துடிப்பாகப் பாடம் படிக்கிறார் என்று மலாலா கூச்சலிட்டபோது அவராலும் தன்னைக் கட்டுப்படுத்திக்கொள்ள முடியவில்லை. பல ஆண்டுகளாக மறுக்கப்பட்டிருந்ததால், இப்போது படிக்கும் ஆர்வம் பீறிட்டுக் கிளம்பியிருக்கிறது என்பதை அவர் கண் கூடாக உணர்ந்தார். ஸ்வாட் பள்ளத்தாக்கு இத்தகைய பெண்களால் நிரம்பி வழிகிறது என்பதையும் வாய்ப்பு அளிக்கப்பட்டால் அவர்களாலும் அறிவொளியுடன் மலரமுடியும் என்பதையும் அவர் உணர்ந்திருந்தார். அதற்காகத்தான் அவர் கிட்டத்தட்ட வீடு, வீடாகச் சென்று ஒவ்வொரு வரிடமும் பேசிக்கொண்டிருந்தார். உங்கள் வீட்டில் உள்ள பெண் குழந்தைகளை இப்போதே படிக்கவையுங்கள். அப்போதுதான் என் அப்பாவும் அம்மாவும் என்னைப் படிக்கவைக்காமல் போய் விட்டார்களே என்று அவர்கள் எதிர்காலத்தில் வருந்தாமல் இருப்பார்கள்! பெண் குழந்தைகளுக்குத் தனிப் பள்ளிக்கூடம் நடத்துகிறோம். பயப்படாமல் அவர்களை அனுப்பிவையுங்கள்! மலாலாவும் அப்பாவுடன் பிரசாரங் களில் இணைந்துகொண்டார். என் அம்மாவைப் போல் உங்கள் அம்மா வையும் சகோதரிகளையும் படிக்க வையுங்கள் என்று கேட்டுக் கொண்டார்.

பள்ளியில் பரிட்சை முடிந்து விடுமுறை தொடங்கியபோது அனை வரையும் ஒயிட் பேலஸ் அழைத்துச் சென்றார்கள். இந்தியாவுக்கு ஒரு தாஜ்மஹால் என்றால் ஸ்வாட்டுக்கு இந்த வெள்ளை மாளிகை. எலிஸ பெத் மகாராணி தங்கிச் சென்றிருக்கும் இந்தப் பிரபலமான மாளிகை ஒரு ஓட்டலாக மாற்றப்பட்டிருந்தது. மலையடிவாரத்தில் பசுமைப் புல்தரை, வண்ண மலர் செடிகள் நடுவில் அழகாக நிலா போல் இந்தப் பளிங்கு கட்டடம் அமைந்திருந்தது. மலாலா உலகையே மறந்து தன் தோழிகளுடன் விளையாடினார். தீரவே தீராத கதைகளைப் பேசி மகிழ்ந்தார். நெருங்கிய தோழிகளிடம் கோபத்துடன் சண்டையிட்டார். பூச்சிகளைத் துரத்திக்கொண்டு ஓடினார். பெரும் கூச்சலிட்டு, சத்தம் போட்டுச் சிரித்தார்.

உடல் முழுக்க சோர்வுடன், மனம் முழுக்க நிறைவுடன் வீடு திரும்பிய போது யாரோ ஒருவர் வீடு வீடாக வந்து நகல் எடுக்கப்பட்ட ஒரு கடிதத்தை விநியோகித்துக்கொண்டிருந்தார். தன் கையில் திணிக்கப்பட்ட கடிதத் தைப் பிரித்துப் படித்தார் ஜியாவுதின்.

அன்புள்ள முஸ்லிம் சகோதரர்களே, குஷால் பள்ளி என்பதைக் கேள்விப் பட்டிருக்கிறீர்கள் அல்லவா? அந்தப் பள்ளியில் சிறு பெண் குழந்தைகளை எல்லாம் சேர்த்து வைத்துப் படிக்க வைக்கிறார்கள். படிக்கவா வைக்கிறார்கள்? அருவருப்பூட்டும் வகையில் கூத்தடிக் கிறார்கள். கேட்டாலே உடல் கூசுகிறது. பிக்னிக் அழைத்துச் செல்கிறேன் என்னும் பெயரில் ஊர், ஊராக அழைத்துச் சென்று ஆட்டம், பாட்டம் என்று அலையவிடுகிறார்கள். நேற்று என்ன நடந்தது என்பதை ஒயிட் ஹவுஸ் ஹோட்டல் சென்று நீங்களே விசாரித்துத் தெரிந்துகொள்ளுங்கள்.

கடிதத்தின் நோக்கம் ஒருவரும் சொல்லாமலேயே தெரிந்தது. குஷால் பள்ளியில் படித்துக்கொண்டிருக்கும் சிறுமிகளின் பெற்றோரைப் பயமுறுத்தி அவர்களைப் பள்ளிச் செல்லவிடாமல் தடுக்கவேண்டும். கொலை மிரட்டலுக்கும் பணியாதவர்களைக் கலாசாரத்தின் பெயரால் தாக்கியிருக்கிறார்கள். உங்கள் பெண் குழந்தை நேற்று என்ன செய்து கொண்டிருந்தது தெரியுமா என்னும் ஒரு கேள்வி போதும் அவளுடைய பெற்றோரின் உள்ளத்தை உடைக்க. ஆனால் நோக்கம், உடைப்பதல்ல. படிப்பவர்களின் உள்ளத்தைக் கிழிப்பது. அதனால்தான் அருவருப் பூட்டும் செயல்களில் ஈடுபடுகிறார்கள், கூத்தடிக்கிறார்கள் போன்ற குறு வாள்களைக் கடிதத்தில் செருகியிருந்தார்கள்.

மலாலா எவ்வளவு யோசித்தும் ஒரு சிறு குற்றச் செயலும் அவர் நினைவுக்கு வரவில்லை. உயிருக்கு உயிரான தோழி ஒருவருடன் சண்டையிட்டேன், உண்மை. மிஞ்சிப்போனால் இன்னும் இருபத்து நான்கு மணி நேரம் மட்டுமே இந்தக் கோபம் உயிர்த்திருக்கும். பிறகு நாங்களே உடைத்துவிட்டு, பேச ஆரம்பித்துவிடுவோம். இதிலென்ன பெரும் குற்றத்தை அவர்கள் கண்டார்கள்? இதில் அருவருப்பூட்டும் படியாக என்ன நடந்துவிட்டது? எச்சரிக்கும் அளவுக்கு என்ன தவறு இழைத்துவிட்டோம்? கவனமாக யோசித்துப் பார்த்தபோது இன்னொரு கேள்வியும் பிறந்தது. அப்படியானால் நாங்கள் போகும் இடமெல்லாம் தாலிபன்கள் எங்களைப் பின்தொடர்ந்து வருகிறார்களா? எங்களுடைய ஒவ்வொரு செயலையும் அவர்கள் வேவு பார்க்கிறார்களா? இவர்களிட மிருந்து தப்பவே முடியாதா?

அப்படியானால், சொன்னதைப் போலவே என்னைக் கொன்று விடுவார்களா?

# 15

## ஒரு கனவைச் சுட்டுக்கொல்ல முடியுமா?

தன்னைப் பற்றி மற்றவர்கள் என்னென்னவோ நினைத்துக்கொண்டிருக் கிறார்கள், எப்படியெல்லாமோ கனவு கண்டுகொண்டிருக்கிறார்கள் என்பது மலாலாவுக்கும் தெரிந்துதான் இருந்தது. அபூர்வமான ஒரு பிறவியாக, சாகசங்கள் புரியும் துணிச்சல்காரியாக, புத்திசாலித்தனமான மாணவியாகத் தன்னை அவர்கள் கருதுவதை சிறு சங்கடத்துடன் அவர் உணர்ந்திருந்தார். சாலையில் என்னைத் தற்செயலாகக் கடந்து செல்லும் போதுகூட மறக்காமல் என்னை வியப்போடுதான் பார்க்கிறார்கள். பள்ளிக்குப் போனால் தோழிகள், ஏன் பல சமயங்களில் ஆசிரியர் களுமேகூட புருவத்தை உயர்த்துகிறார்கள். அவர்கள் பார்வையில் நான் எப்படிக் காட்சியளிக்கிறேன் என்பது எனக்கு முக்கியமல்ல; என்னைப் பொருத்தவரை நான் மிகவும் சாதாரண ஒரு பெண். எனக்கும் மற்றவர் களுக்கும் எந்த வேறுபாடும் இல்லை. ஆம், இல்லவே இல்லை!

இப்படிச் சொல்லி என்னை நான் ஏமாற்றிக்கொள்கிறேனா அல்லது ஆசுவாசப்படுத்திக்கொள்கிறேனா என்று யோசித்தார் மலாலா. ஆயிரம் முறை சொல்லிக்கொண்டாலும் யதார்த்தம் மாறிவிடப்போவதில்லை என்பது உறைத்தது. நான் என் வயதுள்ள மற்றவர்களைப் போன்றவள் தான்; அதே சமயம் அவர்களுக்குக் கிடைக்காத பல விஷயங்கள் எனக்கு மட்டும் கிடைக்கின்றன. எனக்குக் கிடைக்கும் வாய்ப்புகள் அவர்களுக் குக் கிடைக்கவில்லை. எனக்குக் கிடைத்த அம்மாவும் அப்பாவும் அவர் களுக்குக் கிடைக்கவில்லை. என்னால் சுலபத்தில் கல்வி கற்க முடிகிறது. அவர்களுக்கு அது சாத்தியமில்லை. எனக்குப் பரிசுகளும் விருது களும் கிடைத்துக்கொண்டே இருக்கின்றன. பெரிய பெயர்களைத் தாங்கி நிற்கும் அமைப்புகள் என்னை ஓயாமல்

வரவேற்கின்றன. பாராட்டுகின்றன. மரியாதையுடன் பணமும் கொடுக்கின்றன. இதெல் லாம் என் வயதுள்ள எத்தனைப் பேருக்குக் கிடைக்கிறது? மேலுலகப் பறவையாக என்னை அவர்கள் பார்ப்பதில் தவறென்ன இருக்கிறது?

பெருமிதம் அல்ல பெரும் சோகமே மலாலாவை அப்பிக்கொண்டது. உள்ளுக்குள் ஒரு சிறு விதையாக குற்றவுணர்வு முளைத்துவிட்டது. இனி அது ஓயப்போவதில்லை. பெரும் காடாக மாறித் துன்புறுத்தும் முன் ஏதாவது செய்தாகவேண்டும் என்று தோன்றியது. ஜியாவுதினிடம் சென்று படபடவென்று தன் ஆதங்கத்தைக் கொட்டித் தீர்த்தார். அப்பா, என்னால் நிம்மதியாக இருக்க முடியவில்லை. இந்தப் பரிசும் பணமும் எனக்குத் தேவைதானா? இதை வைத்துக்கொண்டு நான் மட்டும் சுகமாக இருந்துவிடமுடியும் என்றா நினைக்கிறீர்கள்? என் தோழிகள் எல்லாம் கஷ்டப்படும்போது நான் மட்டும் எப்படி இதையெல்லாம் அனுபவிப் பேன்? எனக்கு என்னவோ போல் இருக்கிறது. என் வயதுக் குழந்தைகள் வேலைக்குப் போய்க்கொண்டிருக்கிறார்கள். அழுக்கு ஆடை அணிந்து குப்பை பொறுக்கிக்கொண்டிருக்கிறார்கள். நான் என்ன செய்யட்டும் அப்பா?

ஒரு கல்வி அமைப்பு ஆரம்பிக்கலாம் என்று முடிவெடுக்கப்பட்டது. பரிசுப் பணத்தை அதில் போட்டுவிட்டு தேவைப்படுவோருக்கு உதவலாம். தெருவோரக் குழந்தைகளுக்குச் சிறு உதவிகள் செய்ய முடியுமா என்று பார்க்கலாம். படிக்க முடியாதவர்களைப் படிக்க வைக்கலாம். தோழிகள் அனைவரிடமும் சொல்லி அவர்களையும் இதில் இணையு மாறுக் கேட்டுக்கொள்ளலாம். அப்படியே அமைப்பை பெரிதாக்கி, பெரிதாக்கி இந்தத் தெரு, ஊர், ஸ்வாட் பள்ளத்தாக்கு என்று முழுவதையும் மாற்றிவிடலாம். முடியும்தானே அப்பா என்று மலாலா கேட்ட போது, அப்பா புன்னகை மட்டுமே செய்தார். ஆனால் போதுமே, அதுவே ஒருவித தாற்காலிக நிம்மதியைக் கொடுத்து விட்டது மலாலா வுக்கு. கட்டிய மனக்கோட்டைக்கு உள்ளேயே படுத்துத் தூங்கியும் விட்டார்.

ஜியாவுதினுக்கு நிம்மதியான உறக்கம் என்பதே ஒரு கொடுங்கனவாக மாறியிருந்தது. ஆகஸ்ட் மாதம் அவருடைய நெருங்கிய நண்பரான ஜாஹித் கான் என்பவர் தாலிபனால் தாக்கப்பட்டார். தொழுகை முடிந்து வீட்டுக்குத் திரும்பிச் சென்றுகொண்டிருந்தபோது வழிமறித்து நேருக்கு நேர் பார்த்து முகத்தில் சுட்டிருக்கிறார்கள். ஜாஹித் கான் எப்படியோ பிழைத்துவிட்டார் என்றாலும் ஜியாவுதின் உடைந்து போனார். அருகில் நெருங்கி வந்து சுட்டுவிடும் அளவுக்கு தாலிபன்கள் வளர்ந்தும் பெருகியும் விட்டார்கள் என்பதையே இது காட்டுகிறது.

முன்பெல்லாம் தாலிபனுக்கும் ராணுவத்துக்கும் இடையில் மாட்டிக் கொள்பவர்களுக்கே மரணம் கிடைத்துவந்தது. இப்போது தாலிபன் தேடிவந்து உன்னைக் கொல்கிறான். ஜாஹித் கான் தன்னைப் போலவே தாலிபனை எதிர்த்து பேசிவந்தவர் என்பதையும் தனக்கும் கொலை மிரட்டல் வந்துள்ளது என்பதையும் அவரால் மறக்கமுடியவில்லை. எனக்கு மட்டுமா, மலாலாவுக்கும் அல்லவா மிரட்டல் விடுக்கப்பட்டிருக்கிறது?

உடல் முழுக்கச் சிறகுகளுடன் ஏராளமான கனவுகளைச் சுமந்து கொண்டு பறந்துகொண்டிருக்கிறாள் மலாலா. நான் என்ன செய்யட்டும், என்ன செய்யட்டும் என்று ஓயாமல் நச்சரித்துக்கொண்டிருக்கிறாள். ஸ்வாட்டை, பாகிஸ்தானை, உலகை மாற்ற என்ன வழி அப்பா என்று தினம் ஒரு முறை கேட்கிறாள். ஒருநாள் தானாகவே அவள் பதில்களைக் கண்டு பிடித்து விடக்கூடும். இந்தக் குழந்தையின் உலகத்துக்குள்ளும்கூட தாலிபன் பிரவேசித்துவிடுவானா? கட்டடங்களைத் தகர்ப்பதுபோல் அவளுடைய தனி உலகைத் தகர்த்துவிடுவானா? அவளுடைய கனவுகளை அழித்துவிடுவானா? காற்றைத் தடை செய்வதைக் காட்டிலும் கொடூரமானது அல்லவா கனவுகளைத் தடை செய்வது?

ஜியாவுதின் ஒருநாளைக்குப் பத்து முறை அறைக் கதவைத் திறந்து திறந்து மலாலாவை எட்டிப் பார்த்தார். ஒரு விநாடி அவளைக் காண முடியாவிட்டாலும் தவித்துப் போனார். நினைவுகளில், உறக்கத்தில் மலாலாவே முழுக்க முழுக்க நிறைந்திருந்தார். கதவைச் சாத்திக்கொள், ஜன்னலைத் திறக்காதே, பத்திரமாக இரு, அங்கே இங்கே திரும்பாதே என்று தினம் தினம் மலாலாவை இழுத்துப் பிடித்து சலிப்பூட்டும்படி ஜபித்தார். நீங்கள் ஏன் இப்படிப் புதிராக நடந்துகொள்கிறீர்கள் என்று அம்மா விழித்தபோது முதல்முறையாக அப்பா வாய் திறந்து உண்மையைப் பகிர்ந்துகொண்டார். நம் குழந்தைக்கு தாலிபனால் ஆபத்து நேரலாம்.

வீடு அப்படியே தலைகீழாகத் திரும்பிப்போனது. மலாலாவைப் பொத்திப் பொத்தி பாதுகாக்கத் தொடங்கினார்கள். ஜியாவுதின் தனது வழித்தடத்தைத் தொடர்ந்து மாற்றிக்கொண்டிருந்தார். இன்று ஒரு வழியாகப் பள்ளிக்குச் சென்றால் மறுநாள் வேறு வழியில் சென்றார். வெளியேறும் நேரத்தையும் வீடு திரும்பும் நேரத்தையும் தொடர்ந்து மாற்றிக்கொண்டிருந்தார். சில சமயம் நண்பர்களின் வீடுகளில் தங்கிக் கொண்டார்.

ஒருநாள் மலாலாவின் கணக்கு ஆசிரியர் நேராக வீட்டுக்கு வந்து விட்டார். நுழையும்போதே பெரிய குரலில் மலாலாவை அழைத்துக் கொண்டே வந்தார். மலாலா, நீ எச்சரிக்கையாக இருக்கவேண்டும். நேற்று இரவு எனக்கொரு கனவு வந்தது. உன் கால்களில் தீ பற்றி

எரிவதைக் கண்டேன். உனக்கு ஏதோ கெடுதல் நடக்கப்போகிறது என்று இது சொல்கிறது. சொல், இனி கவனமாக இருப்பாயா? மலாலா குழம்பிப் போனார். ஜியாவுதின் பயந்தே போனார். மலாலாவுக்கு நிஜமாகவே ஆபத்து வரப்போகிறதா? இது தப்பான சகுனம் அல்லவா?

இன்னொரு நாள் வீட்டில் மாட்டியிருந்த மலாலாவின் புகைப்படம் சற்றே சரிந்திருந்ததைக் கண்டதும் கோபம் பொத்துக்கொண்டு வந்து விட்டது ஜியாவுதினுக்கு. அம்மாவைக் கூப்பிட்டு கத்தித் தீர்த்து விட்டார். இதை ஏன் யாரும் பார்க்கவில்லை? ஏன் இப்படிப்பட்ட தவறுகள் நடக்கின்றன? படம் ஒழுங்காக, நேராக இருக்கவேண்டும் என்பது கூடத் தெரியாதா உங்களுக்கெல்லாம்?

பாவம் அப்பா என்று நினைத்துக்கொண்டார் மலாலா. இப்படி யெல்லாம் இதற்குமுன் அப்பா கோபப்பட்டதே இல்லை. அதுவும் அம்மா விடம் கடிந்துகொண்டதில்லை. மலாலா கதவைச் சாத்திக் கொண்டாயா; மலாலா உறங்கிக்கொண்டிருக்கிறாயா; மலாலா உறங்கத் தொடங்கிவிட்டாயா என்று ஏதோ சாக்கிட்டு இரவு மீண்டும் மீண்டும் வந்து எட்டிப் பார்க்கும் இந்த அப்பா உண்மையிலேயே என் பழைய அப்பாவைப் போல் இல்லை. நல்ல சகுனம், கெட்ட சகுனம் என்றெல்லாம் அப்பா பேசி மலாலா பார்த்ததேயில்லை. இப்போது சாதாரண ஒரு நிகழ்வுக்குக்கூட உள்அர்த்தங்கள் தேடிக்கொண்டிருக் கிறார். தடுமாறுகிறார். பதற்றம் கொள்கிறார். அங்கும் இங்கும் விழி களை உருட்டிப் பார்த்துக்கொண்டே இருக்கிறார். யாரையோ தேடிக் கொண்டிருக்கிறார். அல்லது யாரையோ தவிர்க்கப் பார்க்கிறார்.

தாலிபனா? இதோ ஜன்னல் வழியாகவா புகுந்துவந்துவிடுவான் தாலிபன்? அல்லது, இரவு கட்டிலுக்கு அடியில் இருந்து திடீரென்று தோன்றிவிடுவானா? பள்ளிக்குச் செல்லும்போது ஏதாவதொரு திருப்பத்தில் இருந்து புலியாகப் பாய்வானா? தாலிபனைவிட இந்த அப்பாவைப் பார்க்கப் பயமாக இருந்ததால் ஒருமுறை சொல்லியே விட்டார். 'அப்பா, நீங்கள் அளவுக்கு மீறிப் பயப்படுகிறீர்கள். என்னைத் தாக்கவேண்டும் என்று நினைத்தால் எப்பொழுதோ செய்திருப்பார்கள். அவர்களிடம் இருந்து என்னை ஒளித்து வைக்கவா போகிறீர்கள்?'

அக்டோபர் 2012ல் பள்ளித் தேர்வுகள் தொடங்கின. வீட்டில் இயல்பு வாழ்க்கை திரும்பிவிட்டதை உணர்ந்தார் மலாலா. கொஞ்சம் நிம்மதி யாக இருந்தது. இரவு பயமூட்டும் கனவுகள் வரும்போது, செத்தோம் வாழ்க்கை முடிந்தது என்று தோன்றும். காலை எழுந்திருக்கும்போது ஒன்றுமே நினைவில் இருக்காது. தாலிபன் பயமும் அப்படித்தான் போலும் என்று நினைத்துக்கொண்டார் மலாலா. அப்பாவும் இயல்பாகி விட்டது போல் இருந்தது.

மலாலாவின் முழுக் கவனமும் பாடப்புத்தகங்களில் புதைந்துபோனது. வகுப்பில் முதலாவதாக வரவேண்டும் அல்லவா? இரண்டாவதாக வருவதில் என்ன பெருமை இருக்கிறது? இரவு நீண்ட நேரம் கண்விழித்துப் படித்தார். (ஜன்னல் கதவு, திறந்திருந்ததா மூடியிருந்ததா என்றுகூட நினைவில்லை!) சில சமயம் விடிகாலை இரண்டு மணி வரை படித்ததையே மீண்டும் மீண்டும் படித்துக்கொண்டிருந்தார். காலை எழுப்பிவிடுவதற்கு நிச்சயம் அம்மா வேண்டும். தேர்வோ,தேர்வு இல்லையோ இதுவரை தானாக விழிப்பு வந்து ஒரே ஒரு நாள்கூட எழுந்ததாக நினைவில்லை.

முதல் நாள் இயற்பியல் தேர்வு. மலாலாவுக்குப் பிடித்த துறை என்பதால் சிரமம் எதுவும் இல்லாமல் எழுதி முடித்துவிட்டார். அக்டோபர் 9ம் தேதி பாகிஸ்தான் ஸ்டடீஸ். இரவு முழுக்க, நாள் முழுக்கப் படி, படி என்று புத்தகத்தைப் பிழிந்து தீர்த்தாலும் நிச்சயம் இதில் அதிக மதிப்பெண்கள் எடுக்கமுடியாது என்று தோன்றியது. அறிவியல் போல் அரசியல் சுலபமானது அல்ல. குறிப்பாக, பாகிஸ்தான் அரசியலும் வரலாறும் படிப்பதற்குத் தோதானதல்ல. இயற்பியல் விதிகள்போல் ஒரு நேர்க்கோட்டில் அரசியலைக் கொண்டுசெல்ல முடிவதில்லை என்று தோன்றியது மலாலாவுக்கு. சமன்பாடுகளை நினைவில் தேக்கிக் கொள்ள முடிவதைப்போல் நிகழ்வுகளையும் காலகட்டத்தையும் மனத்தில் தேக்கிக்கொள்ள முடியவில்லை. மீண்டும் மீண்டும் நழுவிப்போகிறது. பால், காபி என்று மாற்றி மாற்றிப் பருகிப் பார்த்தார். எதற்கும் மசிந்து கொடுக்கவில்லை பாகிஸ்தான்.

பாகிஸ்தான் சுதந்தரம் அடைந்ததையும் ஜின்னா ஒரு புதிய தேசத்தைக் கட்டியெழுப்பியதையும் பக்கம் பக்கமாக விவரித்து எழுதியிருந்தார்கள். உலகின் முதல் இஸ்லாமிய தேசம் பாகிஸ்தான். ஜின்னா அதனை மிகவும் போராடி நமக்காகப் பெற்றுக்கொடுத்தார். வங்கதேசம் முதலில் நம்மோடு சேர்ந்து, நம்மில் ஒரு பகுதியாகத்தான் இருந்தது. ஆனால் ஒரு கட்டத்தில் அது பிரிந்துவிட்டது. இது ஒரு பெரும் சோகம். பாகிஸ்தான் வரலாற்றில் மறக்கமுடியாத அத்தியாயம். பல ஆயிரம் மைல் தொலைவில் உள்ள ஒரு தேசம் எப்படி நம்முடைய ஒரு பகுதியாக இருந்தது என்னும் ஆச்சரியத்தைத் தனக்குள்ளே வைத்துக் கொண்டு கேட்ட கேள்விக்கு மட்டும் பதில் எழுதினார் மலாலா.

பாகிஸ்தான் வரலாறு இத்தோடு முடிந்துவிட்டதில் மலாலாவுக்கும் திருப்திதான். தேர்வு எழுதிய அலுப்பு ஒட்டிக்கொண்டிருந்தது. சிறிது நேரம் பள்ளியில் தங்கியிருந்து பேசிக்கொண்டிருக்கலாமா என்று மோனிபா கேட்டபோது உற்சாகமாகத் தலையசைத்தார் மலாலா. பத்து, பதினைந்து பேர் ஒன்றுகூடி அமர்ந்து கதை பேசத்

தொடங்கினார்கள். வேன் வந்து நின்று ஒலியெழுப்பும்வரை பேசிக் கொண்டே இருந்தார்கள். ஆசிரியர்கள் வருவதும் போவதுமாக இருந்தார்கள். அடல் அருகிலுள்ள ஆரம்பப் பள்ளியில் படித்து வந்தான். அக்காவுடன் போ, அக்காவுடன் வா என்று கண்டிப்பாகச் சொல்லியிருந்ததால் அவனும் தன்னுடைய வகுப்புகளை முடித்து விட்டு மலாலாவைக் காண கிளம்பிவந்திருந்தான். இருவரும் ஒரே வாகனத்தில் ஒன்றாக ஏறி வீடு போய்ச் சேர்வது வழக்கம். ஆனால் அன்றைக்கு அடல் மலாலாவுடன் வரவில்லை. நான் நண்பர்களுடன் நடந்தே வந்துவிடுகிறேன் என்று சொல்லிவிட்டான்.

மலாலா தோழிகளுடன் வேனில் ஏறி அமர்ந்துகொண்டார். காற்றைக் கிழித்துக்கொண்டு வேன் நகரத்தொடங்கியதும் சிலர் பாட்டுப் பாடத் தொடங்கிவிட்டனர். தேர்வு எழுதி முடித்தவுடன் எங்கிருந்துதான் இப்படியொரு திடீர் உற்சாகம் வந்து ஒட்டிக்கொள்கிறதோ தெரிய வில்லை! மலாலா தன்னை அறியாமல் தாளமிட்டுக்கொண்டிருந்தார். காற்றில் மெல்லிய டீசல் வாசம் அடித்துக்கொண்டிருந்தது. சாலையில் பல வண்ணங்களில் சைக்கிள் ரிக்‌ஷா வாகனங்கள் விரைந்து கொண்டிருந்தன. கடைக்காரன் ஒருவன் நிதானமாக ஒவ்வொரு கோழியாகப் பிடித்து ஒரே வெட்டில் தலையைத் துண்டித்துக் கொண்டிருந்தான். டக், டக், டக் என்று கத்தியின் சத்தம் காதில் விழுந்துகொண்டே இருந்தது.

பரபரப்பான சாலை பார்வையில் இருந்து மறைய, வலதுபுறமாகத் திரும்பிய வண்டி ராணுவப் பாதுகாப்புச் சாவடியைக் கடந்து முன்னேறியது. அருகில் உள்ள ஒரு கடையில் சில தீவிரவாதிகளின் படங்களை ஒட்டிவைத்திருந்தார்கள். தாடி, தலைப்பாகை, கையில் துப்பாக்கியுடன் சிலர் அதில் காட்சியளித்தனர். ஒருவர் ஃபஸ்லுல்லா. மற்றவர்கள் அவனுடைய ஆள்களாக இருக்கவேண்டும்.

மலாலாவின் குடியிருப்பை அடைவதற்கு மலைப் பகுதியை ஒட்டி யுள்ள பாதையில் செல்லவேண்டும். எப்போதும் ஓயாமல் சத்தமிட்டுக் கொண்டிருக்கும் அந்தப் பாதை அன்றைய தினம் அமைதியாக இருந் தது மலாலாவுக்கு ஆச்சரியமாக இருந்தது. கிட்டத்தட்ட இறங்கவேண் டிய நேரம் வந்துவிட்டது. அப்போதுதான் மலாலா கவனித்தார். இரண்டு இளைஞர்கள் சாலையின் நடுவில் நின்றுகொண்டிருந்தார்கள். வேன் சட்டென்று நின்றது.

ஒருவன் குரலை உயர்த்திக் கேட்டான். ‘இங்கே யார் மலாலா?’

அவ்வளவுதான் நினைவில் இருந்தது மலாலாவுக்கு.

# 16

## நினைவுகள் அழிவதில்லை

மலாலா கண் விழித்துப் பார்த்தார். சுற்றிலும் மனித முகங்கள். ஒருவரையும் மலாலாவால் அடையாளம் காணமுடியவில்லை. இவர்கள் எல்லோரும் யார்? ஏன் என்னையே உற்றுப் பார்த்துக்கொண்டு நின்றுகொண்டிருக்கிறார்கள்? மலாலா கண்களை இடுக்கி ஒவ்வொரு முகமாகப் பொறுமையாகப் பார்க்க முயன்றார். விநோதம்தான். ஒவ்வொரு முகத்திலும் நான்கு விழிகள் இருந்தன. இரண்டு மூக்குகள். இரண்டு வாய்கள். இதென்ன, நான் கனவு கண்டுகொண்டிருக்கிறேனா? என்ன ஆனது எனக்கு? ஏன் என்னால் எதையும் சரியாகப் பார்க்க முடியவில்லை? இவர்கள் அந்நியர்களா அல்லது என் நினைவு குழப்புகிறதா? யாரோ தன்னைப் படுக்க வைத்திருந்தார்கள் என்பது தெரிந்தது. இது ஸ்வாட் போலவோ பாகிஸ்தான் போலவோ இல்லையே? என்னை எங்கே அழைத்து வந்திருக்கிறார்கள்? அப்பாவும் அம்மாவும் எங்கே?

கத்த முயன்றார். உதடுகளைப் பிரிக்கக்கூட முடியவில்லை. வாயில் குழாய் போல ஏதோ பொருத்தப்பட்டிருந்ததை உணர்வதற்குச் சில விநாடிகள் பிடித்தன. தான் இருப்பது ஒரு மருத்துவமனையில் என்பது சில நிமிடங்களுக்குப் பிறகே தெரியவந்தது. படுத்த வாக்கில் கண்களை உருட்டிப் பார்த்தார். வலித்தது. கைகளால் மெத்தையை இறுகப் பற்றிக்கொண்டார். வலித்தது. எங்கே வலி என்று குறிப்பிட்டுச் சொல்லமுடியவில்லை. யோசித்தால் வலித்தது. சுவாசித்தால் வலித்தது. இதென்ன உணர்வு? எங்கிருந்து வந்து ஒட்டிக்கொண்டது இந்த வலி? வாயில் என்ன பொருத்தியிருக்கிறார்கள்? ஏன் எல்லாமே இரண்டு இரண்டாகத் தெரிகிறது?

அப்பா! அவர் எங்கே? அவரும்கூட என்னைப் போலவே கிடத்தப் பட்டிருக்கிறாரா? என்னைக் காட்டிலும் ஆபத்தான நிலையில் இருக் கிறாரா? கண்களை இயன்றவரை சுழலவிட்டுப் பார்த்தார். அருகில் அப்பா இல்லை. அவர் இருந்தது ஒரு தனியறையில். அப்படியானால் அப்பாவை அடுத்த அறையில் படுக்க வைத்திருக்கவேண்டும். ஏன் இப்படித் தனக்குத் தோன்றவேண்டும் என்று மலாலாவுக்குத் தெரிய வில்லை. தன்னைப்போலவே அப்பாவும் நினைவு தப்பி, காயப்பட்டு, வலியோடு படுத்துக்கிடப்பார் என்று ஏன் அவர் நம்பவேண்டும்?

கையால் ஏதோ சைகை காட்டினார் மலாலா. புன்முறுவலுடன் ஒரு பெண் மலாலாவை நெருங்கினார். தன்னை ரெஹானா என்று அவர் அறிமுகப் படுத்திக்கொண்டார். மலாலாவை ஆற்றுப்படுத்திய ரெஹானா புனித குர்ஆன் நூலை எடுத்து வைத்துக்கொண்டு பிரார்த்தனை செய்யத் தொடங்கினார். தெளிந்த, பழக்கப்பட்டுப்போன வார்த்தைகள் ஒவ் வொன்றாக அவரிடமிருந்து வெளிப்பட மலாலாவின் உடலும் உள்ள மும் அமைந்தியடைந்ததுபோல் இருந்தது. மலாலா தன் கண்களை மூடிக் கொண்டார். அந்த மயக்கத்திலும் அவர் உதடுகள் முணுமுணுத்தன. 'கடவுளே, என்னைக் காப்பாற்றியதற்கு நன்றி!'

விழித்தபோது ரெஹானாவைக் காணவில்லை. அது ஒரு பச்சை அறை. ஜன்னல்கள் எதுவும் இல்லை. விளக்குகள் மிகவும் பிரகாசமான ஒளியைக் கண்களைக் கூசச் செய்யும் வகையில் அந்த அறை முழுக்கப் பரப்பிக்கொண்டிருந்தன. ஒரு மருத்துவரும் வேறொரு நர்ஸும் இருந்தனர். மலாலா அவர்களிடம் பேச முயன்றார். ரேடியோவிலும் தொலைக்காட்சியிலும் ஓங்கி வெளிப்பட்ட அவருடைய குரல் இப்போது எங்கோ சென்று பதுங்கிக்கொண்டுவிட்டது. வாயில் உள்ள குழாய் காரணமா அல்லது பேசும் திறனே போய்விட்டதா என்று தெரியவில்லை.

மலாலாவின் தவிப்பைப் பார்த்ததும் நர்ஸ் விரைந்து சென்று ஒரு பேனாவையும் காகிதத்தையும் கொண்டுவந்தார். மலாலா அவசரமாக எழுத முயன்றார். பேனா காகிதத்தில் ஓடி ஓடிச் சென்றதே ஒழிய, எழுத்துகள் வரவில்லை. வந்து விழுந்த எழுத்துகள், எழுத்துகளாகவே இல்லை. கைகள் நடுங்கின. தலை வலித்தது. தன் அப்பாவின் தொலைப் பேசி எண்ணை எழுதிக் காட்ட விரும்பினார். எழுத்துகளைப் போல் எண்களும் விரல்களுக்குள் அகப்படாமல் விலகி விலகிச் சென்றன. இறுதியில் அந்த நர்ஸ் ஆங்கில எழுத்துகளை எழுதிக்கொண்டுவந்து மலாலாவிடம் காட்டினார். மலாலா ஒவ்வொரு எழுத்தாகத் தொட்டுத் தொட்டுக் காட்டினார்.

இரண்டு வார்த்தைகளை நர்ஸ் புரிந்துகொண்டார். முதல் வார்த்தை, அப்பா. இரண்டாவது, நாடு. அப்பா எப்படி இருக்கிறார்? நான் இப் போது எந்த நாட்டில் இருக்கிறேன்? மருத்துவர் நிறுத்தி, நிதானமாகப் பதிலளித்தார். கவலைப்படாதே, உனக்கு எதுவும் ஆபத்தில்லை. நீ இப்போது இருப்பது பிர்மிங்ஹாமில். போர்வையைப் போர்த்திவிட்டு அவர் விலகிச்சென்றார். அப்பா? அவரைப் பற்றி ஏன் இவர் எதுவும் சொல்ல மறுக்கிறார்? மலாலா மீண்டும் மீண்டும் விரல்களை எழுத்து களில் ஒத்தி எடுத்தார். பதிலில்லை. ஓய்வெடு, அமைதியாக இரு, இப்போது எதைப் பற்றியும் யோசிக்காதே என்று மட்டுமே அவர்கள் திரும்பத் திரும்பச் சொன்னார்கள். எங்கோ வெகு தொலைவில் இருந்து அந்தக் குரல் வந்து சேர்ந்ததைப் போல் இருந்தது.

திடீரென்று இரும்புக் கழியொன்று தலையில் வந்து விழுந்தது போல் இருந்தது மலாலாவுக்கு. தலையில் தொடங்கிய வலி தோள்பட்டையை வந்தடைந்து உடல் முழுவதும் பரவியது. பார்த்துக்கொண்டிருக்கும் போதே, உணர்ந்துகொண்டிருக்கும்போதே கிளைகள் பரப்பி வலி வேக வேகமாக நான்கு கால்களால் பாயத் தொடங்கியது. மிதமிஞ்சிய எரிச்சலாக அந்த வலி உருமாறுவதையும் தலை கொஞ்சம் கொஞ்சமாக வெடித் துத் தகர்ந்துகொண்டிருப்பதையும் மலாலாவால் உணர முடிந்தது.

மண்டை ஓட்டுக்குள் நூறு ரம்பங்கள் புகுந்து ஒரே நேரத்தில் அறுக்கத் தொடங்கின. இல்லை, ரம்பங்கள் அல்ல அவை. ஏதோ ஒரு பெரிய இயந்திரம் பல் சக்கரங்களைச் சுழலவிட்டபடி தலைக்குள் இயங்கிக் கொண்டிருக்கிறது. அது பெருத்த ஓசையை எழுப்பியபடி அங்கும் இங்கு மாக நகர்ந்துகொண்டும் இருக்கிறது. ஒவ்வொரு நகர்வின் போதும் ஆயிரக்கணக்கான சிறு ஊசிகள் விழித்துக்கொள்கின்றன. ஒவ்வொன்றும் ஓர் இலக்கைத் தேர்ந்தெடுத்து சொல்லிவைத்தாற் போல் ஒரே நேரத்தில் குத்துகின்றன. சதையைக் குத்திக் கிழிக்கின்றன. குத்தும் இடங்களில் எல்லாம் குபுக் குபுக்கென்று ரத்தத் துளிகள் கொப்பளிக் கின்றன. இயந்திரம் நிற்காமல் சுழல்கிறது. மேலும் மேலும் வேகமாக நகர்கிறது. பல் சக்கரம், ஊசி, சதை, ரத்தம், மேலும் ரத்தம். வலி!

தலையைக் கைகளால் பிடித்துக்கொள்ள முடிந்தால், கெட்டியாகப் பிடித்து சத்தம் எதுவும் உள்ளே போகாதவாறு அழுத்திக்கொள்ள முடிந் தால் ஒருவேளை வலி நின்றுவிடக்கூடும். ஆனால் அசையக்கூடமுடிய வில்லையே. படுக்கையோடு படுக்கையாகத் துவண்டு கிடக்கும் கைகளைத் தூக்க முடியுமா? தலை வரைக்கும் கொண்டுபோக முடியுமா? அப்படியே கொண்டுபோனாலும் அழுத்த முடியுமா? அதற்கான வலு உடலில் எஞ்சியிருக்கிறதா?

நர்ஸ் தலையைக் குனிந்து மலாலாவை நெருங்கினார். ஏதோ பேசினார். மலாலா காதுகளைக் கூர்மையாக்கிக்கொண்டார். அவர் உதடுகளை உற்றுப் பார்த்து அவர் என்ன பேசுகிறார் என்பதைப் புரிந்துகொள்ள முயன்றார். பல் சக்கரங்கள் பெரும் சத்தத்துடன் வேக வேகமாக உருண்டுகொண்டிருந்ததால் காதில் எதுவும் விழவில்லை. நர்ஸ் மலாலாவின் முகத்துக்கு அருகில் குனிந்து ஏதோ சொன்னார். மலாலாவின் காதில் இருந்து ரத்தம் வழியத் தொடங்கியது.

என்ன ஆகிவிட்டது எனக்கு? உடலை அசைக்க முடியாமல், பேச முடியாமல், விரல்களைக்கூட நகர்த்த முடியாமல் இதென்ன விநோத நிலை? என்னால் இந்தப் படுக்கையைவிட்டு எழுந்திருக்கவே முடியாதா? காதில் இருந்து ஏன் ரத்தம் வடிகிறது? ஏன் இந்த அறைக்குள் மருத்துவர்கள் முடிவின்றி நடமாடிக்கொண்டே இருக்கிறார்கள்? நான் உண்மையில் பிழைத்துவிட்டேனா, அல்லது செத்துக்கொண்டிருக்கிறேனா? அப்பாவைப் பற்றி ஏன் இவர்கள் எதுவும் பேச மறுக்கிறார்கள்? நான் ஏன் தனித்து விடப்பட்டுள்ளேன்?

நர்ஸ் மலாலாவின் காதைத் துடைத்துக்கொண்டிருக்கும்போதே ஒரு மருத்துவர் மலாலாவின் முகத்துக்கு அருகில் குனிந்தார். உன் பெயர் என்ன? உன்னால் உன் பெயரை நினைவுபடுத்திக்கொள்ள முடிகிறதா? பேச வேண்டாம், தலையை மட்டும் அசைத்துக் காட்டு. உன் கையை உயர்த்த முடிகிறதா? இல்லை, அந்தக் கை இல்லை. இடது கை. மேலாகத் தூக்க முடிகிறதா? நான் பேசுவது உன் காதில் விழுகிறதா? என்னைப் பார். நான் தெரிகிறேனா? நான் சொல்வது காதில் விழுகிறதா? மலாலா தலையை மேலும் கீழுமாக அசைத்துப் பதிலளித்துக்கொண்டிருந்தார். ஆனால் அவருக்கு ஒரு விஷயம் புரியவில்லை. என்னுடைய கேள்விக்கு இவர்கள் யாரும் இதுவரை பதிலளிக்கவில்லை. ஆனால் படுத்துக்கொண்டிருக்கும் என்னிடம் மட்டும் ஓயாமல் கேள்விகள் கேட்டுக்கொண்டே இருக்கிறார்கள்.

தான் இருப்பது அவசர சிகிச்சைப் பிரிவில் என்பதை மலாலா தெரிந்துகொண்டார். அதனால்தான் இந்த அறையில் ஜன்னல் இல்லை. பிர்மிங்ஹாம் லண்டனில் உள்ளது என்பதையும் தெரிந்துகொண்டார். தெரிந்துகொள்ளமுடியாத ஒரே விஷயம் நான் ஏன் ஒரு தொலைதூர தேசத்தில் தனியாக இருக்கிறேன்; ஏன் என் குடும்பத்தினர் யாரும் இங்கே இல்லை என்பதைத்தான். வாயில் இருப்பதைப் பிடுங்கி வீசிவிட்டு வெளியேறிவிடலாமா என்றுகூடத் தோன்றியது. இங்கே பக்கத்தில் கம்ப்யூட்டர் எங்காவது கிடைக்கும் அல்லவா? மெயில் பார்க்க லாமா? என் குடும்பத்தினர் பற்றி யாராவது எனக்கு எழுதியிருப்பார்கள் அல்லவா? அல்லது அப்பாவின் எண்ணை அழைத்துப்

பார்க்கலாம். தட்டுத் தடுமாறியாவது பேசிப் பார்க்கலாம். அனைவரும் நலமாக இருக்கிறார்கள் என்னும் ஒரு செய்தி போதாதா?

ஃபியோனா ரெணால்ட்ஸ் என்னும் பெண் மருத்துவர் ஒரு பெரிய டெட்டி பொம்மையை மலாலாவுக்குப் பரிசளித்தார். பச்சை நிறத்தில் இருந்தது அந்தப் பொம்மை. கூடவே ஒரு சிறிய நோட்டுப் புத்தகம். மலாலாவால் இந்தமுறை எழுத முடிந்தது. முதலில் தேங்க் யூ என்று பொறுமையாக எழுதினார். அடுத்து சற்றே நிதானமாக எழுதினார். என் அப்பா ஏன் இங்கே இல்லை? அடுத்த வரியில் இன்னொரு வரி. என் அப்பாவிடம் அதிகப் பணம் இல்லை. இதற்கெல்லாம் யார் பணம் கொடுப்பது?

ஃபியோனா நிறுத்தி நிறுத்திப் பேசினார். உன் அப்பா பாகிஸ்தானில் இருக்கிறார். மருத்துவமனை கட்டணத்தைப் பற்றிப் பயப்படாதே. இப்போது நீ ஓய்வெடுக்கவேண்டும். மலாலா மேற்கொண்டு எழுத முயன்றபோது ஃபியோனா அவர் கையைப் பிடித்து அழுத்தினார். நீ உன்னை அலட்டிக்கொள்ளக்கூடாது. நடக்கக்கூடாதது நடந்திருக்கிறது. ஓய்வெடுத்துக்கொள்.

நீண்ட நேரம் படுத்தபடியே மலாலா யோசித்துக்கொண்டிருந்தார். முதலில் எனக்கு என்ன நடந்திருக்கிறது? பிர்மிங்ஹாம் பற்றியும் மருத்துவக் கட்டணம் பற்றியும் யோசிப்பதற்கு முன்பு இந்த அடிப்படையை நான் யோசித்திருக்கவேண்டும் அல்லவா? எப்படி மறந்தேன்? நினைவுத் துவாரங்களில் வெளிச்சத்தைப் பாய்ச்சி தேடத் தொடங்கினார் மலாலா. பேருந்தில் பயணம் செய்துகொண்டிருந்தேன். உடன் யாரெல்லாம் இருந் தார்கள்? தெரியவில்லை. அப்பா! ஆம் அவர் என்னுடன் இருந்தார். என் அருகில்தான் இருந்தார். என்னைப் பார்த்து ஏதோ கத்தினார். அல்லது பேசினாரா? நான் சிரித்தபடி நின்று கொண்டிருந்தேன். பிறகு என்னவோ நடந்தது. நான் சரிந்துவிட்டேன். அப்பா ஓடிவந்தார். கூட்டம் கூடிவிட்டது. என்னைச் சுற்றி யார் யாரோ நின்றுகொண்டிருந்தார்கள். அவர்களில் சிலர் மருத்துவர்களா? சற்று முன்பு இந்த அறைக்குள் நுழைந்தவர் கள்தானா அவர்கள்? இவர்கள் பாகிஸ்தானுக்கும் வந்திருந்தார்களா? ஒருவேளை நான் நினைவு தப்பி விழுந்ததே பிர்மிங்ஹாமில் தானோ?

நினைவற்று மயங்கிக்கிடந்த தருணம் நினைவுக்கு வந்தது. இப்போது படுத்திருப்பதுபோல்தான் அப்போதும் கிடந்தேன். ரத்தம் வடிந்து கொண்டிருந்தது. யாரோ நெருங்கிவந்து என் கழுத்தை நெறிக்கிறார்கள். என்னால் பேசமுடியவில்லை. வாயில் குழாய் பொருத்தியிருக் கிறார்கள். அந்நியர்கள் பலர் என்னை உற்றுப் பார்க்கிறார்கள். ஒரு ஸ்ட்ரெச்சரை யாரோ கொண்டுவந்து என்னை அதில் கிடத்துகிறார்கள். என் கைகள் என்னைவிட்டு கீழே விழுகின்றன. நான் இறந்துபோகிறேன்.

இல்லை, இறக்கவில்லை. இறந்திருந்தால் தேவதை இறங்கி வந்து என்னைப் பார்த்திருக்கும். உன் கடவுள் என்ன? உன் இறைத்தூதர் யார் என்று கேட்டிருக்கும். ஒரு முஸ்லிம் இறந்துபோனால் இந்தக் கேள்விகள் கேட்கப்படும் என்று சொல்லியிருக்கிறார்கள். நான் தேவதையை இன்னும் தரிசிக்கவில்லை. அப்படியானால் நான் உயிருடன்தான் இருக்கிறேன்.

ஆனால் உயிர்ப்புடன் இருக்கிறேன் என்று சொல்லமுடியாது. எழுந் திருக்க முயற்சி செய்கிறேன். எழுந்து ஓடவேண்டும் என்று விரும்பு கிறேன். என் பள்ளிக்குப் போகவேண்டும். அப்பாவைப் பார்க்க வேண்டும். அம்மாவிடம் பேசவேண்டும். தோழிகள் எனக்காகக் காத்திருக் கிறார்கள். நான் ஓடிப்போகவேண்டும். ஆனால் நகரக்கூட முடியாமல் என் கைககளும் கால்களும் கட்டிப் போடப்பட்டுள்ளன. எனக்கு ஏன் இந்த நிலை? நீண்ட நேரத்துக்குப் பிறகே தான் சுடப்பட்டுள்ளோம் என்பது மலாலாவுக்குப் புரிந்தது. யாரால் என்று தெரியவில்லை. ஏன் என்றும் புரியவில்லை.

இனி இப்படித்தான் என் பொழுதுகளைக் கழிக்கவேண்டுமா? அறிமுக மற்ற இந்த இங்கிலாந்து நாட்டில், தனிமையில் நான் சிறைபட்டுக் கிடக்கவேண்டுமா? அப்பா எங்கே? அவரை என்னுடன் இருக்க விடாமல் தடுத்தது எது? முதலில் அவர் உயிருடன்தான் இருக்கிறாரா? நான் எப்படி இங்கே வந்து சேர்ந்தேன்? இனி என்னால் பழைய மலாலாவாக இருக்கமுடியாதா? விட்ட இடத்திலிருந்து என் வாழ்வைத் தொடங்க முடியாதா? பேச முடியாதா? எழுத முடியாதா? கண்களுக்கும் காதுகளுக் கும் கால்களுக்கும் எப்போது உயிர் திரும்பும்? அதுவரை ஓய்வெடுத்துக் கொண்டிருந்த இயந்திரம் மீண்டும் இயங்கத் தொடங்கியது. மலாலா கண்களை இறுக மூடிக்கொண்டார். ஆச்சரியம்! கண்களை மூடினால் இருட்டுதானே தெரியவேண்டும். ஏன் வெளிச்சமாக இருக்கிறது?

# 17

## ஒரு புதிய மலாலா

கனவு எது, நிஜம் எது என்று தெரியாத ஓர் உலகில் சிக்கிக்கொண்டதைப் போல் உணர்ந்தார் மலாலா. இதெல்லாம் எனக்கு நடக்கவேயில்லை, இதோ வழக்கம்போல் படுக்கையைவிட்டு எழுந்து, பல் துலக்கி பள்ளிக் குத் தயாராகப் போகிறேன் என்று நினைத்துக்கொள்வார். அதே நினைப் போடு கண் விழித்து எழுந்திருக்கவும் முயற்சி செய்வார். ஆனால் முடியாது. செயலற்றுப் படுத்திருப்பதே நிஜம் என்பது தெரியவரும். இது தான் நான். அசைய முடியாமல், பேச முடியாமல், கை, கால்களை அசைக்க முடியாமல் கட்டுண்டு கிடக்கும் இதுதான் நான். இந்த உண்மையை உணரும்போது மனம் கொந்தளிக்கத் தொடங்கிவிடும்.

அப்பாவைப் பற்றி எதுவும் தெரியவில்லை. பேச முடியவில்லை. தொண்டைக்குள் ஏதாவது மாட்டிக்கொண்டுவிட்டதா? கையை அசைக்க முடியவில்லை. காண்பது எல்லாம் இரண்டாகத் தெரிகிறது. தலை வலிக்கிறது. டாக்டர் பேசினால் கேட்பதில்லை. கண்ணையும் அசைக்க முடியவில்லை என்பது தெரிந்தது. கவனமாக ஆராய்ந்தபோது இடது கண்ணும் இடது கையும் செயலற்றுக் கிடப்பது தெரிந்தது. வலது உடல் பாகங்கள் இயங்குகின்றன. இடப்பக்கம் ஓய்ந்துவிட்டது. இது எதனால்? ஒருவேளை மூளையிலும்கூட ஒரு பக்கம்தான் வேலை செய்கிறதா? அதனால்தான் என்னால் பார்க்கவும் பேசவும் சிந்திக்கவும் நிஜம் எது, தோற்றப்பிழை எது என்று பகுத்தறியவும் முடியாமல் போய் விட்டதா?

ஒருநாள், திடீரென்று பச்சை டெட்டி பொம்மையைக் காணவில்லை. தேடிப் பார்த்தபோது வெள்ளை பொம்மை கிடைத்தது. பச்சை பொம்மை எப்படி வெள்ளையாக மாறியது? எங்கே என் பழைய பொம்மை என்று எழுதிக் கேட்டார். பச்சை பொம்மையா, அப்படியொன்று இல்லவே

இல்லை. தொடக்கத்தில் இருந்தே அது வெள்ளையாகத்தான் இருந்தது மலாலா என்று சமாதானப்படுத்தினார்கள். ஒருவேளை விளக்கு வெளிச் சத்தில் வெள்ளை பச்சையாகத் தெரிந்திருக்கலாம் என்றார்கள்.

இன்னொரு சமயம், எனக்கு இப்பொழுதே பல் தேய்க்கவேண்டும்; பற்கள் அழுக்காக இருக்கின்றன என்று கிறீச்சிட்டார் மலாலா. இதை யும் அவர்கள் ஒப்புக்கொள்ளவில்லை. உன் பற்கள் ஒழுங்காகத்தான் இருக்கின்றன. நாக்குதான் மரத்துப்போய்விட்டது என்றார்கள். நாக்கா? பற்களில் அல்லவா ஏதோ சிக்கிக்கொண்டிருக்கிறது? இது ஏன் அவர் களுக்குப் புரியவில்லை? நான் சொல்வது அவர்களுக்குப் புரியவில்லை. அவர்கள் சொல்வது எனக்குப் புரியவில்லை.

மருத்துவர்கள் இருவர் அருகில் பேசிக்கொண்டால் அவர்கள் தன்னைப் பற்றியே பேசிக்கொள்கிறார்கள் என்று நினைத்துக்கொண்டார். தான் செலுத்தவேண்டிய பெரிய கட்டணத்தைப் பற்றி அவர்கள் கவலைப் படுகிறார்கள். கையில் பணமே இல்லாத இந்தப் பெண்ணிடம் இருந்து எப்படி இவ்வளவு பெரிய தொகையை வசூலிப்பது என்று அவர்கள் குழம்பிக்கொண்டிருக்கிறார்கள். அல்லது தனக்கு ஏற்பட்டுள்ள விநோத உடல் உபாதைகள் பற்றி அவர்கள் கதைத்துக் கொண்டிருக்கக்கூடும். வெளியில் போக அனுமதித்தால் ஏதாவது வேலைசெய்து பணம் சம்பாதிக்கலாம். இவர்களுக்கும் கொடுக்கலாம். ஆனால் அது முடியாது போலிருக்கிறதே!

ஒருநாள் காலை கண் விழிக்கும்போது டாக்டர் ஃபியோனா செய்தித் தாளை ஏந்தியபடி நின்றுகொண்டிருந்தார். மலாலாவிடம் முதல் பக்கத்தைக் காட்டினார். துள்ளிக் குதிக்கவேண்டும் போலிருந்தது மலாலாவுக்கு. அப்பா! பாகிஸ்தான் ராணுவ உயர் அதிகாரிக்கு அருகில் அப்பா நின்றுகொண்டிருந்தார். பின்னால் அடல். இதோ, பின்னணியில் அம்மாவின் கால்களைக்கூடக் காணமுடிகிறது. பெரும் நிம்மதி. அப்பா உயிருடன்தான் இருக்கிறார். அவரை யாரும் சுட்டுவிடவில்லை. என் குடும்பம் நலமாக இருக்கிறது. அவர்களுக்கு நான் இங்கே இருப்பது தெரியுமா? தெரியும் என்றார் மருத்துவர். மருத்துவக் கட்டணத்தைப் பற்றியும்கூட இனி நீ யோசிக்கவேண்டியதில்லை, மலாலா. பாகிஸ் தான் அரசு உன் செலவுகளைக் கவனித்துக்கொள்ளும். நீ செய்ய வேண்டியதெல்லாம் ஒன்றுதான். தூங்கு, ஓய்வெடு. எல்லாம் சரியாகி விடும்.

ஆம், அப்படியேதான் நடந்தது. உருது பேசும் மருத்துவர் ஒருவர் ஒரு நாள் கையில் செல்பேசியோடு வந்தார். மலாலா, இப்போது உன் அப்பா விடம் நாம் பேசலாமா என்றார். மலாலாவின் முகம் மலரை விடப் பெரிதாகவும் முழுமையாகவும் விரிந்தது. கண்களால் அவரை

அவசரப்படுத்தினார். உடனே, உடனே கூப்பிடுங்கள் என்று கத்த வேண்டும் போலிருந்தது. பதட்டமில்லாத குரலில் அந்த மருத்துவர் சொன்னார். மலாலா, கூப்பிடுவதில் பிரச்னையில்லை. ஆனால் நீ ஒத்துழைக்க வேண்டும். அழக்கூடாது. தைரியமாகப் பேசவேண்டும். உன் உடல் நிலை நன்றாக இருக்கிறது என்று தெரிந்தால்தான் அப்பா மகிழ்ச்சியடை வார். சரியா?

அவர் எண்களை ஒத்தி எடுத்தார். சில விநாடிகளில் செல்பேசி உயிர் பெற்றது. நன்கு பழக்கப்பட்டுப்போன அந்தக் குரல் கம்பீரமாக ஒலித்தது. ஜானி, என் ஜானி, இப்போது எப்படி இருக்கிறாய்? அந்த மருத்துவ மனையே கிடுகிடுக்கும்படி கத்திக் கதறவேண்டும் போலிருந்தது மலாலாவுக்கு. வேக வேகமாகத் தலையசைத்தார். அப்பா, நான் நன்றாக இருக்கிறேன் என்று கத்த விரும்பினார். நான் தைரியமாக இருக்கிறேன். கவலைப்படாதீர்கள். அம்மா நலமா? பாகிஸ்தான் அரசு உண்மையிலேயே என் சிகிச்சைக்குப் பணம் தரப்போகிறதா? அல்லது அப்படிச் சொல்லி விட்டு நீங்கள் எனக்காகக் கஷ்டப்படுகிறீர்களா? வீட்டை விற்று விட்டீர்களா? பள்ளியையும் ஒப்படைத்துவிட்டீர்களா? பணத்துக்கு ரொம்பத் திண்டாடுகிறீர்களா? கவலைப்படாதீர்கள், அப்பா. நான் விரைவில் குணமாகிவிடுவேன். நான் பேசுவது கேட்கிறதா?

ஆனால் பேச நினைத்த வார்த்தைகள் அனைத்தும் தொண்டைக்குள் சிக்கி முட்டி மோதிக் குதித்துக் குழம்பிக்கொண்டிருந்ததால் சிறு ஒலியும்கூட வெளியில் வரவில்லை. தவிரவும், தொண்டைக்குள் குழாய் ஒன்றும் செருகப்பட்டிருந்தது. பற்களில் என்னவோ சிக்கிக் கொண்டிருக்கிறது. நாக்கு அதன் இடத்திலேயே படுத்து உறங்கி விட்டது. சொல்ல விரும்பிய அனைத்தையும் கண்களே உணர்த்தின. இல்லை, இல்லை. கண்கள் இல்லை, ஒரு கண் மட்டும்தான். இடது கண்ணில் நீர் வழிந்துகொண்டிருக்கிறது. என் உத்தரவின்றி அது தானே அழுகிறது போலும். மலாலாவின் உதடுகள் துடித்தன. அப்பா, என்னைப் பற்றிக் கவலைப்படாதீர்கள்!

தான் பேசுவது எதுவும் கேட்காவிட்டாலும் அப்பா அனைத்தையும் புரிந்துகொண்டுவிட்டார் என்பதை உணர்ந்து ஆறுதல் அடைந்தார் மலாலா. கவலைப்படாதே. இன்னும் இரண்டு நாள்களில் வந்து விடு கிறோம். நீ ஓய்வெடு! செல்பேசி அணைக்கப்பட்டு நீண்ட நேரத்துக்குப் பிறகும் அப்பாவின் குரல் காதுகளில் ஒலித்துக்கொண்டே இருந்தது. அருகில் வந்து குனிந்து தலையைக் கோதியபடி அப்பா பேசியது போலிருந்தது. ஆனால் அந்தக் குரலில் வழக்கத்தைவிடவும் அதிக அழுத்தம், வழக்கத்தைவிடவும் அதிக நம்பிக்கை தொனித்ததுபோல் அல்லவா இருந்தது? வழக்கத்தைவிடவும் கூடுதல் துணிச்சல் தொனிக்

கும்படி அவர் தன் குரலை வடிவமைத்துக்கொண்டுள்ளாரா? என்னைச் சமாதானப்படுத்துவதற்காக மேற்கொள்ளப்பட்ட ஏற்பாடா இது? அல்லது இப்படியும் இருக்கலாம். என்னைப் போலவே அவரிடமும் யாராவது சொல்லியிருக்கலாம். அழக்கூடாது. நீங்கள் அழுவது மலாலாவுக்குத் தெரியக்கூடாது என்று எச்சரித்திருக்கலாம். பட்டாம் பூச்சியைப் போல் சிறு புன்னகை ஒன்று பறந்துவிட்டு மலாலாவின் உதடுகளில் ஒட்டிக்கொண்டது. கண்களில் குளம்போல் மகிழ்ச்சி தேங்கி நின்றது.

அழக்கூடாது என்று மருத்துவர் தனக்கு எச்சரித்திருந்தது நினைவுக்கு வந்தது. நான் அழவில்லை என்று அவருக்குத் தெளிவாக உணர்த்த விரும்பினார் மலாலா. இப்போது மட்டுமல்ல; இங்கே வந்ததில் இருந்து நான் அழவில்லை என்பதை நீங்கள் யாரும் கவனிக்கவே யில்லையா? தாங்காத வலி, தயக்கம், அச்சம், தவிப்பு எதற்கும் என் கண்கள் கலங்கவில்லை என்பதை நீங்கள் உணரவில்லையா? இடது கண்ணை மட்டும் விட்டுவிடுங்கள். அது தன்னிச்சையாகவே என்னென்னவோ செய்துகொண்டிருக்கிறது. அதிலிருந்து உருண்டு வருவது கண்ணீர் அல்ல என்பதை மட்டுமாவது தெரிந்து கொள்ளுங்கள்.

அப்பாவுடன் பேசியது ஆறுதல் அளித்தது என்னவோ உண்மைதான் என்றாலும் மலாலாவை அரித்துக்கொண்டிருந்த நூறாயிரம் கேள்வி களும் அப்படியேதான் இருந்தன. நடக்கக்கூடாதது நடந்துவிட்டது என்றுதான் எல்லாரும் சொல்கிறார்களே தவிர, என்னதான் நடந்தது என்பதைக் கோடிட்டுக்கூட காட்ட மறுக்கிறார்கள். சுடப்பட்டு விட்டோம் என்று தனக்குத்தானே மலாலா சொல்லிக்கொண்டாலும் அதுதான் உண்மையில் நடந்ததா என்பதை அவர் உறுதி செய்துகொள்ள விரும்பினார். சுட்டவர்கள் யார்? தாலிபன்களா? என்னை மிரட்டிய வர்களா? என்னை மட்டும்தான் சுட்டார்களா? என்னுடன் வந்த தோழிகள் எல்லாரும் நன்றாக இருக்கிறார்களா? அவர்களில் யாருக்கும் ஆபத்து இல்லையே? துப்பாக்கியால் சுட்டார்களா? அல்லது வெடிகுண்டு வீசினார்களா? அப்படியானால் அந்த இடமே அதிர்ந்து குலுங்கியிருக் குமே. அனைத்தும் சிதறிப் போயிருக்குமே? நான் மட்டும் தப்பித்து விட்டேனா? தப்பித்துதான் விட்டேனா? அல்லது என்னுடலில் ஒரு பாதி மட்டும் விழித்துக்கொண்டுள்ளதா?

நடக்கக்கூடாதது நடந்துவிட்டது என்று இரண்டு வார்த்தைகளில் இந்தக் கேள்விகளை அந்த மருத்துவர் புறந்தள்ளிவிடுகிறார். அழகாகவும் அன்பாகவும் சிரிக்கிறார், பொம்மை வாங்கித் தருகிறார் என்றாலும் எனக்கு விளக்கங்கள் தேவை. என்ன நடந்தது என்பதைத் துல்லியமாக யாராவது சொல்லித்தான் தீரவேண்டும். ஒருவேளை இந்தத் தலைவலி யும்கூட அப்போது குறையக்கூடும்.

நோட்டுப் புத்தகத்தை வாங்கி சில கேள்விகளை எழுதிக் காட்டினார். ரயில் பெட்டி போல் ஒன்றன் பின் ஒன்றாகச் சீராகத் தொடரவேண்டிய எழுத்துகள் அவர் பார்த்துக்கொண்டிருந்தபோதே தடம் புரண்டு ஓடின. ஹெச் ஓ டபிள்யூ என்பது ஹெச் டபிள்யூ ஓ என்று வந்து விழுகிறது. தவறு என்று தெரிந்தும் திருத்தமுடியவில்லை. மூளையின் உத்தரவை அப்படியே ஏற்று கடைப்பிடிக்கவேண்டிய கை விரல்கள் மாட்டேன் போ என்று விளையாட்டு காட்டுகின்றன. ஒருங்கிணைப்பு துண்டிக்கப் பட்டு உடல் பாகங்கள் தனித்தனியே வேலை நிறுத்தம் செய்தன.

கண்ணாடி என்று எழுதிக் காட்டினார். கொண்டுவந்து கொடுத்தார்கள். பார்த்தபோது ஒன்றும் புரியவில்லை. இதுதானா நான்? பாதி தலையை வழித்தெடுத்திருந்தார்கள். நீண்ட கூந்தல் காணாமல் போயிருந்தது. இடது கண் புருவம் மழிக்கப்பட்டிருந்தது. கண்ணைச் சுற்றி கருஞ் சிவப்பு நிறத்தில் வடுக்கள் இருந்தன. முகத்தை உற்றுப் பார்த்தார். தர்பூசணி போல் ஊதிப் பெரிதாக இருந்தது. சிரித்துப் பார்த்தார். உதடுகள் சரியாக விரியவில்லை. இடதுபக்க உதடுகள் கீழ்நோக்கித் தொங்கின. வலதுபக்க உதடுகள் மேல்நோக்கி அழகாக உயர்ந்தபோது இடது உதடுகள் திட்டவட்டமாகச் சிரிக்க மறுத்தன. வருத்தப்பட வில்லை. ஆனால் குழப்பமாக இருந்தது மலாலாவுக்கு. எனக்குக் கிடைத்திருக்கும் இந்தப் புதிய முகத்தை எப்படிப் புரிந்துகொள்வது? இந்த மாற்றங்கள் நிரந்தரமானவையா? இவற்றோடு வாழ நான் பழகிக்கொள்ள வேண்டுமா? இனி இவள்தான் மலாலாவா?

டாக்டர் ஃபியோனா மெல்லப் பேசத் தொடங்கினார். மலாலா, நீ சுடப்பட்டுவிட்டாய். பள்ளியில் இருந்து திரும்பும்போது உன்னைச் சுட்டுவிட்டார்கள். ஷாசியா, கைநாத் இருவருக்கும்கூட காயமேற்பட்டு விட்டது. ஆனால் அவர்கள் இப்போது சரியாகிவிட்டார்கள். உன் நெற்றிப் பொட்டில் உரசியபடி குண்டு பாய்ந்து சென்றிருக்கிறது. உன் இடது கண்ணைக் கடந்து இடது தோள்பட்டையின் கீழ் பதினெட்டு அங்குலம் அளவுக்கு உள்ளே நுழைந்திருக்கிறது. அங்கேயே தங்கியும் விட்டது. இதே தோட்டா சற்றே திசை மாறி உன் இடது கண்ணைத் தாக்கி, மூளைக்குள் ஊடுருவிச் சென்றிருக்கவும் முடியும். அவ்வாறு நிகழ்ந்திருந்தால்... நல்லவேளையாக, நீ பிழைத்துக்கொண்டு விட்டாய். மலாலா, இது ஓர் அதிசயம். இதற்கு மேல் எப்படிச் சொல்வது என்று எனக்குத் தெரியவில்லை.

கண்ணாடிக்குள் தெரிந்த உருவத்தைத் தொட்டுக் காட்டினார் மலாலா. இதென்ன நெற்றியில் கறுப்புக் கறுப்பாகத் துளிகள்? அவை வெடி மருந்துகள் சிதறிய பகுதிகள் என்றார் ஃபியோனா. தன்னுடைய இடது கையையும் கஷ்டப்பட்டு உயர்த்திக் காட்டினார். விரல்களைக் காட்டினார். அங்கும் அதே போன்ற கரும்புள்ளிகள். ஆம், இவையும்

வெடி மருந்துகள்தான் என்றார் ஃபியோனா. அப்படியானால் அங்கெல்லா மும் நான் சுடப்பட்டிருக்கிறேனா? பார்வையால் மலாலா கேட்டதைப் புரிந்துகொண்டு ஃபியோனா பதிலளித்தார். உன்னைச் சுடும்போது நீ உன் கையை உயர்த்தி தடுத்திருக்கிறாய். உன் முகத்தை மூடிக்கொள் வதற்காக அப்படிச் செய்திருக்கிறாய். அதனால் வெடிமருந்துகள் சிதறி யிருக்கின்றன.

கண்ணாடியை நீண்ட நேரம் பார்த்துக்கொண்டே இருந்தார் மலாலா. பழைய மலாலாவால் என்னைப் போல் இப்படி அமைதியாக இருந்திருக்க முடியாது என்று தோன்றியது. அவள் கலங்கிப் போயிருப்பாள். தவித்து, துடித்து அழுதிருப்பாள். தன் நிறத்தின் மீதும் அழகின் மீதும் அவளுக்கு ரகசியப் பெருமிதம் இருந்தது. தன் மீது கறைகள் படிவதை அவள் விரும்பமாட்டாள். கால் பாதங்களில்கூட அழுக்கு ஒட்டக்கூடாது. ஆனால் நான் பழைய மலாலா அல்ல என்று சொல்லிக் கொண்டார் மலாலா.

நான் புதியவள். இப்போது இந்த நொடி கண்ணாடி காட்டும் இந்த முகம்தான் என்னுடைய புதிய முகம். இதை நான் ஏற்றுக்கொள்கிறேன். மட்டுமின்றி மகிழ்ச்சியும் கொள்கிறேன். நான் வாழ்ந்துகொண்டிருக் கிறேன் என்பதற்கு இந்த முகமே ஒரு சாட்சி. நான் கொல்லப்படவில்லை என்பதை இந்த முகம் எனக்குத் தெரிவிக்கிறது. நான் தப்பிப் பிழைத் திருக்கிறேன். சிறு தீற்றல்களும் கரும்புள்ளிகளும் என்னை முறித்துப் போட்டுவிடாது. அதற்கு நான் அனுமதிக்கப் போவதில்லை. ஃபியோனா டிஷ்யூ காகிதங்களை எடுத்து நீட்டியபோது மலாலா மெலிதாகப் புன்னகை செய்தார். நன்றி, டாக்டர். ஆனால் நான் அழப்போவதில்லை. எனக்கு இதெல்லாம் வேண்டாம். அவருக்குப் புரிந்ததோ, புரிய வில்லையோ தட்டிக்கொடுத்துவிட்டு நகர்ந்துவிட்டார்.

பாதி புன்னகையை முகம் முழுக்க பரவவிட்டபடி மலாலா உறங்கத் தொடங்கினார். கனவுகள் முழுமையாகத்தான் வந்தன.

# 18

## மலாலா என்பது பெயரல்ல

'வருகிறேன், மலாலா இதோ வந்துவிடுகிறேன்!' என்று செல்பேசியில் தன் மகளை ஆற்றுப்படுத்திவிட்டார் என்றாலும் இங்கிலாந்து செல்வது எப்போது சாத்தியமாகப் போகிறது என்று ஜியாவுதினுக்குத் தெரிய வில்லை. மலாலாவைக் காட்டிலும் அதிகமாக அவர் தவித்துக் கொண்டி ருந்தார். பாகிஸ்தான் அரசு ஜியாவுதினின் குடும்பத்தை இங்கிலாந்துக்கு அனுப்ப ஒப்புக்கொண்டது என்றபோதும் சில விஷயங்களைத் தெளிவு படுத்திக்கொள்ள வேண்டும் என்றும் அவரிடம் சொல்லியிருந்தது.

முதலாவதாக, பாகிஸ்தானின் உள்துறை அமைச்சர் ரஹ்மான் மாலிக், ஜியாவுதினின் குடும்பத்தினருடன் இணைந்து தானும் இங்கிலாந்து செல்லப்போவதாக அறிவித்தார். பர்மிங்ஹாமில் மலாலாவின் பெற்றோர் பத்திரிகையாளர்களைச் சந்திக்கும்போது தானும் உடனிருக்க வேண்டும் என்பதில் அவர் உறுதியாக இருந்தார். அதற்கேற்ப பயண ஏற்பாடுகளைச் செய்யவேண்டியிருந்தது.

இரண்டாவதாக, மிக முக்கியமான உறுதிமொழியொன்றை ஜியாவுதி னின் பெற்றோரிடமிருந்து பெற்றுக்கொள்ள விரும்பியது பாகிஸ்தான். மலாலாவை ஏற்கெனவே பர்மிங்ஹாம் அனுப்பியாகிவிட்டது. இப் போது அவருடைய குடும்பத்தினரையும் அனுப்பி வைத்தால் அதற்குப் பிறகு என்னாகும்? அங்கேயே நிரந்தரமாகத் தங்கியிருப்பதற்கு அவர்கள் ஒருவேளை அடைக்கலம் கோரினால்? பாகிஸ்தானில் தாலிபனின் அடக்குமுறை தீவிரமடைந்துவிட்டது; அவர்களால் சுடப்பட்ட ஒரு பெண்ணும் அவருடைய குடும்பத்தினரும் அந்நிய நாடொன்றில் அரசியல் அடைக்கலம் கோரியிருக்கின்றனர் என்று உலகம் பேசிக் கொண்டால் அது நிச்சயம் பாகிஸ்தானைப் பாதிக்கும்

அல்லவா? சர்வ தேச அளவில் பாகிஸ்தானின் பெயர் கெட்டுவிடும் அல்லவா? சொந்த குடிமக்களுக்கே பாதுகாப்பு அளிக்கத் தவறிவிட்ட அரசு என்று குற்றம் சாட்டுமல்லவா? இதையெல்லாம் தடுக்க, நாங்கள் அடைக்கலம் கேட்க மாட்டோம் என்னும் உறுதிமொழியை மலாலாவின் குடும்பத் திடம் இருந்து பெற்றுக்கொள்ள விரும்பியது பாகிஸ்தான்.

ஆனால் அரசியல் அடைக்கலம் குறித்தெல்லாம் சிந்தித்துப் பார்க்கும் மனநிலையில்கூட இல்லை ஜியாவுதின். புயலில் சிக்கிய இளம் செடியைப் போல் அவர் அங்குமிங்கும் அலைக்கழிக்கப்பட்டுக் கொண்டிருந் தார். மலாலா! அந்த ஒரு நினைவைத்தான் அவர் தன் உடலாலும் உள்ளத் தாலும் இறுகப் பற்றிக்கொண்டிருந்தார். அந்த ஒரு நினைவுதான் முற்றிலும் அடித்துச் செல்லப்படாமல் அவரை இருத்தி வைத்திருந்தது. கண்களில் தொடங்கி, கன்னங்களுக்குப் பரவி, உதடுகளில் குவியும் தன் மகளின் சிறு சிறு புன்னகைகள் ஒவ்வொன்றும் நினைவுக்கு வந்தன. ஒவ்வொரு முறையும் உள்ளுக்குள் வெடித்து அழுதார்.

அவர் மனைவி டோர் பெகாய் தெளிவாகவே சொல்லிவிட்டார். இங்கிலாந்து எங்கிருக்கிறது என்றே எனக்குத் தெரியாது. அரசியல் அடைக்கலம் கோருவது என்றால் என்னவென்றும் தெரியாது. தெரிந்து கொள்ளும் ஆர்வமும் இல்லை. நான் இறைவனிடம் அடைக்கலம் கோரியிருக்கிறேன். அவர் என்னை மறுதலிக்கமாட்டார். மலாலா இப்போது சர்வதேச கவனத்தை ஈர்த்திருப்பதைப் பற்றியோ ஓர் அரசியல் பேசுபொருளாக மாறிக்கொண்டிருப்பதைப் பற்றியோ அவரால் கற்பனைகூடச் செய்ய முடியவில்லை. என் மகள் தூர தேசத்தில், என் பார்வைக்கு அகப்படாமல் படுக்கவைக்கப் பட்டிருக்கிறாள். அவள் சாப்பிட்டாளா? சாப்பிட என்ன கொடுக் கிறார்கள்? ரொம்பவும் வலிக் கிறதா? கண்களைத் திறந்து பார்க்க முடிகிறதா? உடலெல்லாம் ஒயர் போட்டுச் சுற்றி சிரமப்படுத்து கிறார்களா? எப்போது அவளால் எழுந்து நிற்க முடியும்? எப்போது நடக்க முடியும்? எப்போது சிரிக்க முடியும்? எப்போது என்னுடன் சேர்ந்து அமர்ந்து பாடங்கள் படிக்க முடியும்?

இருவரிடமும் கேட்டு உறுதிசெய்துகொண்ட பிறகு பாகிஸ்தான் நிம்மதியாக அடுத்தடுத்த வேலைகளில் இறங்கியது. இங்கே இரண்டு அடிப்படைக் கேள்விகள் எழுகின்றன. மலாலா இங்கிலாந்துக்கு அழைத்துச் செல்லப்பட்டது ஏன்? பாகிஸ்தான் அரசும் ராணுவமும் ஓடோடி வந்து மலாலாவுக்கு உதவிபுரிய வேண்டிய அவசியம் ஏன் ஏற்பட்டது? தாலிபன் பொதுமக்களைக் குறிவைத்துத் தாக்குதல்

நடத்தியது இது முதல் முறையல்ல. சுடப்பட்டும், குண்டுகள் வெடித்துச் சிதறி யும் பலர் பல இடங்களில் கொல்லப்பட்டிருக் கிறார்கள். தாலிபனுக் கும் பாகிஸ்தானுக்கும் இடையில் அறிவிக்கப் படாத போர் ஒன்று திரை மறைவிலும் நேரடியாகவும் நடைபெற்றுக் கொண்டுதான் இருந்தது. இதில் சிக்கிக்கொண்ட முகமற்ற, கணக்கற்ற பலரில் ஒருவர் இந்தப் பள்ளி மாணவி. இவர் மீது மட்டும் ஏன் அரசுக்கு கரிசனம்?

9 அக்டோபர் 2012 காலை கோல்ட் 45 துப்பாக்கியால் மலாலா சுடப்பட்டபோது ஸ்வாட் பள்ளத்தாக்கிலிருந்து தெற்கே 200 மைல்கள் கடந்து பாகிஸ்தானின் ராணுவத் தலைமை அலுவலகத்துக்குச் இந்தச் செய்தி உடனடியாகப் பறந்து சென்றது. ஸ்வாட் பள்ளத்தாக்கில் இருந்து இப்படிப்பட்ட செய்திகள் ராணுவத் தலைமையகத்துக்குத் தொடர்ச்சியாகச் சென்றுகொண்டுதான் இருந்தன. தாலிபன்களின் ஆதிக்கம் நிலைபெற்றிருந்த பகுதிகளில் ஸ்வாட்டும் ஒன்று. இந்நிலையில், ஒரு பள்ளி மாணவி சுடப்பட்டார் என்ற செய்தி குறிப்பிடத்தக்க அளவுக்குத் தீவிரமானது அல்ல என்றுதான் ஒருவர் கருதுவார். ஆனால் சுடப்பட்டவர் மலாலா என்பதை அறியக்கேட்ட போது ஜெனரல் அஷ்ஃபக் பர்வேஸ் கயானி கவலைக்குள்ளானார்.

தனிப்பட்ட முறையில் அவர் மலாலாவை அறிந்திருந்தார் என்பதுதான் காரணம். ஸ்வாட் பள்ளத்தாக்குக்குச் சென்ற சமயங்களில் அவர் மலாலாவைச் சந்தித்தும் இருக்கிறார். மலாலா மீதான தாக்குதல் என்பது பிற தாக்குதல்களைப் போன்றதல்ல என்பதை அவர் உடனடியாக உணர்ந்துகொண்டார். மலாலா என்பது பள்ளத்தாக்கைச் சேர்ந்த ஒரு பெண்ணின் பெயர் அல்ல; அது ஓர் அடையாளம் என்பதை முதல் முதலாக உணர்ந்த பாகிஸ்தானிய ராணுவ அதிகாரியும் அநேகமாக இவராகத்தான் இருக்கவேண்டும்.

இஸ்லாமாபாத்தில் ஒரு சந்திப்புக்காக வந்திருந்த பர்வேஸ் கயானி உடனடியாக அதிகாரிகளை முடுக்கிவிட்டார். எப்பாடுபட்டாவது மலாலா காப்பாற்றப்படவேண்டும் என்பதைக் கிட்டத்தட்ட ஒரு போர்க்கால உத்தரவு போலவே அவர் பிறப்பித்திருக்கவேண்டும். ஒரு ராணுவ ஹெலிகாப்டர் மூலம் பெஷாவர் ராணுவ மருத்துவமனைக்கு மலாலா விரைவாக அழைத்துச்செல்லப்பட்டார். இது மிகவும் அதிசய மான நிகழ்வு என்கிறார் பெஷாவர் மருத்துவர் ஒருவர். ஒரு சிவிலியனின் உயிரைக் காப்பாற்ற ராணுவ வாகனம் இப்படிப் பயன்படுத்தப் படுவது மிகவும் அபூர்வம் என்கிறார் அவர். அவரைப் பொருத்தவரை, மலாலா உயிர் துறக்க நேர்ந்தால் ஓர் அடையாளம் துடைத்து அழிக்கப் பட்டுவிடும்; இருண்ட சக்திகள் வெற்றி

பெற்றுவிடும் என்று கயானி அஞ்சியதாலேயே இந்த அதிசயம் நிகழ்ந்திருக்கிறது.

பெஷாவர் மருத்துவமனையில் மலாலாவுக்கு முதலில் சிகிச்சையளித்த மருத்துவர்கள் கிட்டத்தட்ட ஓராண்டுக்குப் பிறகே தங்கள் அனுபவங்களை வெளியுலகுக்குப் பகிர்ந்துகொண்டார்கள். மலாலா வந்து சேர்ந்ததும் முதலில் அவரைத் தாற்காலிகமாக கோமா நிலைக்குக் கொண்டு சென்றிருக்கிறார்கள். ஆனால் அறுவை சிகிச்சை குறித்து யோசிப்பதற்குள் அவருடைய உடல்நலம் மோசமடையத் தொடங்கி விட்டது. பிழைப்பாரா, மாட்டாரா என்னும் சந்தேகம் அவர்களை உருட்டத் தொடங்க, அடுத்து என்ன என்று விழித்திருக்கிறார்கள். போதுமான மருத்துவ வசதிகளை அவருக்குச் செய்து தரமுடியாததால் அவருடைய உடல் உறுப்புகள் செயலிழக்கத் தொடங்கிவிட்டன என்கிறார் இன்னொரு மருத்துவர். கூடவே, நோய்த் தொற்று ஆக்கிர மிக்கத் தொடங்கியது. தலைக்குள் பாய்ந்த தோட்டாவால் மூளை வீங்கத் தொடங்கியது. இந்த வீக்கத்தின் காரணமாக உள்ளிருந்து அழுத்தம் ஏற்பட்டதால் மலாலா சிறிது சிறிதாக தளர்ந்து கொண்டிருந்தார். உணர்ச்சிகளற்ற மருத்துவ மொழியில் சொல்வ தென்றால் இறந்து கொண்டிருந்தார்.

தடுக்க ஒரே வழி, அழுத்தத்தைக் குறைப்பது. அதற்கு மண்டை யோட்டின் ஒரு சிறு பகுதியை அகற்றவேண்டியிருக்கும். ஜுனாயத் கான் என்றொரு ராணுவ மருத்துவர் இருந்தார். பொறுப்பு அவரிடம் தான் ஒப்படைக்கப்பட்டது. ஆனால் ஜியாவுதின் மலாலாவை அவரிடம் ஒப்படைக்க மறுத்துவிட்டார். ஒட்டப் பிழியப்பட்ட டர்க்கி டவல் போல் துவண்டும் சிறுத்தும் போயிருந்த தன் குழந்தையை ஓர் இளம் மருத்துவரிடம் தூக்கிக்கொடுத்துவிட்டு ஒதுங்கிக்கொள்ள அவர் தயாராகயில்லை. ராணுவ மருத்துவமனை வேண்டாம், சிவில் மருத்துவமனைக்கே செல்லலாம் என்றார். சிலர் துபாய் கொண்டு போகலாம் என்று ஆலோசனை சொன்னார்கள். ஆனால் அதெற்கெல் லாம் நேரமில்லை என்று கறாராகச் சொல்லிவிட்டார் கான். மூளையில் தற்போது குறிப்பாகப் பாதிக்கப்பட்டுள்ள பகுதி மிகவும் முக்கியமானது. வலது கை, கால் இரண்டையும் கட்டுப்படுத்தும் திறன்; உரையாடும் திறன் இரண்டும் பாதிப்புக்கு உள்ளாகக்கூடும். உடனடியாக அறுவை சிகிச்சை செய்ய முடியாவிட்டால் உங்கள் பெண்ணின் உடல் செயலற்றுப் போகும். விவாதிக்கவோ யோசிக்கவோ இப்போது அவகாசமில்லை.

மலாலாவின் உயிரைக் காப்பாற்றிய முதல் மருத்துவர் என்று பின்னர் இவர் சரியாகவே வர்ணிக்கப்பட்டார். ஜியாவுதின் உள்பட பலருக்கு அப்போது அவர்மீது நம்பிக்கை இருக்கவில்லை. இருந்தும் துணிச்சலுடன் நள்ளிரவுக்குப் பிறகு அறுவை சிகிச்சையைத்

தொடங்கிய கான் மலாலாவின் மண்டையோட்டின் ஒரு பகுதியை வெற்றிகரமாக அகற்றி முடித்தார். மூளையில் ஏற்பட்டிருந்த கட்டிகள் இதனால் விலகிப் போயின. மலாலா வெண்டிலேட்டர் கருவியுடன் இணைக்கப்பட்டார். மிகச் சரியான நேரத்தில் மேற்கொள்ளப்பட்ட மிகச் சரியான சிகிச்சை என்று மருத்துவ உலகத்தில் இருந்து இன்று கானுக்குப் பாராட்டுகள் குவிகின்றன. அவரைச் சந்தேகித்ததற்காக ஜியாவுதின் பின்னர் வருந்தி யிருக்கவும் வேண்டும்.

உண்மையில் கானுக்கு மட்டுமல்ல, இரண்டு பிர்மிங்ஹாம் மருத்துவர் களுக்கும் ஜியாவுதின் நன்றிக்கடன் பட்டிருந்தார். ஜாவித் கயானி, ஃபியோனா ரெனால்ட்ஸ் இருவரும் குழந்தை மருத்துவத் துறை அறுவை சிகிச்சையில் நிபுணத்துவம் பெற்றவர்கள். மலாலாவை அழைத்து வந்திருந்த தினத்தன்று அவர்கள் இஸ்லாமாபாத்தில் இருந்தனர். கல்லீரல் மாற்று சிகிச்சைத் திட்டம் ஒன்றை பாகிஸ்தான் ராணுவம் தொடங்கி யிருந்தது. அவர்களுக்கு உதவுவதற்காக இந்த இருவரும் வந்திருந்தனர். வந்த வேலை முடிந்து, ஊர் சுற்றலாம் என்று அவர்கள் கிளம்பும்போது மலாலா சுடப்பட்ட செய்தி தொலைக்காட்சியில் ஒளிபரப்பானது. பெஷாவரில் ஒரு குழந்தைக்குத் தலையில் அடி பட்டிருக்கிறது. உங்களால் உதவமுடியுமா என்று ராணுவம் கேட்டுக் கொண்டபோது இருவரும் உடனே ஒப்புக்கொண்டனர். மலாலாவைப் பற்றித் தெரிந்து கொண்டபிறகு ஃபியோனா பெருமிதத்துடன் சொன்ன வார்த்தைகள் இவை. கல்வி வேண்டும் என்று குரல் கொடுத்ததற்காக மலாலா சுடப்பட்டிருக்கிறார். நான் அன்று பாகிஸ்தானில் இருந்ததற் குக் காரணம் நான் கற்றறிந்த பெண் என்பதுதான். என்னால் எப்படி மலாலாவுக்கு உதவ முடியாது என்று சொல்லமுடியும்?

உடனடியாக ராணுவ ஹெலிகாப்டரில் இந்த இரு மருத்துவர்களும் பெஷாவருக்குக் கொண்டு செல்லப்பட்டனர். மலாலாவுக்கு அறுவை சிகிச்சை செய்தே தீரவேண்டும் என்று கான் சொன்னபோது, அவரு டைய முடிவை ஏற்று இருவரும் ஆதரவளித்தார்கள். கானின் திறமை அவர்களுக்கு நம்பிக்கையளித்த அதே சமயம், பெஷாவர் மருத்துவ மனையின் வசதியின்மை அவர்களைக் கவலைக்குள்ளாக்கியது. மலாலா தாற்காலிகமாகவே மீட்டெடுக்கப்பட்டுள்ளார் என்பதையும் அவர்கள் விரைவில் உணர்ந்தனர். மலாலாவின் ரத்த ஓட்டம் சீரடையவில்லை. சரியான முறையில் ரத்தம் உறையவில்லை. அவருடைய இதயம் செயலிழக்கத் தொடங்கிவிட்டது. சிறுநீரகம் இயங்க மறுத்தது. உடனடி யாக ராவல்பிண்டியில் இருந்த சில மருத்துவர்கள் வரவழைக்கப் பட்டனர். அது பலன் தராதபோது மயங்கிக்கிடந்த மலாலாவை ராவல் பிண்டிக்கு அழைத்துச் சென்றனர். அப்போதும் எதிர்பார்த்த மாற்றம் நிகழவில்லை.

ஜியாவுதின் துடித்துக்கொண்டிருந்தார். என்ன, என்ன என்று ஃபியோனாவை விரட்டிக்கொண்டே இருந்தார். அவருக்கு எந்தவித பதிலையும் அளிக்கமுடியாமல் தான் தவித்த தவிப்பை ஃபியோனாவால் இப்போதும்கூட மறக்கமுடியாது. கவலைப்படாதீர்கள் பிழைத்து விடுவார் என்று சொல்லத்தான் ஆசை; ஆனால் பெஷாவராலும் ராவல்பிண்டியாலும் மலாலாவுக்குத் தேவைப்படும் நவீன மருத்துவ வசதிகளை அளிக்க முடியுமா என்பதில் அவருக்கு வலுவான சந்தேகங்கள் இருந்தன. தயங்கினார். பார்க்கலாம் என்றார். கவலைப்படாதீர்கள் ஜியாவுதின் என்றார்.

அதற்குள் உலகில் உள்ள அனைத்து செய்தித்தாள்களும் தொலைக்காட்சி சானல்களும் மலாலாவைப் பிடித்துக்கொண்டுவிட்டன. கண்டவர்கள் திடுக்கிட்டுப்போனார்கள். அன்றே மலர்ந்த ஒரு புதிய பூ கண்முன்னால் மிதித்து நசுக்கப்படுவதைப் போல் அவர்கள் உணர்ந்தார்கள். பிரார்த்தனைகள் குவியத் தொடங்கின. இந்நிலைக்கு மலாலாவைக் கொண்டு சென்ற தாலிபனை அவர்கள் சபிக்கவும் கண்டிக்கவும் தொடங்கினர். பர்வேஸ் கயானியின் எதிர்பார்ப்பு பொய்க்கவில்லை. கண்முன்னால் மலாலா இப்போது ஓர் அரசியல் அடையாளமாக, வலுவான சக்தியாக திரண்டுகொண்டிருந்தார். இனியும் மலாலா ஸ்வாட் பள்ளத்தாக்கைச் சேர்ந்த ஒரு சிறுமி அல்ல. மலாலா யூசுஃப்சாய் என்பது இனி அனைவருடைய உதடுகளிலும் உருளப்போகும் ஒரு பெயர். மலாலா இனி பாகிஸ்தானின் அடையாளம். மலாலா, தீவிர வாதத்தால் பாதிக்கப்படும் ஒரு பெருந்திரளான மக்கள் கூட்டத்தின் முகம். தீவிரவாதத்தால் வீழ்த்தப்பட்டவர்களின் குரல்.

ஆனால் அதே தீவிரவாதத்துக்கு எதிரான போர்க்குரலின் ஓர் அடையாளமாகவும் மலாலா மாறியாகவேண்டும். அதற்கு அவர் உயிர் பிழைத்தாக வேண்டியது அவசியம் என்பதால் உலக உருண்டையின் விழிகள் பெஷாவரையும் ராவல்பிண்டியையும் மாறி மாறி நோக்கிக்கொண்டிருந்தன. மலாலாவுக்கு ரத்தம் ஏற்றப்படுகிறதா? அவரை யார் கவனித்துக்கொள்கிறார்கள்? போதுமான வசதிகள் இருக்கின்றனவா? ஏதாவது உதவி தேவைப்படுகிறதா? எங்களால் செய்ய முடிந்தது ஏதாவது இருக்கிறதா? அடுத்து என்ன செய்யவேண்டும்? அபாயக் கட்டத்தை அவர் தாண்டிவிட்டாரா? என்ன செய்தி கிடைக்கும் என்று உலகம் காத்திருந்தபோது ஒரு குரல் வந்தது. தாலிபனிடம் இருந்து. மலாலாவைத் தாக்கியவர்கள் நாங்கள்தான். அதற்குப் பொறுப்பேற்றுக் கொள்வது எங்கள் கடமை. நாங்கள் தொடங்கி வைத்த வேலையை விரைவில் முடித்து வைப்போம்!

இரு கடினமான எதிரிகளை எதிர்த்து ஒரே நேரத்தில் போரிடவேண்டிய கட்டாயத்துக்கு மலாலா தள்ளப்பட்டிருந்தார். அவரிடம் அனுமதி கேட்காமலேயே அவர் கரங்களில் கையுறைகளை மாட்டி குத்துச் சண்டை அரங்கத்துக்குள் கொண்டு சென்று, அவரை உள்ளே தூக்கியும் போட்டுவிட்டார்கள். நான்கு புறமும் கயிறுகள் கட்டப்பட்டிருந்தன. தலைக்கு மேலே பிரமாண்ட வெளிச்சம். லட்சம் கண்கள் அவரை மொய்த்துக்கொண்டிருந்தன. மலாலா மயக்கத்தில் இருக்கும்போதே குத்துகள் விழத் தொடங்கியிருந்தன. மரணமும் தாலிபனும் விசித்திரக் கூட்டணி அமைத்து தாக்கிக்கொண்டிருந்தன. ஜியாவுதின், டோர் பெகாய் இருவரும் கண்ணீர் பொங்கப் பார்த்துக்கொண்டிருந்தனர். மலாலா, மலாலா என்று மானசீகமாக மன்றாட மட்டுமே அவர்களால் முடிந்தது. மருத்துவர்களும்கூட பதைபதைப்புடனும் சோகத்துடனும் மட்டுமே காத்துக்கொண்டிருந்தனர். முதல் அறுவை சிகிச்சை முடிந்து விட்டது. உடல் ஒத்துழைத்தால்தான் மேற்கொண்டு தொடரமுடியும். மலாலா, தயவு செய்து விழித்துக்கொள்!

# 19

## வெளிச்சத்தின் ஜன்னல்

முகத்துக்கு அருகிலிருந்து சுட்டார்களாம்; இருந்தும் சாகவில்லையாம். தினம் தினம் குண்டுகள் வெடிக்கின்றன; தினம் தினம் தலைகள் உருள்கின்றன; எதற்கும் பெரிதாக அலட்டிக்கொள்ளாத பாகிஸ்தான் அரசு இவளை மட்டும் ஹெலிகாப்டர் வைத்து மீட்டு வந்ததாம். ராணுவ வீரர்கள் துப்பாக்கிகளைச் சுவற்றில் சாயப்போட்டுவிட்டு மருத்துவமனையில் தவம் கிடக்கிறார்களாம். கணக்கற்ற பயங்கரங்கள் நிகழ்ந்தபோதெல்லாம் கண்மூடிக் கிடந்த மேற்குலக நாடுகள் இப்போது மயக்கம் தெளிந்து ஒரு பள்ளிச் சிறுமிக்காக உச்சுக்கொட்டி உச்சுக் கொட்டிப் பரிதாபப்படுகின்றனவாம். பாகிஸ்தான் எந்தத் திசையில் இருக்கிறது என்று தெரியாதவர்களெல்லாம் டிவி முன்னால் அமர்ந்து ரிமோட் கண்ட்ரோல் கரங்களுடன் பிரார்த்தனை புரிகிறார்களாம். அள்ளிக்கொண்டு வாருங்கள், எங்கள் நாட்டில் சிகிச்சை அளிக்கிறோம் என்று பல பணக்கார நாடுகள் வரிசையில் நின்று உரிமைச் சண்டை போடுகின்றனவாம். இந்தத் தேவதைக் கதைகளையெல்லாம் நாம் அப்படி அப்படியே நம்பி, கூட்டத்தோடு கூட்டமாக மலாலா, மலாலா என்று ஜபிக்கவேண்டுமாம். இதைவிட யதார்த்தமான ஒரு நாடகத்தை இந்த நூற்றாண்டு இதற்கு முன்னால் அரங்கேற்றியிருக்கும் என்றா நினைக்கிறீர்கள்?

எதையும் அச்சத்துடனும் சந்தேகத்துடனும் மட்டும் பார்த்துப் பழகியிருந்த பாகிஸ்தானியர்கள் மலாலாவையும் அவ்வாறே கண்டதில் வியப்பேதுமில்லை. அவர்களில் சிலர் மலாலாவை முழுக்க முழுக்க ஒரு மேற்கத்தியத் தயாரிப்பாகவே கண்டனர். குறிப்பாகச் சொல்வதானால், மலாலாவும் அவருடைய தந்தையும் சிஐஏ உளவாளிகள்

என்று சிலர் உறுதியாக நம்பினர். இப்படி அவர்கள் சந்தேகப் பட்டதற்குக் காரணம், மலாலாவை எங்கள் நாட்டுக்கு அனுப்பிவையுங்கள் என்று அமெரிக்கா தானாகக் கேட்டுக்கொண்டது தான். அமெரிக்கா மட்டு மல்ல, பிரிட்டன், ஐக்கிய அரபு எமிரேட்ஸ் போன்ற நாடுகளும்கூட மலாலாவுக்கு அழைப்பு விடுத்திருந்தன. இப்படி அடுத்தடுத்து வந்து குவியும் அழைப்புகள் சந்தேகத்தைப் பலப்படுத்தின. மலாலா சுடப்பட வேயில்லை என்று மறுக்கும் அளவுக்கு இந்தச் சந்தேகங்கள் நீண்டு வளர்ந்தன.

மற்றொரு பக்கம், மலாலா பிழைப்பாரா, மாட்டாரா என்னும் சந்தேகம் மறைந்து, மருத்துவர்கள் ஜாவித் கயானி, ஃபியோனா ரெனால்ட்ஸ் இருவருக்கும் புதிய நம்பிக்கை துளிர்த்திருந்தது. இங்கிலாந்தில் பிர்மிங் ஹாம் நகரில் உள்ள குயின் எலிசபெத் மெடிகல் செண்டர் மலாலாவை மீட்டெடுக்கும் என்று அவர்கள் திடமாக நம்பினர். அவசர சிகிச்சைக்குப் புகழ்பெற்ற இந்த மருத்துவமனையில்தான் இராக்கிலும் ஆப்கனிஸ் தானிலும் குண்டடிப்பட்ட அமெரிக்க வீரர்கள் சிகிச்சை பெறுவது வழக்கம். மிக மோசமான, ஆபத்தான காயங்கள் பலவற்றை அந்த மருத்துவமனை கண்டிருக்கிறது; குணப்படுத்தியிருக்கிறது. குறிப்பாக, மூளைப் பகுதியில் ஏற்படும் காயங்களைக் குணமாக்குவதற்குத் தேவைப்படும் நுணுக்கமான சிகிச்சை முறைகள் அங்கு உள்ளன. கயானி அங்கே பணிபுரிந்தவர்தான் என்பதால் அவர் உடனே மலாலாவை பிர்மிங்ஹாம் அழைத்துச்செல்ல விரும்பினார். ரெனால்ட்ஸ் நிலைமையைச் சுருக்கமாக ஜியாவுதினுக்கு விளக்கினார். ‘மலாலாவுக்கு இப்போது என்னவெல்லாம் தேவைப்படுமோ அவையனைத்தும் பிர்மிங்ஹாமில் உள்ளன. அனுப்பி வைப்பீர்களா?’

ஜியாவுதினின் சம்மதத்தைப் பெற்ற மறுகணமே அரசு அனுமதியும் கோரி பெறப்பட்டது. மலாலாவுக்குச் சிறப்புச் சலுகைகள் அளிக்கப் பட்டிருந்ததால் சிகப்பு நாடா கெடுபிடிகள் எதுவும் இல்லாமல் உடனே விமானம் தயார் செய்யப்பட்டது. பயணத்துக்குத் தேவையான ஆவணங்கள் அனைத்தும் அதிசய வேகத்தில் தயார் செய்யப்பட்டன. பிரிட்டன் சென்றடைந்தவுடன் அங்குள்ள பாகிஸ்தான் தூதரகம் மலாலாவைத் தன் பொறுப்பில் எடுத்துக்கொண்டுவிடும். பிறகு, மருத்துவமனையின் பொறுப்பில் மலாலா விடப்படுவார். ஒரே ஒரு பிரச்னை, மலாலாவின் குடும்பம் முழுவதும் பயணம் செய்வது சாத்தியமில்லை. வேண்டுமானால் ஜியாவுதின் மட்டும் உடன் போகலாம். ஆனால் குடும்பத்தைத் தவிக்கவிட்டுவிட்டுத் தன் மகளுடன் பறந்து சென்றுவிட ஜியாவுதின் தயாராக இல்லை. முதலில் மலாலாவை அனுப்பிவிட்டு பிறகு அனுமதி கிடைத்ததும் சென்று பார்க்கலாம் என்று திட்டமிட்டார். ரெனால்ட்ஸிடம் தழுதழுத்த குரலில்

ஜியாவுதின் கேட்டுக்கொண்டார். 'நான் வரும்வரை மலாலாவை நீங்கள் தனிப் பட்ட முறையில் கவனித்துக்கொள்வீர்களா?'

ஜியாவுதினுக்குக் கொடுத்த வாக்குறுதியை மட்டுமல்ல, அவருடைய உடைந்த குரலையும் கண்ணீர் துளிர்க்கும் கண்களையும்கூட ரெனால்ட்ஸ் மறக்கவேயில்லை. மலாலாவின் மருத்துவராக, பாது காவலராக, நண்பராக ரெனால்ட்ஸ் மாறிப்போனார். அவர் நினைத்த படியே பிர்மிங்ஹாம் மருத்துவமனை மலாலாவை மீட்டெடுக்கத் தொடங்கியது. சிறிது சிறிதாக மலாலாவின் உடல்நிலை முன்னேறத் தொடங்கியது. இடது காதில் இப்போதும் ரத்தம் பொங்கி வழிந்து கொண்டுதான் இருந்தது. இன்னமும் மலாலாவுக்கு எல்லாமே இரண் டிரண்டாகவே தெரிந்தன. வலி நீங்கவில்லை. நிறைய உடல் அசதி. முகம் வீங்கியிருந்தது. தலை வலி ஓய்ந்ததுபோல் தெரியவில்லை. இருந்தும் மலாலா அபாயக் கட்டத்தைத் தாண்டிவிட்டதில் ரெனால்ட்ஸுக்கு முழுத் திருப்தி.

ஐந்தாவது நாள் மலாலாவின் தொண்டைக்குள் பொருத்தப்பட்டிருந்த குழாய் நீக்கப்பட்டது. குரல் திரும்ப வந்ததும், பெரும் சுமை நீங்கியது போல் இருந்தது. மெல்ல தன் முகத்தைத் தொட்டுப் பார்த்தார் மலாலா. வலது பக்கம் சீராக இருந்தது. இடது பக்கத்துக்கு இன்னமும் நினைவு வரவில்லை போல. உணர்வின்றி கிடந்தது. கை, கால், தோள்பட்டை என்று தொட்டுப் பார்த்துக்கொண்டார். தலைமுடியைக் கோதிப் பார்த்தார். உங்களை ஒரு படம் எடுத்துக்கொள்ளலாமா என்று நர்ஸ் ஒருவர் கேட்டுக்கொண்டபோது மலாலா இரண்டு நிபந்தனைகளை விதித்தார். என் தலையை ஒரு ஷால் கொண்டு மூடிவிடவேண்டும். என் வலது பக்கத்தில் இருந்தே படம் எடுங்கள், சோம்பேறி இடது பக்கம் இன்ன மும் ஒத்துழைக்க மறுக்கிறது. ஒருவேளை என் அப்பாவும் அம்மாவும் என் படத்தைப் பார்க்க நேர்ந்தால் அவர்கள் என் புன்னகையை மட்டுமே பார்க்கட்டும்.

ஒரு நாள் தன் வயிற்றுப் பகுதியில் ஒரு சிறு வீக்கம் இருந்ததை மலாலா கண்டுபிடித்தார். உயிரியல் வகுப்பில் பாடம் படிக்கும் மாணவியாக இப்போது அவர் மாறியிருந்தார். அவர் கற்றுக்கொள்ள விரும்பிய உயிர், அவரேதான். பாடத்தில் சந்தேகம் எழுந்தால் வாய்விட்டுக் கேட்பதுதானே முறை. குரலும் வந்தாகிவிட்டது, இனி என்ன தயக்கம்? தவிரவும், ரெனால்ட்ஸ் ஒரு நல்ல ஆசிரியர், அவரை நம்பலாம்.

'இங்கே ஏன் வீக்கமாக இருக்கிறது டாக்டர்?'

'உன் நெற்றியில் குண்டடி பட்டபோது, எலும்பு முறிந்துவிட்டது. அப்போது ஒரு சிறு எலும்புத் துகள் உன் மூளைப் பகுதியைத் தீண்டி விட்டது. இதனால் அதிர்ச்சியடைந்த மூளை, வீங்கத் தொடங்கி

விட்டது. அதனால் பாகிஸ்தானில் உள்ள மருத்துவர்கள் உன் மண்டை யோட்டின் சிறு பகுதியை நீக்கி, வீக்கத்தைக் குறைத்துவிட்டார்கள். அறுவை சிகிச்சை செய்து நீக்கிய அந்தச் சிறு எலும்புத் துகளைப் பத்திர மாக உன் வயிற்றுப் பகுதியில் வைத்துத் தைத்துவிட்டார்கள். பின்னர் அது தேவைப்படலாம் அல்லவா?'

'என் மண்டையோட்டில் இருந்து இந்தத் துகளை எப்படி எடுத்தார்கள்?'

'ரம்பம் போன்ற கருவியால்.'

'ஓ... அதற்குப் பிறகு என்ன ஆனது?'

'அறுவை சிகிச்சை வெற்றிகரமாக முடிவடைந்தது. ஆனால் உன் சிறுநீரகம், கல்லீரல் மோசமடைந்துவிட்டன. உன் உயிரைக் காப்பாற்ற உன்னை கோமா நிலைக்குக் கொண்டுச்சென்று சிகிச்சைக்காக இங்கிலாந்து கொண்டுவந்தோம்.'

கண்களை மூடி யோசித்தார் மலாலா. 'எவ்வளவு நாள் கோமாவில் இருந்தேன்?'

'ஒரு வாரம்.'

'எப்படி இங்கே வந்தேன்?'

'தனி ஜெட் விமானத்தில் பறந்துவந்தாய்.'

'அது உங்களுக்கு எப்படித் தெரியும்?'

ரெனால்ட்ஸ் மலாலாவின் தலைமுடியைக் கோதிவிட்டார். 'நீ பறந்து சென்றபோது நானும் உன்னுடன் இருந்தேன் மலாலா.'

அப்பா, அம்மாவிடம் எப்படிச் சம்மதம் பெறப்பட்டது, ஏன் அப்பா வால் உடடினயாக இங்கே வரமுடியவில்லை, பாகிஸ்தான் அரசு எப்படி அதிசயமாக மலாலாவைப் பறக்க அனுமதித்தது என்பதை யெல்லாம் ரெனால்ட்ஸ் பொறுமையாக விளக்கினார். ஐக்கிய அரபு எமிரேட்ஸ் அளித்த விமானத்தில்தான் மலாலா பறந்து வந்திருக்கிறார். இவ்வளவு தைரியமாக இருக்கும் ஃபியோனா ரெனால்ட்ஸ் அப்படி யொன்றும் முழு தைரியசாலி இல்லை என்பதையும் மலாலா தெரிந்து கொண்டார். 'பெஷாவர் வரமுடியுமா என்று ராணுவத்தினர் கேட்டுக் கொண்டபோது நான் தயங்கினேன். தாலிபனால் ஒரு பெண் சுடப்பட் டிருக்கிறார் என்று சொன்னார்கள். ஆனாலும் என்னால் உடனடியாகச் சம்மதிக்க முடியவில்லை. அயல்நாட்டினரால் அங்கே பாதுகாப்பாக இருக்கமுடியாது என்று அஞ்சினேன். ஆனால் அந்தச் சிறுமி கல்விக் காகப் போராடுபவர் என்று தெரிந்ததும் உடனே பறந்து சென்றேன்.'

பத்து நாள்களுக்குப் பிறகு அவசர சிகிச்சைப் பிரிவில் இருந்து சாதாரண அறைக்கு மலாலா கொண்டுவரப்பட்டார். அந்த அறையில் ஒரு ஜன்னல் இருந்ததைக் கண்டதும் மலாலாவின் முகம் வளர்ந்தது. இறுக்கமான சூழலில் இருந்து சுதந்தர வெளிக்கு வந்து சேர்ந்ததுபோல் இருந்தது. இங்கிருந்து இனி உலகைக் காணமுடியும். பிர்மிங்ஹாமின் வானம் எப்படியிருக்கும் என்று தேடலாம். இங்கும் மலைகள் இருக்குமா? பள்ளத்தாக்குகள் இருக்குமா? மரங்களும் பூச்செடிகளும் அடர்ந்திருக்குமா அல்லது டிவியில் பார்த்த அமெரிக்காவைப்போல் கான்கிரீட் கட்டடங்கள் மட்டும் நிறைந்திருக்குமா? கொஞ்சம் கொஞ்சமாக இனி தேடத் தொடங்கலாம். இந்த உலகத்துடனான என் தொடர்பை இந்த ஜன்னல் மீண்டும் புதுப்பித்துக்கொடுக்கும்.

மிங்கோராவில் இருந்து பெஷாவருக்கும் அங்கிருந்தும் ராவல் பிண்டிக்கும் இறுதியாக பிர்மிங்ஹாமுக்கும் வந்து சேர்ந்ததை வெறுமனே இடப் பெயர்ச்சியாக மட்டும் கொள்ளமுடியாது என்பதை மலாலா தெளிவாக உணர்ந்திருந்தார். சுரங்க வழிப்பாதையில் சிக்கிக் கொண்ட ரயில் வண்டியைப்போல் வாழ்வில் ஒரு வாரத்தை முழு இருளில் கழித்திருக் கிறேன். நீண்டு, நீண்டு சென்ற அந்த இருள் பாதையின் முடிவில் அப்பாவும் அம்மாவும் உலகமும் எனக்காகக் காத்திருந்திருக்கிறது. நல்லுள்ளம் படைத்த மருத்துவர்கள் நம்பிக்கையுடன் இருளைக் கிழித்தெறிந்திருக்கிறார்கள். ரயில் வண்டி நகர்ந்து, நகர்ந்து இறுதியில் வெளிச்சத்தை கண்டுகொண்டுவிட்டது.

ஜன்னலைப் பார்த்தபடி கனவு கண்டுகொண்டிருந்தபோது, ஒரு நர்ஸ் நெருங்கி வந்து கட்டிலின் தலைப் பாகத்தை மட்டும் மெல்ல மெல்ல உயர்த்தத் தொடங்கினார். முதுகுப் பகுதி மேலே மேலே உயர்ந்தது. வசதியாகச் சாய்ந்து அமரும் நிலையை மலாலா வந்தடைந்தவுடன் அவர் நிறுத்திக்கொண்டார். மலாலா, உன்னைக் காண உன் குடும்பத் தினர் எல்லோரும் வந்திருக்கிறார்கள் என்று அறிவித்துவிட்டு நகர்ந்தார் அந்த நர்ஸ். சுவாசிக்கவும் மறந்து அப்படியே உறைந்துவிட்டார் மலாலா. நன்கு பழக்கப்பட்ட குரல்கள் மெல்ல மெல்ல காதுகளை நிறைத்தன. காலடித் தடங்கள் நெருங்கி வர வர, மலாலாவின் இதயம் தன்னிச்சையாக வேகம் கொண்டு துடிக்க ஆரம்பித்தது. படாரென்று தள்ளிக்கொண்டு அப்பா, அம்மா, சகோதரர்கள் அனைவரும் ஒவ்வொருவராக உள்ளே நுழைந்தனர். அப்படியே ஆட்டுக்குட்டியைப் போல் ஒரு முறை துள்ளிக்குதித்து அடங்கினார் மலாலா.

வாயில் இப்போது குழாய் இல்லை என்றபோதும் பேச வரவில்லை. எழுந்து ஓடிச் சென்று கட்டியணைத்துக்கொள்ள வேண்டும் என்னும் துடிதுடிப்பை மிகவும் சிரமப்பட்டு அடக்கிக்கொண்டார். மாறி மாறி அனைவருடைய முகங்களையும் பார்த்துப் பார்த்து மகிழ்ந்தார் மலாலா.

அப்பா, இரண்டு வாரங்களுக்குள் உங்களுக்கு இவ்வளவு வயதாகி விட்டதா? அவர் முகத்தில் தெரியும் உணர்வுக்கு என்ன பெயர்? அதில் ஏன் அச்சமும் மனச்சோர்வும் மகிழ்ச்சியும் ஆற்றாமையும் கலந்திருக் கிறது? அம்மா, அம்மா என்று வாய் முணுமுணுத்தாலும் ஏன் உதடுகள் பிரிய மறுக்கின்றன? இவர்களைக் காணவேண்டும் என்றுதானே இவ்வளவு தினங்களும் துடிதுடித்துக்கொண்டிருந்தேன்? அப்போது தான் மலாலா கவனித்தார். என்னால் மட்டுமல்ல, அவர்களாலும்கூட பேச முடியவில்லை. அவர்களும் என்னைப் போலவே வார்த்தைகளைத் தொலைத்துவிட்டுத் தடுமாறிக்கொண்டிருக்கிறார்கள். அந்தக் குண்டு என்னை மட்டுமல்ல, இவர்கள் ஒவ்வொருவரையும் தனித்தனியே தீண்டியிருக்கிறது. ஒவ்வொருவருடைய சதையையும் கிழித்திருக்கிறது. என்னைப்போல் இவர்களைப் படுக்கையில் அது வீழ்த்தவில்லை என்றபோதும் என்னுள் ஏற்படுத்திய பாதிப்பை அவர்களிடத்திலும் ஏற்படுத்தியிருக்கிறது.

அம்மா, போய் வருகிறேன் என்று கிறீச்சிட்டுக் கத்திவிட்டு பையைத் தூக்கிக்கொண்டு ஓடியதற்குப் பிறகு பதினாறு தினங்கள் கழித்து குடும்பம் ஒன்று சேர்ந்திருக்கிறது. இவர்களுக்கு நடுவே நான் எதற்கு என்று மொழி, வெட்கித் தலைகுனிந்து விடைபெற்றுச் சென்று விட்டது. அந்த வெற்றிடத்தை ஆக்கிரமிக்க அமைதியும் அழுகையும் போட்டியிடத் தொடங்கின. பொன்வண்டுகள்போல் மலாலாவின் கண்கள் முகத்துக்கு முகம் தாவத் தொடங்கின.

அப்பா, அம்மா இதற்கு மேல் என்னால் பொறுமை காக்க முடியாது!

அடிபட்டுச் சரிந்தது முதல் இதுவரை தன் கண்களில் இருந்து ஒரு துளி கண்ணீரும் வெளியேறியதில்லை என்பதை அந்தக் கணத்திலும் மலாலா மறக்கவில்லை. பல்சக்கரங்கள் ஓயாத பேரிரைச்சலுடன் என் தலையைக் குடைந்தெடுத்திருக்கின்றன. என் கூந்தல் வெட்டப்பட்டு, தலையில் தையல் போடப்பட்டிருக்கிறது. ஊர் பேர் தெரியாத ஓர் அயல்நாட்டில் தன்னந்தனியாகப் படுத்துக்கிடந்திருக்கிறேன். என்னில் ஒரு பாதி முடங்கி கிடந்திருக்கிறது. உடல் பாகங்கள் சரிவர இயங் குமா? மீண்டும் வாழ்வேனா? எதுவுமே உத்தரவாதமாகத் தெரியாத நிலையிலும் நான் அழவில்லை, இதுவரை.

இந்தத் தருணத்தை என் வாழ்நாளில் நான் மறக்கப் போவதில்லை. என் குடும்பம் எனக்குத் திரும்பக் கிடைத்துவிட்டது. என் வாழ்க்கை திரும்பக் கிடைத்துவிட்டது. நான் வாழப் போகிறேன்.

மலாலா வெடித்து அழத் தொடங்கினார்.

# 20

## உடைந்த புன்னகை

அப்பா, அவர்கள் யார்? ஆனால் ஜியாவுதின் இந்தக் கேள்விக்குப் பதிலளிக்க விரும்பவில்லை. அமைதியாகத் தலையைத் திருப்பிக் கொண்டார். சங்கடமான புன்னகை ஒன்றை உதிர்த்தார். அவருடைய முக தசைகள் சுருங்கின. தலையில் வெளுத்த முடிகள் பல தோன்றி யிருந்தன. இந்தச் சில தினங்களில் அப்பா பல ஆண்டுகளைக் கடந்து விட்டார். மலாலா தன் குரலைச் சற்றே உயர்த்தி மீண்டும் கேட்டார். அப்பா, அவர்கள் யார்? மலாலா, மீண்டும் மீண்டும் இதே கேள்வியைக் கேட்காதே என்றார் ஜியாவுதின். இப்போது எல்லாம் நன்றாகிவிட்டது. நாம் ஒன்றாக இருக்கிறோம். அது போதும்.

ஜியாவுதினுக்கு ஒரு குற்றவுணர்வு இருந்தது. ஒருமுறை கண்கள் முழுக்க கண்ணீருடன் மலாலாவிடம் அதை வெளிப்படுத்தவும் செய்தார். மலாலா, உன் மீது பாய்ந்தது எனக்கான தோட்டா. என்னைத்தான் அவர்கள் கொல்வதாக இருந்தார்கள். நீ அதற்குப் பலியாகிவிட்டாய். உன்னுடைய ஒவ்வொரு காயத்தையும் ஒவ்வொரு கீறலையும் நானே பெற்றுக்கொண்டிருக்க வேண்டும்.

அம்மா முதல் நாளில் இருந்தே மலாலாவின் முகத்தை நேரடியாகப் பார்ப்பதைத் தவிர்த்து வந்தார். ஒருமுறை அவர் கையைப் பிடித்து இழுத்துவந்து, தன்னிடம் மருத்துவர்கள் விளக்கியதையெல்லாம் பகிர்ந்துகொண்டார் மலாலா. அடுத்தடுத்து பல அறுவை சிகிச்சைகள் நடைபெறவிருக்கின்றன. உடற்பயிற்சிகள் பலவற்றை நான் மேற் கொள்ளவேண்டியிருக்கும். இவையெல்லாம் செய்தால்கூட என் முகம் அதிகம் மாறப்போவதில்லை. என்னால் பழைய மலாலாவாக மாற முடியாது, அம்மா. இதுதான் நான். இந்த முகத்தை நான் ஏற்றுக்

கொண்டுவிட்டேன். நீயும் ஏற்றுக்கொள்ளத்தான் வேண்டும். என்னைப் பார்க்காமல் இருந்துவிடாதே. மலாலா புன்னகை செய்தார். பாதி மலர்ந்த மலர் போல் அந்தப் புன்னகை முற்றுப் பெறாமல் உதட்டின் ஓர் ஓரத்தில் அப்படியே சுருங்கித் தங்கிவிட்டது.

அம்மாவின் முகத்தில் இப்போதும் ஆறுதலின் சாயல் இல்லை என்பதை உணர்ந்து அவருக்குப் புரியும் மொழியில், தன்னைத் தானே சமாதானம் செய்துகொள்ளும் தொனியில் மலாலா சொன்னார். அம்மா, இது கடவுள் எனக்கு அளித்திருக்கும் புதிய முகம். இதை நாம் ஏற்றுக் கொள்ளத்தான் வேண்டும் இல்லையா?

அடுத்தடுத்த தினங்களில் மலாலாவால் படுக்கையைவிட்டு எழுந்து உதவி பெற்று நடக்க முடிந்தது. வாயைத் திறந்து மூடுவதில் இருந்த சிரமம் குறைந்து, குரல் கொஞ்சம் போல் வெளியில் வந்தது. தான் இல்லாதபோது ஸ்வாட்டில் என்னவெல்லாம் நடந்தது என்பதைக் கேட்டு அறிந்துகொண்டார் மலாலா. பள்ளி முடித்து வீட்டுக்கு வந்து டிவியை இயக்கியபோது தம்பி அடலுக்கு விஷயம் தெரிந்திருக்கிறது. அவனும் அந்தப் பேருந்தில் வந்திருக்கவேண்டியவன்தான். அப்பா ஒரு பள்ளிக்கூட நிகழ்ச்சியில் கலந்துகொண்டு உரையாற்றியிருக்கிறார். பேசி முடித்து இருக்கையில் வந்து அமரும்போது அவருக்குத் தகவல் கிடைத்திருக்கிறது. ஒரு ஸ்ட்ரெச்சரில் மலாலா படுக்க வைக்கப்பட்டிருந் ததைக் கண்டிருக்கிறார். அம்மாவுக்குக் கிடைத்த முதல் தகவல், உங்கள் மகளை யாரோ காலில் சுட்டுவிட்டார்கள் என்பதுதான். அலறியடித்து அழுதபடி அக்கம் பக்கத்தினர் ஓடிவந்து சொன்னபோது அம்மா அவர்களிடம் சொல்லியிருக்கிறார். அழாதீர்கள், அதற்குப் பதில் பிரார்த் தனை செய்யுங்கள். மலாலாவைச் சுமந்துகொண்டு ஹெலிகாப்டர் பறந்து சென்றபோது அம்மா தனது தலை மறைப்பை விடுவித்துவிட்டு வானத்தை நோக்கி பறக்கவிட்டிருக்கிறார். அபூர்வமான இந்தச் செய்கையின் அர்த்தம் இதுதான். கடவுளே, என் மகளை உன் கரங்களில் ஒப்படைத்திருக்கிறேன்!

அப்பாவைவிட அம்மாவுக்கே துணிச்சல் அதிகம் என்பதை அறிந்து மகிழ்ந்தார் மலாலா. இது என் தவறா, என் தவறா என்று மீண்டும் மீண்டும் துளைத்தெடுத்த அப்பாவை அம்மாதான் சமாதானப்படுத்தி யிருக்கிறார். அதற்குள் தாலிபன் நடந்ததற்குப் பொறுப்பேற்று தனது அறிவிப்பை வெளியிட்டுவிட்டது. மலாலாவின் செய்கைகள் அருவருப் பூட்டுபவை என்பதால் அவரைச் சுடவேண்டியிருந்தது. இரண்டு ஸ்வாட் ஆள்களைப் பிடித்து அவர்கள்மூலம் மலாலாவின் வழித்தடத் தைத் தெரிந்துகொண்டிருக்கிறார்கள். வேண்டுமென்றே ராணுவச் சாவடிக்கு அருகில் பேருந்தை நிறுத்தி சுட்டதன் மூலம் தங்களுடைய வலிமையை அவர்கள் பறைசாற்றியிருக்கிறார்கள். தலையில் சுட்டுக்

கொல்வதே பொதுவான விதி என்பதால் மலாலாவையும் அவ்வாறே சுட்டிருக்கிறார்கள்.

கவலைப்படாதீர்கள் ஜியாவுதின் உங்கள் மகளைச் சுட்டவர்களை நிச்சயம் பிடித்துவிடுவோம் என்று ஒரு பிரபல அரசியல்வாதி அப்பாவிடம் உறுதியளித்திருக்கிறார். பெனாசிரைக் கொன்றவர்களையே பிடிக்கக் காணோம் என்று மனதுக்குள் நினைத்துக்கொண்டாராம் அப்பா. பேருந்து ஓட்டுனரை உடனே கைது செய்துவிட்டார்களாம். ஏனாம்? சுட்டவர்களை அவரால் மட்டுமே அடையாளம் காட்ட முடியுமாம். பாவம்தான் அவர் நிலை என்று நினைத்துக்கொண்டார் மலாலா.

அடுத்ததாக, தனக்கு வந்திருந்த சில வாழ்த்து அட்டைகளையும் செய்திகளையும் பார்வையிட்டார் மலாலா. திகைத்துப் போனார். அவர்கள் யாரையுமே மலாலாவுக்குத் தெரியாது. அவர்களுடைய பெயர்கள் மட்டுமல்ல, அவர்களுடைய நாடுகளும்கூட மலாலா கேட்டறியாதவை. 'அன்பு மலாலா, நீ விரைவில் குணமடைய வேண்டும்' என்னும் வரிகளை வாசித்தபோது மலாலா நெகிழ்ந்து போனார். இவ்வளவு பேர் எனக்கு எழுதியிருக்கிறார்களா என்று மலாலா ஆச்சரியப்பட்டபோது மருத்துவமனை ஊழியர்கள் சிரித்தனர். இன்னும் எட்டாயிரம் கடிதங்கள் உனக்காகக் காத்திருக்கின்றன மலாலா. பொறுமையாகப் படி. சில அஞ்சல் உறைகளைக் கண்டபோது மலாலாவின் விழிகள் விரிந்தன. மலாலா, பிர்மிங்ஹாம் மருத்துவ மனை என்றது ஓர் உறை. இன்னொன்று, தலையில் குண்டடிப்பட்ட பெண், பிர்மிங்ஹாம் என்று குறிப்பிட்டிருந்தது.

உலகம் முழுவதிலுமிருந்து இருநூறு பத்திரிகையாளர்கள் உன்னைச் சந்திக்க வந்திருந்தார்கள் என்று சொல்லப்பட்டபோது எப்படி எதிர் வினை புரிவது என்றே மலாலாவுக்குத் தெரியவில்லை. சிலர் வாழ்த்து அட்டைகளோடு சேர்த்து பார்சல்களையும் அனுப்பியிருந்தனர். பொம்மை, சாக்லேட் வகைகள். பெனாசிர் புட்டோவின் குழந்தைகள் மலாலாவுக்கும் அவருடைய அம்மாவுக்குமாகச் சேர்த்து இரண்டு ஷால்களை அனுப்பியிருந்தனர். பெரிய பதவிகள் வகித்த தலைவர்கள், அரசியல்வாதிகள், திரை நட்சத்திரங்கள் ஆகியோரும் வாழ்த்துகள் அனுப்பியிருந்தனர். மடோனா தன்னுடைய பாடலொன்றை மலாலாவுக்கு அர்ப்பணித்திருந்தார். ஏஞ்சலினா ஜோலி வாழ்த்துகள் அனுப்பி யிருந்தார். பிரிட்டனின் முன்னாள் பிரதமர் கார்டன் பிரவுன் புத்தகம் பரிசளித்திருந்தார்.

மலாலாவின் காதுக்குப் பின்னால் ஓர் அறுவை சிகிச்சை செய்யப் பட்டது. எட்டு மணி நேரம் நீடித்த அந்தச் சிக்கலான சிகிச்சையின்

நோக்கம் தோட்டாவால் கிழிந்த முக தசைகளைச் சீராக்குவது. அது ஆனதும் பயிற்சிகள் செய்யச் சொன்னார்கள். கண்ணாடி முன்னால் நின்று இடது புருவத்தை உயர்த்த வேண்டும். புன்னகை செய்ய வேண்டும். இடது கண்ணை அசைக்க வேண்டும். இந்தச் சின்னச் சின்ன செயல்களைச் செய்யக்கூட நிறைய சிரமப்பட வேண்டியிருந்தது. சுடப்பட்டு ஒரு மாதம் ஆகியிருந்தது என்றாலும் ஒரு குழந்தையைப் போல தயங்கித் தயங்கித்தான் நடக்க முடிந்தது. மலாலாவின் இரு குட்டி சகோதரர்களும் ஒரு கட்டத்துக்கு மேல் அக்காவைப் பரிகசிக்கத் தொடங்கிவிட்டார்கள். அடலுக்கு அலுப்பே வந்துவிட்டது. கொஞ்சம் பொறாமையும். போதுமே, இன்னும் எவ்வளவு காலத்துக்குத்தான் அக்காவைக் குழந்தைபோல் கொஞ்சிக்கொண்டிருக்கப் போகிறீர்கள்? அவளுக்கு மட்டும் இவ்வளவு பரிசுகளா? இவ்வளவு கவனிப்பா? நான் முக்கியமில்லையா? நான் மட்டும் பாவமில்லையா? என்னை யாரும் கண்டுகொள்ளவே மாட்டீர்களா?

தம்பிகளின் கூச்சல்களும் கிண்டல்களும் அதிகரித்தபோதும் தலை வலி குறைந்திருந்தது. அறுந்து அறுந்து விழுந்த நினைவுகள் சீரடைந் திருந்தன. சுடப்பட்ட சம்பவம் ஒன்றைத் தவிர அனைத்தும் மீண்டு வந்தன. அதீதமான அதிர்ச்சிகளை மூளை நினைவில் வைத்திருக்காது என்று காரணம் சொல்லப்பட்டது. எனக்கு வேண்டாத நினைவுகள், தொலைந்து போனால்தான் என்ன என்று எடுத்துக்கொண்டார் மலாலா. ஒவ்வொரு நாளும் தன் உடலும் உள்ளமும் தேறிவருவதை மலாவால் உணரமுடிந்தது.

இரண்டு மாதங்கள் கழித்து முதல்முறையாக வெளியில் செல்ல மலாலா அனுமதிக்கப்பட்டார். காரின் பின் இருக்கையில் அவரை அமர வைத்து அழைத்துப் போனார்கள். அம்மாவும் உடனிருந்தார். முதல் முறையாக வெளியுலகைக் கண்ட அந்தத் தருணத்தை மலாலாவால் மறக்கவே முடியவில்லை. பிர்மிங்ஹாம் பூங்கா மட்டுமல்ல, செல்லும் வழியெங்கும் விரிந்து படர்ந்திருந்த பசுமைகளை அவருடைய மலர்ந்த விழிகள் அள்ளி அள்ளிப் பருகின. காரைவிட்டு இறங்கியவுடன் தாவி வந்து கவ்விக்கொண்ட காற்று கடும் குளிராக இருந்தபோதிலும் மலாலா சிலிர்த்துக்கொண்டார். அம்மா முதல்முறையாக நிம்மதி யடைந்தார்.

பத்திரிகையாளர்கள் சூழ்ந்துவிடாதபடி கவனித்துக்கொண்டார்கள். மலாலாவின் பயணங்கள் ரகசியமாக வைக்கப்பட்டிருந்தன. இரண்டு தினங்கள் கழித்து, பாகிஸ்தான் அதிபர் ஆசிஃப் அலி ஜர்தாரி மலாலா வைக் காணவந்தார். தன் மகள் அசிஃபாவையும் அவர் உடன் அழைத்து வந்திருந்தார். காஷ்மிரி ஷால் ஒன்றை அவர் பரிசளித்தார். ஜர்தாரி மலாலாவின் தலைமீது கை வைத்து வாழ்த்தினார். உன் அப்பாவுக்கு

பிர்மிங்ஹாமில் வேலை ஏற்பாடு செய்யப்பட்டுவிட்டது. பாகிஸ்தானின் கல்வித் துறை பிரதிநிதியாக அவர் இருப்பார். உன் மருத்துவச் செலவுகள் அனைத்தையும் பாகிஸ்தான் அரசு ஏற்றுக்கொள்ளும். நீ செய்ய வேண்டியதெல்லாம் ஒன்றுதான். விரைவில் தேறி வரவேண்டும். மலாலா, நீ பாகிஸ்தானின் சொத்து!

இது ஒரு புதிய உலகம் என்பதை மலாலா விரைவில் உணர்ந்து கொண்டார். அசாதாரணமான நிகழ்வுகள் மட்டுமே இங்கே நிகழ்கின்றன. அறிமுகமில்லாதவர்கள் எல்லாம் ஆத்மார்த்தமாக வாழ்த்துகிறார் கள். அந்நியர்கள் பலரும் அன்பு பொழிந்து அரவணைத்துக்கொள்கிறார் கள். கேள்விப்படாத நிலப்பரப்புகளில் இருந்தெல்லாம் பிரார்த்தனை கள் குவிகின்றன. அசாதாரணமான முறையில் சுடப்பட்டு, அசாதாரண மான முறையில் உயிர் பிழைத்த எனக்கு வேறு மாதிரியான வாழ்க்கை முறை சாத்தியப்படாது போலிருக்கிறது என்று நினைத்துக்கொண்டார் மலாலா. இனி உலகம் என்னை புதிதாகப் பார்க்கப் போகிறது. நானும்கூட இந்த உலகை இனி புதிதாகவே பார்க்கவேண்டியிருக்கும்.

2013 ஒரு புதிய அத்தியாயத்தைத் தொடங்கிவைத்தது. மருத்துவமனையில் இருந்து இறுதியாக மலாலா விடுவிக்கப்பட்டார். இன்னும் சிகிச்சை முழுமையடையவில்லை என்றபோதும் மருத்துவமனையில் தங்கியிருக்கவேண்டிய அவசியம் இல்லை. உயரமான அபார்ட்மெண்ட் ஒன்றில் மலாலாவின் குடும்பத்துக்கு வீடு ஒதுக்கப்பட்டிருந்தது. இங்கே அசுத்தங்கள் இல்லை. தெருக்களில் மழையும் சாக்கடை நீரும் தேங்கி நிற்பதில்லை. துடைத்து வைத்ததைப் போல் வீதிகள் சுத்தமாக இருந்தன. குடியிருப்பு பல மடங்கு நவீனமானதாகவும் நம்ப முடியாத படிக் குப் பளிங்குபோல் சுத்தமாகவும் இருந்தது.

ஒவ்வொரு நாளும் காலை நடைப்பயிற்சி செல்லும்போது பரபரப்பான ஒரு நகரை மலாலா சந்திக்கவேண்டியிருந்தது. பலவிதமான வாகனங் கள் சீறிப்பாய்ந்து சென்றன. அந்நியர்கள் மலாலாவைத் திரும்பித் திரும்பிப் பார்த்தனர். கடைகள் மலைக்க வைத்தன. முன்பு போல் வேக மாக அதிக தூரம் நடக்க முடியவில்லை. கொஞ்சம் நடந்தாலே ஓய்வெடுக்க வேண்டியிருந்தது. இந்தக் காதும்கூட முழுமையாக கேட்ப தில்லை. விநோதச் சத்தங்கள் பலவற்றை உடனடியாக உள்வாங்கிக் கொள்ளவில்லை. திரும்பித் திரும்பிப் பார்த்தபடி நடக்கவேண்டி யிருந்தது.

எல்லாவற்றையும் மறந்துவிட முயன்றாலும், அது சாத்தியமில்லை என்பதை மலாலா உணர்ந்திருந்தார். யாராவது ஓர் அந்நியர் நெருங்கி வந்தாலும் உடல் தானாகவே விழிப்பு நிலைக்கு வந்து உறைந்து

அசைவற்று நின்றுவிடுகிறது. இவர் யார்? எதற்காக என்னை நோக்கி வருகிறார்? அவரிடம் துப்பாக்கி இருக்குமோ? ஸ்வாட்டில் தொடங்கியதை பிர்மிங்ஹாமில் முடித்துவைக்கத் திட்டமிட்டிருக் கிறார்களா? அதீத, அநாவசிய அச்சம் என்று ஒதுக்கித் தள்ளிவிட முடியாதபடிக்கு ஒரு பய பந்து வயிற்றுக்குள் குதித்துக்கொண்டே இருந்தது. விழிப்புணர் வுடன் அந்தப் பந்தை நிறுத்துவதற்கு முயன்று தோற்றுப் போனார் மலாலா. ஆனால் இதை அப்பாவிடமோ அம்மாவிடமோ அவர் பகிர்ந்துகொள்ளவில்லை. பாவம், அவர்கள் நிம்மதியாக இருக்கட்டும்!

எத்தனை முயன்றும் மலாலாவால் தன் வீட்டை மறக்க முடியவில்லை. இந்தக் கண்ணாடிபோல் சுத்தமான நகரத்தைவிட ஸ்வாட் மேலானது. ஆம், எனக்கு அது அபாயகரமானது என்றபோதும் இந்த பிர்மிங் ஹாமால் ஸ்வாட்டோடு போட்டிப் போடவே முடியாது. மிங்கோராவின் குழப்பமான, தூசி படர்ந்த வீதிகளை எப்படி மறப்பது? என் அழகிய பள்ளிக்கூடத்தையும் தோழிகளையும் எப்படி பார்க்காமல் இருப்பது? மோனிபா! அவளுடன் பேசி, சிரித்து, சண்டையிட்டு எவ்வளவு காலம் ஆகியிருக்கும்! என்னை நினைத்தாவது பார்க்கிறாளா?

ஆனால் இந்தக் கவலை நீண்டகாலம் நீடிக்கவில்லை. ஸ்கைப்! கணிணியில் இணைத்து பேசக் கொடுத்தபோது மலாலாவால் ஆனந்தத்தைக் கட்டுப்படுத்திக்கொள்ள முடியவில்லை. மோனிபாவுடன் மணிக் கணக்கில் பேசினார். மலாலா, நான் உன்னை மறக்கவேயில்லை. என் இதயத்தில் உனக்குக் கொடுத்த இடத்தை வேறு யாருக்கும் கொடுக்க வில்லை என்று தழுதழுத்த குரலில் மோனிபா சொன்னபோது ஃபவுண்டேன் ஒன்று உள்ளுக்குள் பொங்கி பீச்சியடித்தது. மோனிபா விடம் இருந்து மேலும் பல தகவல்கள் கிடைத்தன. இதயத்தில் மட்டுமல்ல, வகுப்பிலும்கூட மலாலாவுக்கு ஓரிடத்தை அவர்கள் ஒதுக்கியே இருந்தனர். வேறு யாரும் அமர்ந்த விடாதபடி மலாலாவின் இருக்கை பாதுகாக்கப்பட்டிருந்தது. பிறகு மலாலா, பாகிஸ்தான் ஸ்டடீஸ் பரிட்சையில் நீ நூற்றுக்கு நூறு வாங்கியிருக்கிறாய் என்று உற்சாகத்துடன் கிறீச்சிட்டார் மோனிபா. சுடப்பட்ட தினத்தன்று மலாலா எழுதிய தேர்வு அது.

இந்தக் கணிணி திரையைக் கிழித்துக்கொண்டு அப்படியே ஸ்வாட் போய்விடமுடிந்தால் எவ்வளவு நன்றாக இருக்கும்? இனி மோனிபாவின் கையைப் பிடித்துக்கொண்டு வகுப்பறையை வலம் வர முடியாதா? என் வீட்டைப் பார்க்கமுடியாதா? இதுதான் புதிய வீடு என்கிறார்கள். அப்படியானால் இனி என் வாழ்க்கை இங்கேயேதானா? இதைப் பற்றி ஏன் யாரும் எனக்குச் சொல்லவில்லை? இனி நாங்கள்

ஸ்வாட் திரும்ப முடியாதா? அங்கே போனால் திரும்பவும் என்னைச் சுட்டுவிடுவார் களா? அப்படியானால் இதுதான் என் புதிய வீடா? இதுதான் என் உலகமா? என் வாழ்க்கையை இங்கேதான் புதுப்பித்துக் கொள்ள வேண்டுமா? அசாதாரணமான நிகழ்வுகளுக்கு இனி நான் என்னைத் தயார் செய்துகொள்ளவேண்டுமா? பிரபலம் என்பது சுகமா, சுமையா?

குளிர்க் காற்று முகத்தில் அறைந்தது. சற்றே வேகமாக நடக்கத் தொடங்கினார். என் பாதையை நான் தீர்மானித்துக்கொள்ளவேண்டிய நேரமிது. மரணம் என்னை வெறுத்து ஒதுக்கிவிட்டது. வாழ்க்கை என்னை நேசித்து அரவணைத்துக்கொண்டிருக்கிறது. பதிலுக்கு என்ன செய்யப்போகிறேன் நான்?

# 21

## அடுத்து என்ன?

ஒரு முதலையின் வாயில் அகப்பட்டுக்கொண்டால் இப்படித்தான் இருக்கும். சிறிது சிறிதாக அது உங்களை விழுங்கத் தொடங்கும். பிறகு தீவிரம் கூடி அப்படியே உங்களை உள்ளிழுத்துக்கொள்ளும். பேச்சு, மூச்சின்றி நீங்கள் தவித்துக்கொண்டிருப்பீர்கள். இது சீக்கிரம் முடிந்து விடாதா என்று ஏங்குவீர்கள். உங்கள் முழு உடலும் அதன் வயிற்றுப் பகுதிக்குப் போய்விட்டிருக்கும். தலை மட்டும் வெளியில் பற்களுக்கு வெளியில் துருத்திக்கொண்டிருக்கும். இதே நிலையில் மாதங்கள் உருண்டோடிக்கொண்டிருக்கின்றன. பிர்மிங்ஹாம் உடலை உள்ளிழுத்துக்கொண்டுவிட்டது. ஆனால் யோசனைகள் என்னவோ ஸ்வாட்டை தான் சுற்றிச் சுற்றி வந்துகொண்டிருக்கின்றன. இந்த முதலை என்னை முழுக்க விழுங்குமா அல்லது அலுத்துப்போய் உமிழ்ந்துவிடுமா?

ஏன் கவலைப்படுகிறாய் ஜானு, உன்னுடைய படிப்பு தொடரத்தான் போகிறது. இங்கும் புத்தகங்கள் கிடைக்கப் போகின்றன. தோழிகள் கிடைக்கப் போகிறார்கள். மோனிபாதான் வேண்டும் என்றால் ஸ்கைப் இருக்கிறது. உண்மையில், நீ எதையுமே இழக்கவில்லை ஜானு! குழைந்து உருகும் அப்பாவைப் பார்த்தார் மலாலா. நான் நம்புவது இருக்கட்டும், இந்த வார்த்தைகளை நீங்கள் உண்மையிலேயே நம்புகிறீர்களா அப்பா என்று கேட்க விரும்பினார்.

ஆனால், ஒரு வகையில் அப்பா சொல்வதிலும் உண்மை இருக்கத்தான் செய்தது. கம்ப்யூட்டர், இணையம், வை ஃபை என்று அதிநவீன வசதி களுடன் கூடிய பளபளப்பான வகுப்பறை கிடைத்தது. லேப்டாப், புரொஜெக்டர் கருவிகள் ஆச்சரியமூட்டின. நினைத்துப் பார்க்க

முடியாதபடி கம்ப்யூட்டர் சயின்ஸ், கலை, இசை, சமையல் போன்றவை யெல்லாம் பாடங்களாகப் போதிக்கப்பட்டன. ஒரு ஸ்வெட்டர், தலை யில் ஒரு ஸ்கார்ஃப், முழங்கால் வரை நீளும் ஸ்கர்ட் ஆகியவற்றை அணிந்துகொண்டபோது பிற மாணவிகளிடம் இருந்து வேறுபட்ட தைப்போல் தெரிந்தாலும் தன்னைப் போலவே சில முஸ்லிம் மாணவிகள் உடையணிந்து வந்ததைக் கண்டு நிம்மதியடைந்தார் மலாலா. ஆங்கிலேயச் சிறுமிகள் தங்களுடைய ஸ்கர்ட்டை மடக்கி மேலும் சிறிதாக்கிக்கொள்வதையும் வீட்டுக்குப் போகும்போது பழையபடி சரி செய்துகொள்வதையும் கண்டுகொண்டார் மலாலா. இது உண்மை யிலேயே அதிசயமான நாடுதான். வேண்டிய அளவுக்கு மறைத்துக் கொள்ளலாம், வேண்டாமென்றால் விட்டுவிடலாம். இரண்டுக்கும் பெண்களுக்குச் சுதந்தரம் இருக்கிறது. ஸ்வாட்டில் இதனைச் சொன்னால் நம்புவார்களா?

என்னதான் படகு போல் பேருந்து மிதந்து வந்தாலும் மோனிபாவுடன் சண்டையிட்டு ஓடி ஏறி ஜன்னலில் இடம் பிடிக்கும் அந்தத் தகர பஸ் போல் வருமா என்று உணர்ச்சிபூர்வமாகச் சொல்லலாம்தான். ஆனால், இந்தப் பேருந்து அங்கிருந்தால் எவ்வளவு நன்றாக இருக்கும்! ஆயிரம் இருந்தாலும் என் பள்ளி போல் வராது என்று பெருமை பேசிக் கொள்ளலாம். ஆனால் இந்த வசதிகள் எல்லாம் என் தோழிகளுக்கும் அல்லவா கிடைக்கவேண்டும்? இங்குள்ளதைப் போன்ற சாலைகள், இங்குள்ள தைப் போன்ற வாய்ப்புகள், குறிப்பாக இந்தச் சுதந்தரம் அங்கும் என் மக்களுக்கு இருக்கவேண்டும் என்று நினைப்பது தானே சரியான சிந்தனை? எனக்கு ஸ்வாட் மீண்டும் கிடைப்பதைவிட பாகிஸ்தானுக்கு ஒரு பிர்மிங்ஹாம் கிடைப்பது முக்கியமானது. தேவையானதும்கூட.

ஒரு மாலை நேரம் பூங்காவில் ஜியாவுதினும் மலாலாவும் உலாவிக் கொண்டிருந்தபோது, எதிர்ப்பட்ட நபர் ஒருவர் அன்பாக அவர்களை எச்சரித்தார். கவனம், மாலை நேரங்களில் இங்கெல்லாம் தனியாகப் போகவேண்டாம். மலாலா உள்ளுக்குள் நினைத்துக்கொண்டார். உங்களுக்கு என் நாட்டைப் பற்றித் தெரியாது தோழரே! வெடிகுண்டு களும் துப்பாக்கிகளும் சர்வ சாதாரணமாகப் புழங்கிவரும் ஒரு தேசத்தில் இருந்து வந்திருக்கும் எங்களுக்கு ஆபத்து என்பதன் அர்த்தமே வேறு. உங்களுக்கும் அச்சங்களும் கவலைகளும் இருக்கத்தான் செய்கின்றன என்றாலும் எங்கள் சூழலின் தீவிரத்தை உங்களால் கற்பனைகூடச் செய்து பார்க்க முடியாது. அங்கே நாங்கள் சந்தித்துவரும் ஆபத்துகளை உங்களால் கற்பனைகூடச் செய்து பார்க்கமுடியாது. முரட்டுத்தனமான ஒரு வனப் பிரதேசத்தில் வாழ்ந்து பலம் பெற்ற எங்களால் பூங்காக்களில் நேரும் ஆபத்துகளைச் சுலபமாகச் சமாளித்துக்

கொள்ள முடியும்! இவ்வளவெல்லாம் சொல்லிக்கொண்டிருக்க முடியாது என்பதால் அந்த அந்நியருக்கு நன்றியை மட்டும் உதிர்த்து விட்டு நகர்ந்து சென்றார் மலாலா.

தவிர்க்கமுடியாத ஒரு சங்கடம் இது. இங்குள்ள அனைவரும் மலாலாவுக்கு அந்நியர்களே என்றாலும் அவர்களில் பெரும் பாலானோருக்கு மலாலாவைத் தெரிந்திருக்கிறது. அவருடைய படங்களையும் அவரைப் பற்றிய கட்டுரைகளையும் டிவி நிகழ்ச்சி களையும் அவர்கள் போதுமான அளவுக்கு உட்கொண்டிருந்தனர். மலாலா ஓர் உலகச் செய்தி. மலாலா ஓர் ஆச்சரியம். மலாலா ஒரு பிரபல பிராண்ட். அதனால் அவரைக் கடந்து செல்ல நேரும்போதெல்லாம் அவர்கள் புன்னகை செய்தார்கள். சிலர் அருகில் வந்து ஹாய் சொன்னார்கள். பிர்மிங்ஹாம் பிடித்திருக் கிறதா என்று கேட்டார்கள். மேற்கொண்டு என்ன உரையாடுவது என்று தெரியாமல் திகைத்து விடைபெற்றுக்கொண்டார்கள். இதற்கெல்லாம் மலாலா பழகிக் கொள்ளவேண்டியிருந்தது. பதிலுக்குப் புன்னகைக்கவும், விசாரிக்கும் போது சுருக்கமாகப் பதிலளிக்கவும், அவர்கள் அக்கறைக்கு நன்றி செலுத்தவும் மலாலா பழகிக்கொண்டார்.

அப்பாவைக் கவனித்தபோது உள்ளுக்குள் ஒட்டிக்கொண்டிருந்த கொஞ்ச நஞ்ச சஞ்சலங்களும் விடைபெற்றுக்கொண்டன. ஒரு சில ஆண்டுகள் படித்த ஸ்வாட் பள்ளிக்கூடத்தைவிட்டுப் பிரிய இன்னமும் எனக்கு மனமில்லை. அருகில் இருந்து பார்த்துப் பார்த்து அதனை உருவாக்கிய அப்பாவால் மட்டும் எப்படி அனைத்தையும் மறந்து விட்டுக் குடிபெயர முடிந்தது? அல்லது மறக்க முடியாமல் அவரும் என்னைப்போல் தத்தளித்துக்கொண்டிருக்கிறாரா? பார்த்தால் தெரிய வில்லையே.

ஸ்வாட்டில் எப்படி இருந்தாரோ அப்படியேதான் இங்கும் இருந்தார் ஜியாவுதின். அங்கே செய்துகொண்டிருந்த அனைத்தையும் இங்கும் செய்துகொண்டிருந்தார். கருத்தரங்குகளில் தேடித் தேடிக் கலந்து கொண்டார். கல்வியின் அவசியம் குறித்து உரையாற்றினர். பாகிஸ் தானில் கல்வி நிலை என்ன என்பது குறித்தும் பெண் குழந்தைகளால் ஏன் அங்கே கல்வி கற்கமுடியவில்லை என்பதையும் பற்றி அவர் பேசினார். கல்வியின் அவசியத்தை மூன்றாமுலக நாடுகள் இப்போது தான் உணரத் தொடங்கியுள்ளன. உணர்ந்ததைச் செயல்படுத்திப் பார்க்க அவர்களிடம் கருவிகள் இல்லை. வறுமையும் பிற்போக்குவாதமும் பயங்கரவாதமும் அந்நாடுகளை நீங்காத இருளில் மூழ்கடித்துள்ளன. பெண்கள் கற்றால்தான் முழு வெளிச்சம் சாத்தியம். பெண்கள் கற்றால் தான் முழு விடுதலை சாத்தியம். அதே சமயம், முழு விடுதலை சாத்தியப்

பட்டால்தான் பெண்கள் அச்சமின்றி கல்வி பயில முடியும். பத்திரிகை யாளர்களிடம் உரையாடும்போது ஜியாவுதின் பெருமிதத்துடன் பேசினார். ஜியாவுதினின் மகள் என்று என் குழந்தை அழைக்கப்படும் காலம் ஒன்றிருந்தது. இன்று நான் மலாலாவின் தந்தை.

இருந்தும், மலாலாவின் பரிகாசத்தில் இருந்து அவரால் தப்ப முடிய வில்லை. அப்பா, பெண் விடுதலை பற்றியெல்லாம் நீங்கள் பேசுவது சரிதான். ஆனால் இன்னமும் அம்மாதானே சமைத்துக்கொண்டிருக் கிறார்? ஜியாவுதினுக்கும் இது நியாயமாகவே பட்டது. ஒரு குட்டிப் போராளி சுட்டிக்காட்டிய பிறகும் திருத்திக்கொள்ளாமல் இருக்க முடியுமா? காலை உணவு தயாரிப்பதைத் தனது கடமையாக அவர் வரித்துக்கொண்டார். என்ன மலாலா மகிழ்ச்சியா என்று கேட்டபோது மலாலா சிரித்தார். முட்டை, பால், ரொட்டி எல்லாம் ஓகேதான் அப்பா. இன்னும் நிறைய பதார்த்தங்களை, இன்னமும் சுவையுடன் நீங்கள் விரைவில் கற்றுக்கொள்வீர்கள் என்று நம்புகிறேன்.

அடுப்பறையில் இருந்து விடுபட்டதால் அம்மாவுக்குக் கிடைத்த அந்தக் கொஞ்சம் விடுதலையை மலாலா வேறு வழியில் ஆக்கிரமித்துக் கொண்டார். அங்கே என்னுடன் படித்தீர்களே, இப்போது ஏன் விட்டு விட்டீர்கள்? வாருங்கள், வந்து படியுங்கள் என்று வற்புறுத்தி ஆங்கிலப் பாடங்களைப் புதுப்பித்தார். அப்பா, அம்மா இருவர் கண்களுக்கும் மலாலா ஒரு சர்வாதிகாரியாகத் தோற்றமளித்திருந்தால் அந்தத் தோற்றம் சரியானதே.

தன்னைச் சந்திக்க வரும் பத்திரிகையாளர்களிடம் உரையாடுவதற்கு தனித் திறமைகளை மலாலா வளர்த்துக்கொள்ள வேண்டியிருந்தது. பொதுவான கேள்விகளைத் திரும்பத் திரும்பக் கேட்டுக்கொண்டே இருந்தார்கள். மீண்டும் மீண்டும் தாலிபனைச் சுற்றிச் சுற்றி வந்தார்கள். சுடப்பட்டபோது எப்படி உணர்ந்தீர்கள்? பின்னோக்கிப் பார்க்கையில் இப்போது எப்படி உணர்கிறீர்கள்? உங்களுக்குக் கிடைத்திருக்கும் இந்தப் புகழை எப்படிப் பார்க்கிறீர்கள்? என்ன செய்ய விரும்புகிறீர்கள்? அரசியலுக்கு வருவீர்கள்தானே? அவர்களும் வேறு என்னதான் கேட்பார்கள் என்று நினைத்துக்கொள்வார் மலாலா. உங்கள் குழந்தைத் தனத்தை இழந்துவிட்டதாக உணர்கிறீர்களா என்று கேட்கப்பட்டபோது விரிவாக ஒருமுறை பதிலளித்தார். எங்கள் நாட்டில் பதினோரு வயதில் பெண் களுக்குத் திருமணம் செய்துவைத்து விடுவார்கள். அவர்களுக்குக் குழந் தைப் பருவம் என்பதே இருப்பதில்லை. அப்படிப் பட்ட சமூகத்தில் இருந்து வந்திருக்கும் எனக்கு நீங்கள் குறிப்பிடும் இந்தப் புகழ் பெரும் பாதிப்பை ஏற்படுத்தாது. நான் எதையும் இழந்துவிட்டதாக நினைக்க வில்லை.

எல்லோரும் மலாலாவின் கடந்த காலத்தில் கண்களைப் பதித்து வைத்திருந்தபோது மலாலாவின் பார்வை எதிர்காலத்தின்மீது படர்ந்திருந்தது. ஐக்கிய நாடுகள் சபையின் சிறப்புத் தூதரும் முன்னாள் பிரிட்டிஷ் பிரதமருமான கார்டன் பிரவுன் தொடங்கியிருந்த 'ஐ யாம் மலாலா' என்னும் இயக்கம் தனது இலக்கை நிறைவு செய்யுமா? 2015ம் ஆண்டுக்குள் ஒரு குழந்தையைக்கூட விட்டுவைக்காமல் அனைவரையும் பள்ளியில் சேர்ப்பித்துவிட முடியுமா? பெண் குழந்தைகள் அனை வரும் தன்னைப் போல் கல்வி கற்கத் தொடங்கி விடுவார்களா? என் ஸ்வாட் பள்ளத்தாக்கில், என் பாகிஸ்தானில் வகுப்பு நேரங்களில் தெருக்களில் குழந்தைகள் சுற்றித் திரியாமல் இருப்பார்களா? சாக்கடைக்கு அருகில் குப்பை சேகரிக்கும் வேலை களை அவர்களுக் குக் கொடுக்காமல் இருப்பார்களா? உனக்கெதற்குப் பள்ளி என்று பெற் றோரும் அக்கம்பக்கத்தினரும் தடுக்காமல் இருப்பார்களா? பள்ளிக் கூடப் பையைத் தூக்குவதற்குக்கூடத் தெம்பில்லாத சிறுமிகளுக்கு மணம் முடித்து வைக்கும் வழக்கத்தை விட்டொழிப்பார்களா? தாலிபன் என்ன செய்யும்? இந்த மாற்றத்தை அனுமதிக்குமா அல்லது கோபம் கொண்டு என்னைப்போல் மேலும் பலரைச் சுட்டுத்தள்ளுமா?

நியூ யார்க் செல்வதற்கு வாய்ப்பு கிடைத்தது. பிரிட்டனைப் போல் தூங்கி வழியாமல் பரபரப்பாக இருந்தது அந்நாடு. சாலைகளில் வாகனங்கள் பலவிதமாகச் சத்தமிட்டபடி பறந்துகொண்டிருந்தன. கடைகளில் மக்கள் பிதுங்கி வழிந்துகொண்டிருந்தார்கள். பை, பையாக என்னென்னவோ வாங்கிக்கொண்டே இருந்தார்கள். கொஞ்சம் கராச்சி போல் இல்லை, இந்நகரம்? இன்னும் சில ஆண்டுகளில் கராச்சியும் நியூ யார்க் போல் மாறிவிடக்கூடும் அல்லவா? அப்படி இதுவரை பாகிஸ் தான் ஆகாமல் இருப்பதற்குக் காரணம் மதம் என்று சொன்னால் அதனை மலாலாவால் அவ்வளவு சுலபமாக நம்பமுடியவில்லை. பிர்மிங்ஹாமிலும் நியூ யார்க்கிலும் யாரும் இறைவனை வழிபடுவதே இல்லையா என்ன என்று அவர் திருப்பிக் கேட்க விரும்பினார். மோனிபாவிடம் இதைப் பற்றி விவாதிக்கவேண்டும் என்று குறித்து வைத்துக்கொண்டார் மலாலா. பலரும் நினைப்பதுபோல் அமெரிக்கா மதமற்ற நாடு அல்ல. இங்கு பல தேவாலயங்கள் இருக்கின்றன. இறைபக்தி கொண்டவர்கள் இங்கும் இருக்கிறார்கள். மறைப் புத்தகங்கள் வாசிக்கிறார்கள். தொழு கிறார்கள். இறைப் பாடல்கள் இசைக்கிறார்கள். கடவுளை நம்புகிறார் கள். இருந்தும் பாகிஸ்தானைப் போலன்றி இங்கு வெளிச்சம் பரவிக் கிடக்கிறது. இருந்தும், அமெரிக்காவும் பிரிட்டனும் பாகிஸ்தானைப் போல் இல்லை. எது என் நாட்டை இவர்களிடம் இருந்து பிரித்துக் காட்டுகிறது? இங்குள்ள வளம் என் நாட்டுக்கும் பரவ என்ன வழி?

இல்லை, பிர்மிங்ஹாம் என்பது முதலையல்ல. நான் அதன் உணவும் அல்ல. அது என்னை விழுங்கவில்லை. என்னை அதுதான் மறு அறிமுகம் செய்து வைத்திருக்கிறது. உனக்குக் கிடைத்த புது வாழ்வை வைத்துக்கொண்டு என்ன செய்யப்போகிறாய் என்று கனவிலும் நிஜத்திலும் அது என்னைக் கேட்டுக்கொண்டே இருக்கிறது. அந்தக் கேள்விதான் என்னை மெல்ல மெல்ல விழுங்கிக்கொண்டிருக்கிறது. என்ன செய்யப்போகிறேன் நான்?

பதினாறாவது பிறந்தநாள் நெருங்கிக்கொண்டிருந்தபோது ஐக்கிய நாடுகள் சபையிடம் இருந்து மலாலாவுக்கு அழைப்பு வந்தது. அவருடைய பிறந்த தினத்தை மலாலா தினம் என்று பெயரிட்டுக் கொண்டாட ஐ.நா. ஏற்பாடு செய்திருந்தது. இந்த விழாவில் கலந்துகொண்டு உரையாற்ற முடியுமா என்று அவர்கள் கேட்டிருந்தார்கள்.

அடல் அமைதியாக அம்மாவிடம் சென்று புகார் செய்தான். 'அம்மா, ஏன் எல்லாரும் அக்காவைப்பற்றி மட்டுமே பேசிக்கொண்டிருக்கிறார்கள்? ஒரே போரடிக்கிறது. அவள் அப்படி என்னதான் செய்துவிட்டாள்?'

# 22

## நம் மலாலா

தன்மீது பாய்ச்சப்படும் வெளிச்சக் கதிர்களை ஒன்றுவிடாமல் திரட்டி இருள் நிறைந்திருக்கும் பிரதேசங்களில் பரப்பத் தயாரானார் மலாலா. தன் வாழ்நாள் முழுவதும் இதைச் செய்து வந்தாலும் உலகைச் சூழ்ந்துள்ள பெரும் இருளில் ஒரே ஒரு துளி மட்டுமே மறையும் என்பதை அவர் அறிந்திருந்தார். அதனாலென்ன? உலகுக்கு இது போதாது. ஆனால் எனக்கு இதுவே சாத்தியம் அல்லவா? உலகில் ஆயிரம் பிரச்னைகள் இருக்கின்றன. ஒவ்வொருவருக்கும் ஒவ்வொன்று முக்கியமானதாக இருக்கக்கூடும். எனக்கு, கல்வி. இது அனைவருக் குமான முதன்மையான, அத்தியாவசியமான அடிப்படை உரிமை என்று நான் நினைக்கிறேன். என் வாழ்க்கை எனக்குத் தெரிவித்திருக்கும் செய்தி இதுவே. கல்வி கற்கும் உரிமை எங்கெல்லாம் மறுதலிக்கப்படு கிறதோ அங்கெல்லாம் இருள் ஆதிக்கம் செலுத்துகிறது. அங்கெல்லாம் வெளிச்சம் தேவைப்படுகிறது.

மருத்துவமனையில் இருந்தபோது தொடங்கப்பட்டிருந்த மலாலா ஃபண்ட் என்னும் லாப நோக்கமற்ற அமைப்பு திரட்டியிருந்த நன் கொடை தொகையைத் தன் நோக்கத்தை நிறைவேற்ற பயன்படுத்திக் கொள்ளத் தொடங்கினார் மலாலா. உதாரணத்துக்கு, லெபனான் எங்கே இருக்கிறது என்று மலாலாவுக்குத் தெரிந்திருக்க வாய்ப்பில்லை. ஆனால் அங்கே ஐந்தில் ஒரு பங்கு சிரியன் குழந்தைகளுக்கு மட்டுமே கல்வி கற்கும் வாய்ப்பு கிடைக்கிறது என்பதைக் கேள்விப்பட்டதும் மலாலா லெபனானுக்குப் பறந்து சென்றார். சிரியாவின் எல்லைக்கு அருகில் பெண்களுக்கான தனிப் பள்ளி ஒன்று ஜூலை 2015ல் தொடங்கப்பட்டது. ஒரு லட்சம் சிரிய அகதிகளின் வசிப்பிடத்துக்கு

அருகில் அமைக்கப்பட்டிருந்ததால் அந்தப் பள்ளி உடனடியாகப் பலன் கொடுக்கத் தொடங்கிவிடும் என்பதை மலாலா அறிந்திருந்தார். கூடவே இன்னொன்றையும் அவர் தெரிந்துகொண்டார். மலாலாவையும் அவர் தொடங்கி பள்ளியையும் பற்றி விவாதித்த மீடியா தவிர்க்க வியலாதபடி சிரிய அகதிகளையும் அவர்களுடைய பிரச்னைகளையும் கூடத் தொட்டு விவாதிக்கத் தொடங்கின.

மலாலாவுக்குக் கூடுதல் உத்வேகம் பிறந்தது. நைஜீரியாவில் பொக்கோ ஹராம் என்னும் அமைப்பு நூற்றுக்கணக்கான மாணவர்களைக் கடத்திச் சென்றதைப் பற்றி தன் வலைப்பக்கத்தில் எழுதினார். கடத்தப்பட்டவர் களை மீட்க போதுமான நடவடிக்கைகளை நைஜீரிய அரசு எடுக்க வில்லை என்று விமரிசித்தார். தாலிபனைக் கண்டு உத்வேகம் கொண்டு இயங்கி வரும் பொக்கோ ஹராமின் நோக்கம் ஓர் இஸ்லாமிய அரசை உருவாக்குவது என்பதை அறிந்ததும் மலாலா கலங்கினார். இஸ்லாத் தின் ஆன்மாவை உணர முடியாதவர்களெல்லாம் இஸ்லாமிய அரசை உருவாக்க முனைந்தால் விளைவு விபரீதமாகவே போகும் என்பது அவருக்குத் தெரியும். எதிர்ப்புச் சக்தி இல்லாதவர்களை அடுத்தடுத்து நோய்கள் தாக்குவதைப்போல் ஜனநாயகமற்ற மதவாத நாடுகளை அடுத்தடுத்து சமூக நோய்கள் தாக்குகின்றன. பாகிஸ்தானைக் காட்டி லும் சிறந்த உதாரணம் இருக்க முடியுமா? ஒரு வகையில், ஜனநாயக மில்லா நாடும் இருண்ட நாடுதான்.

அதே சமயம், இந்த இருளையும் போக்கமுடியும் என்று மலாலாவால் நம்பமுடிந்தது. 18வது வயதில் அடியெடுத்து வைத்தபோது மலாலா உலக நாடுகளின் தலைவருக்கு ஒரு கோரிக்கையை முன்வைத்தார். தயவு செய்து புத்தகங்களில் முதலீடு செய்யுங்கள், புல்லட்டில் வேண்டாம். இந்த உலகை மாற்றும் திறன் புத்தகங்களுக்கு மட்டுமே உள்ளது. நாட்டு மக்களுக்கும் அவர் ஒரு கோரிக்கையை முன்வைத்தார். நம் தலைவர்கள் ஆயுதங்களில் முதலீடு செய்வதற்குக் காரணம் அதை நாம் அனுமதிப்பதுதான். இனி அதைச் செய்யக்கூடாது. தன் வாதத்துக்கு வலுவூட்ட ஒரு புள்ளிவிவரத்தையும் உடன் அளித்தார். ராணுவத் துக்குச் செலவு செய்வதை உலகம் எட்டு தினங்கள் நிறுத்தி வைத்தால் போதும். அவ்வாறு சேமிக்கும் பணத்தை வைத்துக்கொண்டு உலகில் உள்ள ஒவ்வொரு குழந்தைக்கும் 12 ஆண்டுகள் உயர் தரமான கல்வியை இலவசமாக வழங்கமுடியும். இது நடைமுறை சாத்தியமற்ற விஷயம் என்றா நினைக்கிறீர்கள்? இது அவ்வளவு கடினமான காரியமா என்ன?

மில்லினியம் லட்சியம் என்னும் பெயரில் அனைத்துக் குழந்தை களையும் பள்ளியில் இணைத்துவிடும் திட்டம் ஒன்று 2000ம் ஆண்டு தொடங்கப்பட்டது என்றாலும் அது அதிகப் பலனை அளிக்கவில்லை.

இன்னமும் 60 மில்லியன் குழந்தைகளுக்குக் கல்வி மறுக்கப்பட்டு வருகிறது என்று சுட்டிக்காட்டினார் மலாலா. பின்தங்கிய நாடுகளில் உள்ள 80 சதவிகித பெண்கள் இடையில் படிப்பை நிறுத்திக்கொண்டு விட்டனர். 10 மற்றும் 12ம் வகுப்புகளை எத்தனைப் பெண்களால் தொடரமுடிகிறது, அதற்குப் பிறகு மேற்கொண்டு படிப்பவர்களின் எண்ணிக்கை என்ன என்பதை இதுவரை உலகம் கணக்கிட்டுள்ளதா என்று கேள்வி எழுப்பினார். ஒரு குழந்தை, ஒரு பேனா, ஓர் ஆசிரியர். இந்த மூன்றையும் நாம் ஏன் சேர்த்து வைக்கக்கூடாது?

சற்றே பெரிய ஒரு கனவும் மலாலாவுக்கு இருக்கிறது. அந்தக் கனவை மலாலா ஒருமுறை குறிப்பிட்டபோது கேட்டவர்கள் சிறு நடுக்கத்தை உணர்ந்தார்கள். ஆனால் உலகைப் பழித்துக்கொண்டே இருப்பதற்குப் பதில் நமக்குப் பிடித்த மாற்றத்தைச் செய்ய நாம் கொஞ்சம் முயன்று பார்க்கலாமே என்பதே மலாலாவின் வாதம். அரசியலைத் தூற்றுவதும் அரசியல்வாதிகளைக் குறைகூறுவதும் எளிது. ஆனால் நாம் ஏன் எதுவும் செய்வதில்லை? நம்மைப் பாதிக்கும் அனைத்தையும் நாம் ஏன் அமைதியாகக் கடந்து போகிறோம்? யாருக்கு அஞ்சி வாய்மூடிக் கிடக்கிறோம்? போராடும் துணிவு ஏன் இல்லை நம்மிடம்?

இந்தத் துணிவு தன்னிடமும் இருந்ததில்லை என்பதை மலாலா அறிவார். ஆனால் சூழல் அவரை உந்தித் தள்ளிவிட்டது. இப்படி ஒவ்வொரு வரையும் அது தள்ளாது. தள்ளும்வரை நாம் காத்திருக்கவும் தேவை யில்லை. இது என்னுடைய பிரச்னை அல்ல, இதனால் நான் நேரடியாகப் பாதிக்கப்படப் போவதில்லை என்று ஒவ்வொரு முறையும் நாம் கண்களை மூடிக்கொள்ளும்போதும் நம் இருப்பு அதிகப் பிரச்னைக் குரியதாக மாறுகிறது. நாம் செய்யவேண்டியதெல்லம் முழு விழிப்புணர் வுடன் இருந்து போராடுவதுதான். இதுவே மக்களுக்கான அரசியல்.

மலாலாவின் வாதத்தில் உள்ள நியாயத்தை ஏற்க முடிந்தவர்களால்கூட அவர் வந்தடைந்த முடிவை ஏற்கமுடியவில்லை. நான் பாகிஸ்தானின் பிரதமர் ஆக விரும்புகிறேன் என்று மலாலா குறிப்பிட்டபோது அவரை நேசித்தவர்கள் அஞ்சினார்கள். காரணம் பாகிஸ்தான் அதன் பிரதமர் களை என்னவெல்லாம் செய்தது என்று அவர்களுக்குத் தெரியும். சிறையில் தள்ளப்பட்டிருக்கிறார்கள். ராணுவத்தினர் இடைமறித்து ஆட்சியைப் பறித்திருக்கிறார்கள். நீதிமன்றம் பதவி நீக்கம் செய்திருக்கிறது. ஜுல்ஃபிகர் அலி புட்டோ ஒப்புக்கு விசாரிக்கப்பட்டு தூக்கிலிடப்பட் டார். அவ்வளவு ஏன், மலாலா நேசிக்கும் அவருடைய முன்மாதிரி பெனாசிர் புட்டோவுக்கு நடந்தது என்ன? பெண்களுக்கும் அரசியலுக் கும் தொடர்பில்லை என்று திடமாக நம்பிய சமூகத்தை எதிர்த்து ஆட்சியைக் கைப்பற்றிய அவருக்குச் சமூகம் தந்த பரிசு என்ன?

ஒரு பிரதமரின் ஆட்சி, உயிர் இரண்டுக்கும் பாகிஸ்தானில் உத்தரவாதமில்லை என்பதை அறிந்திருந்தும், உன் உயிரைப் பறிக்க ஏற்கெனவே ஒரு கூட்டம் காத்திருக்கும்போது உனக்கெதற்கு மலாலா இந்தப் பொல்லாத அரசியல் ஆர்வம்?

ஆனால் எல்லோரும் இப்படிக் கருதவில்லை. பாகிஸ்தான் தன் பிரதமர்களை நேசித்ததே இல்லை என்கிறார் புகழ்பெற்ற பாகிஸ்தானிய நாவலாசிரியர் முகமது அனிஃப். அதே சமயம், ஒருவேளை மலாலா பாகிஸ்தானின் பிரதமரானால் எதிர்காலச் சந்ததியினரை நினைத்துப் பெருமைப்படுவேன். வேறொரு நாட்டின் பிரதமரானால் அந்த நாட்டுக்குக் குடிபெயர்ந்து செல்ல விரும்புவேன்.

ஐ.நா சபையில் பேச அழைக்கப்பட்டபோது அமெரிக்க அதிபர் பராக் ஒபாமாவைச் சந்திக்கும் வாய்ப்பு கிடைத்தது. மரியாதையுடன் அவருக்கு வணக்கம் செலுத்தி அமர்ந்த மலாலா உரையாடும் வாய்ப்பு கிடைத்தபோது தன் மனத்தில் இருந்ததை வெளிப்படையாக முன் வைக்கத் தயங்கவில்லை. ஒபாமாவின் கண்களைப் பார்த்துப் பேசினார் மலாலா. பாகிஸ்தான்மீது நீங்கள் குண்டுகள் வீசுவது எனக்குப் பிடிக்கவில்லை. தவறிழைக்கும் ஒருவரை நீங்கள் கொல்லும்போது அப்பாவி பொதுமக்களும் சேர்த்தேதான் கொல்லப்படுகிறார்கள். இது தீவிரவாதத்தை மேலும் வளர்க்கவே செய்யும். போருக்கும் ஆயுதத்துக்கும் செலவு செய்வதைக் குறைத்துக்கொண்டு நீங்கள் ஏன் கல்விக்காகச் செலவிடக்கூடாது? உலகத்தைப் பாதுகாப்பானதாக வைத்துக்கொள்ள அது உதவும் அல்லவா?

இத்தனைக்கும் மலாலாவுக்குத் தனிப்பட்ட முறையில் ஒபாமா மீது மிகுந்த மரியாதை இருந்தது. படபடப்பு நீங்கிய ஒரு சந்தர்ப்பத்தில் இதைப் பற்றி நினைத்துப் பார்த்தபோது தான் செய்தது சரிதான் என்று மலாலாவுக்குத் தோன்றியது. கடவுள் எனக்குக் குரலைக் கொடுத்தது உரக்கப் பேசுவதற்காகத்தான். அமெரிக்க அதிபராகவே இருந்தாலும் நினைத்ததைப் பேசித்தான் தீரவேண்டும்.

பாகிஸ்தான் அரசியலில் கால் பதிப்பதற்கு முதன்மையான தேவை துணிச்சல். ஒரு நல்ல அரசியல்வாதியாக இருப்பதற்குத் தேவை தன்னுடைய மக்கள் மீதான அக்கறை. இந்த இரண்டும் மலாலாவிடம் இருந்தது. நம்மில் ஒரு பகுதியினர் பின்தங்கியிருக்கும்போது அவர்களை விட்டுவிட்டு நம்மால் முன்னேறமுடியாது என்று மலாலா சொல்லும்போது அடித்தட்டு வர்க்கத்தின்மீது அவர் கொண்டிருக்கும் கரிசனம் புலனாகிறது. அப்படியானால் மலாலா அரசியலில் இறங்குவது தவிர்க்கவியலாததா? அப்படி அவர் முடிவெடுத்தால், ஜியாவுதின் மறுக்கப் போவதில்லை. தன் மனைவியை எப்படிச்

சம்மதிக்க வைப்பது என்பதும் அவருக்குத் தெரியும். ஆனால் மலாலா தீர்மானமாக முடி வெடுத்து விட்டாரா? ஆம் எனில் எப்போது? படிப்பு முடிந்த பிறகா?

மலாலாமீதான எதிர்பார்ப்புகள் அதிகரித்துக்கொண்டிருக்கின்றன. கல்விக்கான போராட்டத்தை மலாலா முன்னெடுக்கவேண்டும் என்று இவர்கள் எதிர்பார்க்கிறார்கள். தீவிரவாதத்துக்கு எதிரான போரை மலாலா முன்னெடுக்கவேண்டும் என்று இவர்கள் விரும்புகிறார்கள். ஏழைமைக்கு எதிராக, சமூக அநீதிக்கு எதிராக, பெண்களுக்கு எதிரான கொடுமைகளுக்கு எதிராக மலாலா போராடவேண்டும் என்று இவர்கள் ஊக்கப்படுத்துகிறார்கள். இவர்கள் எல்லோருமே தங்களையும் அறியாமல் மலாலாவை ஒரு சிலுவையில் கிடத்திவிடுகிறார்கள். ஒரு மீட்பரைக் கண்டுபிடித்து அவர் கரங்களில் அனைத்தையும் துடைத்துக் கொடுத்துவிட்டு நம் பாட்டுக்குப் போய்விடுவது ஆபத்தானது. நமக்கு மட்டுமல்ல, அவருக்கும்தான். மலாலாவை அசலாக நேசிக்கும் அனைவரும் மலாலாவுக்குத் தோள் கொடுக்கவே முன்வருவர். இது எங்கள் சிலுவை, என்னோடு சேர்ந்து சுமக்க வந்ததற்கு நன்றி, மலாலா என்றுதான் சொல்வார்கள்.

10 அக்டோபர் 2014 அன்று கைலாஷ் சத்யாத்ரி, மலாலா இருவருக்கும் அமைதிக்கான நோபல் பரிசு அறிவிக்கப்பட்டது 17 வயதில் இதுவரை யாருமே நோபல் பெற்றதில்லை என்று பலர் சிலிர்த்துக்கொண்டனர். களத்தில் குதிப்பதற்கான அழைப்பு என்று இதனை எடுத்துக் கொண்டேன் என்கிறார் மலாலா. அந்த ஒரு துண்டு உலோகம் அவருக்குள் செலுத்திய தாக்கம் இதுதான். உண்மையில், 17 வயதில் நோபல் பரிசு பெற்றதல்ல; 11 வயது முதல் கல்விக்காகக் குரல் கொடுத்து வருவதுதான் மலாலா வின் தனித்துவம். தாலிபனால் சுடப்பட்டதால் அவர் பிரபலமடைந் திருக்கலாம். ஆனால் அவருடைய அடையாளம் பிழைத்தெழுந்த பிறகும் தன் போராட்டத்தை அச்சமின்றித் தொடர்வது. உலகம் அவரை இன்று அணைத்துக்கொண்டிருக்கிறது. அவரைப் பற்றிப் புத்தகங்களும் ஆவணப்படங்களும் பல்லாயிரம் கட்டுரைகளும் உருவாக்கப் பட்டுள்ளன. மேலும் பல தயாரிப்பில் இருக்கக்கூடும். ஆனால் ஒருவரும் கவனிக்காதபோது, ஒருவருக்கும் தெரியாமல் தன் போராட்டப் பாதையை வகுத்துக்கொண்டதுதான் மலாலாவின் சாதனை.

தொடர்ச்சியாகப் போர்க் குற்றங்கள் இழைத்த அமெரிக்காவில் இருந்து ஹென்றி கிஸ்ஸிஞ்சர், பில் கிளிண்டன், பராக் ஒபாமா போன்றவர்கள் நோபல் அமைதிப் பரிசு பெற்றிருக்கிறார்கள். பல்லாயிரம் இராக்கியர் களைக் கொன்றொழித்த ஓர் அநீதியான போரில் ஒன்றிணைந்திருக்கும் அமெரிக்காவும் பிரிட்டனும்தான் மலாலாவை இன்று அதிகம்

கொண்டாடிக் கொண்டிருக்கின்றன. இந்த முரண்பாட்டைப் புரிந்து கொள்வ தோடு நின்றுவிடாமல் அதனை எதிர்த்தும் ஆகவேண்டிய கடமை மலாலாவுக்கு இருக்கிறது.

தாலிபனை எதிர்த்தாகவேண்டிய அதே சமயத்தில் உலகம் தழுவிய அளவில் இஸ்லாத்துக்கு எதிராகப் பரவிப் படர்ந்திருக்கும் விரோத உணர்வையும் அவர் எதிர்கொண்டு எதிர்த்தாகவேண்டும். இஸ்லாத்தின் மீது போர் தொடுக்கும் அதே மேற்கத்தியக் கரங்கள்தாம் தன்னையும் அரவணைத்துக்கொண்டிருக்கிறது என்னும் புரிதலுடன் மலாலா தன் உலகப் பார்வையை வகுத்துக்கொள்ளவேண்டும். இஸ்லாத்தின் மீதான தன் பற்றை விட்டுக்கொடுக்காமல் அதே சமயம் அம்மதத்திலுள்ள பிற்போக்குத்தனத்தையும் ஆணாதிக்க மனோபாவத்தையும் அவர் எதிர்த்தாகவேண்டும். இந்த ஆதரவும் எதிர்ப்பும் கொண்டுவந்து சேர்க்கும் பகைமையை அவர் சந்தித்தாக வேண்டும்.

மலாலா மீதான தாக்குதலை நடத்தியவர்கள், திட்டமிட்டவர்கள் என்னும் குற்றச்சாட்டுடன் கைது செய்யப்பட்ட பத்து பேரில் எட்டு பேரை பாகிஸ்தான் விடுதலை செய்துவிட்டது. மூடிய கதவுகளுக்குப் பின்னால் நடத்தப்பட்ட இந்த விசாரணையும் அதன் முடிவும் ஏற்கத் தக்கதல்ல என்றது அமெரிக்கா. பாகிஸ்தானின் உடைந்த, பலவீனமான நீதிமன்ற அமைப்பே இதற்குக் காரணம் என்னும் விமரிசனங்கள் எழுகின்றன. தாலிபன்களை மட்டுமல்ல அவர்களை அகற்றமுடியாத இத்தகைய அமைப்பு சார்ந்த பலவீனங்களையும் மலாலா சேர்த்தே எதிர்த்தாட வேண்டும்.

மலாலா கையில் எடுத்திருப்பது கல்வி என்னும் ஒரு துறை தொடர்பான பிரச்னை அல்ல. பெண்களுக்கு எதிரான ஆணாதிக்க மனோபா வத்தையும் அந்த மனோபாவத்தை வளர்த்தெடுக்கும் மத, சமூக, அரசியல் மற்றும் பொருளாதாரச் சட்டத்தையும் எதிர்த்தால் மட்டுமே பெண்களை விடுவிக்கமுடியும். இந்த விடுதலைக்கான தேவையை உணர்வதுதான் கல்வியின் முதல் படி. நிலவும் அநீதியான சமூக அமைப்பை அங்கு மிங்கும் கொஞ்சம் தட்டிக்கொட்டிச் சரிசெய்துவிட முடியாது. அதன் அடித்தளத்தை அசைத்து, அகற்றி, வேறொன்றை அதனிடத்தில் நிறுவியாகவேண்டும். அதற்கு அவருக்குத் தேவை ஒரு புரட்சிகர அரசி யல். ஒபாமாக்களும் நவாஸ் ஷெரீப்புகளும் டேவிட் கேமரூன்களும் நடத்தும் அரசியல் அல்ல இது. இந்த அரசியலை மலாலாவுடன் சேர்ந்து முன்னெடுக்கவேண்டியவர்கள் நாம்.

இதையேதான் மலாலாவும் பதிவு செய்திருக்கிறார். இனி வருபவை அவருடைய வார்த்தைகள். ‘நான் சிறப்பானவள் என்று பலர் சொல்கிறார்கள். எந்த வகையில் நான் சிறப்பானவள் என்று என்னை

நானே கேட்டுக்கொண்டேன். கல்வி கற்கக்கூடாது என்று சொல்லப் பட்டால் நான் தனித்துவமாக இருக்கிறேனா? அப்படியானால் உலகம் முழுவதிலும் 6 கோடி பேர் என்னைப் போலவே இருக்கிறார்கள். கல்வியின் எதிரிகள் என்னைத் தாக்கியதால் நான் சிறப்படைந்து விட்டேனா? ஆயிரக்கணக்கான மாணவர்கள் ஆபத்தான நிலையில் தான் தினமும் பள்ளிக்குச் சென்றுகொண்டிருக்கிறார்கள். இருந்தும் நான் சிறப்பானவளாக உங்கள் கண்களுக்குத் தெரிவதற்கு என்ன காரணம் என்று சொல்லட்டுமா? நீங்கள்தான். தாலிபன் என்னை அமைதியாக்க முயன்றபோது நீங்கள்தான் என்னைத் தாங்கிப் பிடித்துக் கொண்டீர்கள். நீங்கள்தான் எனக்காகப் பிரார்த்தனைகள் செய்தீர்கள். எனக்காகப் பேசினீர்கள். நான் பலம் பெற்றதற்குக் காரணம், என் குடும்பமும் உலகம் முழுவதிலுமுள்ள கோடிக்கணக்கான என் சகோதரர்களும் சகோதரிகளும்தான்.'

மலாலா அடுத்து என்ன செய்யப்போகிறார் என்பதை நாம் அனைவரும் பார்க்கத்தான் போகிறோம். நாம் என்ன செய்யப் போகிறோம் என்பதையும் மலாலா பார்த்துக்கொண்டுதான் இருப்பார். அநீதி எங்கு நிகழ்ந்தாலும் அதற்காக நாம் குரல் கொடுக்கும்போது, ஒடுக்கப் பட்டவர்களுக்காகப் போராடும்போது, எதிர்ப்புகளைப் புறக்கணித்து முன்னேறும்போது ஒரு புதிய சமுதாயத்தை நம்மாலும் படைக்க முடியும்.

www.ingramcontent.com/pod-product-compliance
Lightning Source LLC
LaVergne TN
LVHW100843051026
849519LV00006B/2402
* 9 7 8 9 3 8 4 1 4 9 8 4 0 *